அங்கே இப்போ என்ன நேரம்?

அ. முத்துலிங்கம் தேர்ந்தெடுக்கப்பட்ட கட்டுரைகள்

தொகுதி — 2

அங்கே இப்போ என்ன நேரம்?

அ. முத்துலிங்கம் தேர்ந்தெடுக்கப்பட்ட கட்டுரைகள்

தொகுதி – 2

தேர்வும் தொகுப்பும்

இரா. துரைப்பாண்டி

Title: Ange Ippo Enna Neram
Author's Name: Appadurai Muttulingam

Published by Ezutthu Prachuram

Ezutthu Prachuram
(An imprint of Zero Degree Publishing)
No. 55(7), R Block, 6th Avenue,
Anna Nagar,
Chennai - 600 040

Website: www.zerodegreepublishing.com
E Mail id: zerodegreepublishing@gmail.com
Phone: 89250 61999

Ezutthu Prachuram First Edition: June 2023
ISBN: 978-93-90053-59-9
TITLE NO EP: 434

Cover Design & Layout: Vijayan, Creative Studio

முன்னுரை

அ.முத்துலிங்கம் அவர்களின் கட்டுரைத் தொகுப்பு வரிசையில் இது இரண்டாம் தொகுப்பு. இந்தத் தொகுப்பின் கட்டுரைத் தேர்வுகள் நான்கு பிரிவுகளில் பகுக்கப்பட்டுள்ளன. மொழிபெயர்ப்பு, விமர்சனம், அனுபவக் கதைகள், சிந்திப்பதற்கு என்கிற தலைப்புகளில் அடங்கும் கட்டுரைகளின் தொகுப்பினுள் உங்களை வரவேற்கிறேன்.

பொதுவாகவே ஆசிரியரின் எழுத்து முறை பகடி கலந்தும் பல்வேறு சம்பவங்களை இணைத்தும் சுய எள்ளலுடனும் ஆனால் மிகத் தீவிரமான வாழ்வு குறித்தும் சூழலியல் குறித்தும் மனித மனத்தின் ஊசலாடும் தன்மை குறித்தும் வாழ்வின் கொண்டாட்டங்கள் குறித்தும் அழுத்தமாகப் பதிய வைக்கும் இயல்பு கொண்டவை. ஆனால் இந்தத் தொகுப்பின் பெரும்பான்மையான கட்டுரைகள் இன்பச் சுவை மட்டுமே கொண்டதல்ல வாழ்க்கை மாறாக அதன் இருண்ட பக்கங்களை மிகத் தீவிரமாக அலசுகின்றன. ஒரு தேர்ந்த தச்சரின் இழைப்புளியைப் போல சுருள் சுருளாக மரத்தினை இழைத்து ஒரு தேர்ந்த வடிவத்தை அமைத்துக் கொடுப்பது போல வாழ்வின் சிக்கலான பக்கங்களை நம்முன் காட்சிப்படுத்துகின்றன.

இவரின் கட்டுரைகளைக் குறித்து விரிவாகப் பேசப்புகுந்தால் அதில் ஒரு அபாயம் நம் முன் இருக்கிறது. அவரின் எழுத்தே மிகத் தேர்ந்த நெசவாளியின் திறனுடன் ஒப்புநோக்கத் தக்கது, ஊடும் பாவுமாக நூல் இழையிழையாக இணைந்து எவ்விடத்திலும் தொடர்பு இழக்காமல் தேர்வு செய்த வண்ணங்களின் கலவையுடன் ஒரு சித்திரத்தையும் ஆடையின் மேல் உருவாக்கும் திறன் கொண்டது. அதன் முக்கியப் புள்ளியை குறிப்புகளின் ஊடாக நாம் முன்னுரையில் திறந்து விட்டோம் என்றால் ஒட்டு மொத்த வீட்டின் சாவியை வாசகருக்குக் கையளிப்பது போலாகிவிடும். எனவே பாம்பும் சாகக் கூடாது கம்பும் உடையக்கூடாது என்கிற தீவிரத்துடன்தான் இந்த முன்னுரையை எழுத வேண்டியுள்ளது.

இந்தச் சூழ்நிலையை நினைவில் கொண்டு கட்டுரைகளுக்குள் செல்வோம். முதல் பகுதியான மொழிபெயர்ப்பில் முதல் மொழிபெயர்ப்பு குறித்து அவர் கூறுகையில் 1850ஆம் ஆண்டு அளவில் அமெரிக்காவின் வட கரோலைனாவிலிருந்து தப்பி ஓடிய பெண் அடிமை ஹன்னாகிராப்ட்ஸ் எழுதியதாகச் சொல்லப்படும் 301 பக்கங்கள் கொண்ட கையெழுத்துப்படி சமீபத்தில் நடந்த ஏலம் ஒன்றில் வெளிப்பட்டது. அதில் கண்ட ஒரு பக்கத்தின் தழுவல் எனத் துவங்கி விவரிக்கிறார்.

அதன் இறுதிப் பகுதியில் மொழிபெயர்ப்பு இப்படி முடிகிறது.

“தொடர்ந்து சாட்லர் சொன்னார், ‘இறுதியில் பெண் அடிமைகளை, பிள்ளைகளோடும், பிள்ளைகள் இல்லாமலும் சேகரித்து, பிறகு பிள்ளைகளை எப்படியும் ஒழித்துக்கட்டிவிடுவது என்று தீர்மானித்தேன். ஆனால் அவை படுத்திய பாடு. லூயிஸ் என்பவள் அந்தக் குழுவிலேயே புதுசா, அழகாயிருந்ததாள். தன் குழந்தை உண்மையிலேயே காணாமல் போனதை அறிந்தவுடன் ஆற்றிலே குதித்து விட்டாள்.’

‘இன்னொருத்தி தன் மகன் இருக்கிறான் என்று தான் முடிவெடுத்த இடத்துக்கு தப்பி ஓடிவிட்டாள். அவளைக் கண்டுபிடித்தது ஓவர்சியர் தான். அங்கே அவள் அந்நியமாய் இருந்தபடியால் அவளை பிளட்ஹவுண்ட் நாய்களுடன்

போட்டு அடைத்துவிட்டான். அந்த நாய்கள் பேய்த்தனமான மூர்க்கம் கொண்டவை. அவளைத் துண்டு துண்டாகக் கிழித்து அவள் அழகை சிதைத்து என் வியாபாரத்துக்கு உதாவாதவளாக்கி விட்டன. அதனால் அவளை அடிவிலைக்குக் கொடுக்கவேண்டிவந்தது.'

'அது சரி. இப்ப இவளுடைய பேர் என்ன?'

'ஹன்னா'

இதைப் படித்து முடித்தவுடன் இரண்டு நாட்களுக்கு மேல் நினைவெல்லாம் ஹன்னா என்கிற சொல்தான் என்னை ஆக்கிரமித்திருந்தது.

இரண்டாம் மொழிபெயர்ப்பின் துவக்கத்தை இப்படித் துவங்குகிறார்.

விஸ்லவா ஸிம்போர்ஸ்கா *(Wislawa Szymborska)* ஒரு சிறந்த பெண் கவி. போலந்து நாட்டுக்காரரான இவர் 1996ம் ஆண்டுக்கான இலக்கிய நோபல் பரிசு பெற்றவர். இந்தப் பரிசை அவர் பெற்ற போது அவருடைய வயது 73. 'நான் ஒரு வார்த்தையைத் தேடுகிறேன்' என்பது அவர் தன்னுடைய 22வது வயதில் எழுதியமுதல் கவிதை. அதைத் தொடர்ந்து பல கவிதைகளை எழுதி இன்றுவரை 16 கவிதைத் தொகுப்புகளை வெளியிட்டிருக்கிறார். இவருடைய கவிதைகள், ஆங்கிலம் உட்பட, பன்னிரெண்டு மொழிகளில் மொழிபெயர்க்கப் பட்டுள்ளன.

மூன்றாம் மொழிபெயர்ப்பு அமெரிக்காவின் அரசவைக் கவிஞரான பில்லி கொலின்ஸ் *(Billy Collins)* என்பவர் குறித்தது. ஐந்தாவது மொழிபெயர்ப்பு "ரோமன் பேர்மன் மஸாஜ் தத்துவம்" உடைந்துபட்ட சோவியத்தின் ஒரு பகுதியான லாத்வியா நாட்டில் இருந்து புலம் பெயர்ந்த யூதக் குடும்பத்தின் மகனான டேவிட் பெஸ்மொஸ்கிஸ் என்பவர் எழுதிய முதல் சிறுகதை. முதல் சிறுகதையிலேயே அவர் உலகப்புகழ் பெற்று விட்டார். அவருடனான மிகத்தீவிரமான நேர்காணல் இந்தத் தொகுப்பு வரிசையில் முதல் தொகுப்பான "பாகிஸ்தான் உளவுத்துறையும்

நானும்” தொகுப்பில் இடம் பெற்றுள்ளது.

நான்காம் மொழிபெயர்ப்பான செக்காவின் வேட்டைக்காரன் கதையின் மொழிபெயர்ப்பு. நான் ஆண்டன் செக்காவின் அதி தீவிர ரசிகன். அவரின் முப்பது கதைகளை பல்வேறு தொகுப்புகளுக்காக மொழிபெயர்த்தவன். இந்தக் கதைகுறித்து இப்படி பதிவு செய்கிறார் “புகழ்பெற்ற Dostoyevskyயின் குருபோன்ற Dmitry Grigorovich அதைப் படித்துவிட்டு அதன் கலை நேர்த்தியையும், வடிவ இறுக்கத்தையும் விதந்து செக்கோவுக்கு ஒரு கடிதம் எழுதினார். செக்கோவ் உண்மையிலேயே ஆச்சரியப்பட்டார். ‘இந்தக் கதையை நான் பெரிது படுத்தவில்லை. குளியல் வீட்டில் இருந்த போது நேரத்தைப் போக்குவதற்காக எழுதினேன்’ என்று ஒளிவுமறைவில்லாமல் பதில் அனுப்பினார். இந்தச் சிறுகதையை எழுதியபோது செக்கோவுக்கு வயது 25. சரியாக 118 வருடங்களுக்கு முன்பு புனையப்பட்ட இது இன்றும் இளமை குன்றாமல், உலகத்தில் படைக்கப்பட்ட சிறுகதைகளில் மிக உயர்ந்த ஒன்றாக உள்ளது.”

இந்தக் கதையின் மொழிபெயர்ப்பை நீங்கள் புத்தகத்தினுள் வாசித்துக் கொள்ளுங்கள், ஆனால் ஒரு கதையை எப்படி அணுக வேண்டும் என்பதற்கு அவர் எழுதியுள்ள ஒரு பின்குறிப்பு மிக முக்கியமானது. அதை அப்படியே தருகிறேன். “உயிரியல் மாணவர்கள் ஒரு தவளையைக் கூறாக்கி பரிசோதிப்பது போல இந்தச் சிறுகதையை கொஞ்சம் ஆராய்ந்ததால் இதன் பெருமை புலப்படும்.”

“1) நேரடியாகச் சொல்லப்பட்ட கதை இது. ஒரு சிறு சம்பவம். பிரிந்துவிட்ட கணவனும், மனைவியும் ஒரு தனி இடத்தில் பத்து நிமிட நேரம்வரை சந்தித்து, பிறகு பிரிந்து போகிறார்கள். அலங்காரமான வார்த்தைகளே இல்லாத எளிமையான நடை. கதையின் கவர்ச்சியான தொடக்கம் உடனேயே நல்லஎதிர்பார்ப்பபை உண்டாக்கிவிடுகிறது.

2) ஒரு காலகட்டத்து ரஸ்ய சமுதாயத்தைக் கச்சிதமாகப் பதிவு செய்கிறது. கனவான், வேட்டைக்காரன் உறவு. மாதாகோயிலில் மணமுடித்த, தன் அந்தஸ்துக்குக் குறைந்த மாட்டுக்காரப்

பெண்ணை வெறுத்து ஒதுக்கிவிட்டு யேகோர் இன்னொரு பெண்ணுடன் வாழ்கிறான்.

3) ஒரு ரீல் கட்டையில் சுற்றப்பட்ட ரிப்பன்போல கதை மெள்ள மெள்ள விரிகிறது. கதை அரைவாசிக்கும் மேலே நகர்ந்தபிறகுதான் (மூன்றரைப் பக்கம்) முதன்முதலாக அவர்கள் கணவன், மனைவி என்ற உண்மை தெரியவருகிறது. கதை கிட்டத்தட்ட முடிவுக்கு வரும் சமயத்தில் அவளை அரித்துக்கொண்டிருந்த கேள்வியை பெலகேயா கேட்கிறாள். அக்குலினாவுக்கு ஒரு குடிசை கட்டித் தந்ததாக அவள் கேள்விப்பட்டது உண்மைதானா என்று.

4) பெலகேயாவின் கண்களில் நீர் வழிகிறது, அதை ஆசிரியர் சொல்லவில்லலை, யேகோர் சொல்கிறான். ‘நான் அழவில்லலை’ என்று பெலகேயா இரண்டு இடத்தில் சொல்கிறாள். அப்படியும் அவளால் அழுகையைக் கட்டுப்படுத்த முடியவில்லலை. யேகோர் திருப்பித் திருப்பி உதாசீனம் செய்தபோதும் அவள் விடாமல் அவனை ஒருமுறையேனும் வீட்டுக்கு வரும்படி அழைக்கிறாள். நாலு இடங்களில் இப்படி அழைப்பு விடுக்கிறாள். அவனை கெஞ்சிக் கெஞ்சி அழைப்பதற்கு இன்னொரு காரணமும் இருக்கிறது. அவன் ஒரு முறை வந்தால் அவள் கிராமத்தில் அவள் மதிப்பு கொஞ்சம் உயரும்.

5) இந்தக் கதையின் அற்புதமான வசனம் ஒன்று ஆரம்பத்திலேயே வருகிறது. அந்தப் பெண்ணைப் பற்றிய முழு வர்ணனையும் அந்த ஒரு வரியிலேயே சொல்லப்பட்டு விடுகிறது. ‘தன்னுடைய சந்தோசத்தில் தானே கூசிப்போய் தன் புன்னகையைக் கையினால் மறைத்துக் கொண்டாள்.’ அதே மாதிரி யேகோரை வர்ணிக்கும்போதும் அவனுடைய தோள் அசைவுகளே முக்கியமாகின்றன. பெலகேயா அவற்றைப் பார்த்து ஈர்க்கப்படுவது இரு இடங்களில் சொல்லப்படுகிறது.

6) ‘அவன் நின்று திரும்பிப் பார்த்தான். அவன் பேசவே இல்லை. இருந்தும் அவன் முகத்திலும், தோள்மூட்டின் சரிவிலும் இருந்து அவன் ஏதோ சொல்ல விரும்புகிறான் என்பதை பெலகேயா உணர்ந்ததாள். ஒருவித அச்ச உணர்வுடனும்,

கெஞ்சும் பார்வையுடனும் அவனை அணுகினாள்' இது ஒரு நுட்பமான இடம்.

7) திடீரென்று ஒரு காட்சி. மூன்று காட்டு தாராக்கள் பறக்கின்றன. யேகோருடைய கண்கள் அவற்றைப் பார்க்கின்றன. அவை புள்ளியாக மாறும் வரைக்கும் அந்தக் கண்கள் அவற்றைத் தொடருகின்றன. கதாநாயகன் ஒரு வேட்டைக்காரன் என்பது நினைவூட்டப்படுகிறது.

8) பிரியும்போது திடீரென்று நினைத்துக்கொண்டு அவன் கசங்கிய ஒரு ரூபிள் தாளை அவளிடம் கொடுக்கிறான். எதிர்பார்த்தற்கு மாறாக பெலகேயா அதை நன்றியோடு பெற்றுக்கொள்கிறாள்.

9) ஒரு பென்சிலை சீவிச்சீவி கூராக்குவதுபோல இந்தமுழுக்கதையும் கடைசி ஆறு வரிகளை நோக்கியே நகர்த்தப்பட்டிருக்கிறது. அந்த வரிகள் வரும்போது ஒரு நெகிழ்ச்சி உண்டாகிறது. பெலகேயா அவனைப் பார்த்துக்கொண்டு நிற்கிறாள். மெல்ல மெல்ல அவன் உருவம் சிறுத்து இறுதியில் மறைந்து போகிறது. அப்பொழுதும் அவனுடைய வெள்ளைத் தொப்பி தெரியக்கூடும் என்ற நம்பிக்கையில் நுனிக்காலில் நின்று எட்டிப் பார்க்கிறாள். அவன் இல்லாமல் போக அவளும் இல்லாமல் ஆகிறாள். ஒரு பெண்ணின் ஏக்கத்ததை இவ்வளவு சித்திரமாக யாரும் சொன்னது கிடையாது."

ஒரு புனைவைக் குறித்த எவ்வளவு அற்புதமான அணுகல் இது என்கிற வியப்பு நமக்கு வருவதைத் தவிர்க்க இயலவில்லை.

ஏனைய மூன்று பகுதிகளில் உள்ள கட்டுரைகள் குறித்தும் விரிவான அறிமுகம் எழுதிட வேண்டும் என்றுதான் நான் விரும்புகிறேன். ஆனால் அப்படி எழுதும்போது அதை நேரடியாக வாசிக்கும்போது கிடைக்கும் கிளர்ச்சி குறைந்து விடும் என்பதால் தவிர்க்கிறேன். ஆங்கிலக் கட்டுரையாளரான சூசன் கிரிஃபின் *(Susan Griffin)* அவர்களின் நமது இரகசியங்கள் *(Our Secret)* கட்டுரைத் தொகுப்பில் உள்ள கட்டுரைகளை வாசிப்பது போன்ற அனுபவத்தையும் டேவிட் ஃபாஸ்டர்

வாலஸ் *(David Foster Wallace)*, எழுதிய *"A Supposedly Fun Thing I'll Never Do Again"* கட்டுரைகளைப் படிப்பது போன்ற வாசிப்பனுபவத்தை நமக்கு வழங்குகின்றன, என்பதை மட்டும் என்னால் மறக்காமல் குறிப்பிட இயலும். வாசகர்களும் இந்தக் கூற்றை மறுக்க இயலாது.

- இரா. துரைப்பாண்டி

பொருளடக்கம்

மொழிபெயர்ப்பு

1. ஒரு புதிய எசமான்....17
2. ஒரு போலந்து பெண் கவி....22
3. அமெரிக்க கவிஞர்....25
4. செக்கோவின் வேட்டைக்காரன்....28
5. ரோமன் பேர்மன் மஸாஜ் தத்துவம்....40

விமர்சனம்

1. நல்ல புத்தகங்களைத் தேடுவது....63
2. பேய்களின் கூத்து....71
3. ஒரு பெரிய புத்தகத்தின் சிறிய வரலாறு....81
4. கனடா திரைப்பட விழாவில் செவ்வாய் கிரகம்....93

அனுபவக் கதை

1. அங்கே இப்போ என்ன நேரம்?....117
2. ரோறோ போறா சமையல்காரன்....128
3. அண்ணனின் புகைப்படம்....134
4. நான் பாடகன் ஆனது....142
5. ஐந்தொகை....151

சிந்திப்பதற்கு

1. நாணாத கோடாரி 163
2. தமிழில் மொழிபெயர்ப்பு 167
3. பணக்காரர்கள் 171
4. யன்னல்களைத் திறவுங்கள் 180
5. பாப்பம் 185
6. செம்புலப் பெயல் நீர் 194
7. இலக்கியப் பற்றாக்குறை 200
8. அருமையான பாதாளம் 207

மொழிபெயர்ப்பு

1. ஒரு புதிய எசமான்

1850ஆம் ஆண்டு அளவில் அமெரிக்காவின் வட கரோலைனாவிலிருந்து தப்பி ஓடிய பெண் அடிமை ஹன்னா கிராப்ட்ஸ் எழுதியதாகச் சொல்லப்படும் 301 பக்கங்கள் கொண்ட கையெழுத்துப்படி சமீபத்தில் நடந்த ஏலம் ஒன்றில் வெளிப்பட்டது. அதில் கண்ட ஒரு பக்கத்தின் தழுவல்.

நித்திரை வராத அந்த இரவு முழுவதும் என் மனதை அமைதிப்படுத்த தோற்றுவிட்டேன். இறுதியில் விதிப்படி நடக்கட்டும் என்று நினைத்து காலையில் எழுந்தபோது என் மனம் சோர்ந்துபோய் படபடப்புடனும், நோய்க்குணத்தோடும் இருந்தது. வேலைக்காரக் கிழவன் என் காலை ஆகாரத்தைக் கொண்டுவந்து வைத்தான். அது நல்லாய் இருந்தாலும் என்னால் அதை உண்ண முடியவில்லை. அமைதியிழந்த மனம் உணவுச்சுவையை நாடவில்லை. ஆகவே தங்க நிற வெண்ணெயையும், பனி போன்ற மிருதுவான ரொட்டியையும் மறுத்தேன். ஏதோ பலிக்குத் தயாராகுவதுபோல மனது போட்டு அடித்தது.

'நீ சாப்பிடவேண்டும், உனக்கு நீண்ட பயணம் காத்திருக்கிறது' என்றான் கிழவன்.

‘என்ன மாதிரிப் பயணம்?’ என்று விசாரித்தேன்.

‘உன்னை விற்றுவிட்டார்கள், தெரியாதா?’

என் வாழ்க்கையில் இப்படி மிகவும் முக்கியம் வாய்ந்த ஒரு சம்பவம் எனக்கே தெரியாததில் அவன் ஆச்சரியம் காட்டினான்.

‘யாருக்கு?’

‘ஆர், சாட்லருக்குத்தான். அவன்தானே அடிமை வியாபாரி. நான் உனக்கு இதைச் சொல்லியிருக்கக் கூடாது.

‘இதுபற்றி உனக்கு நிச்சயம் தெரியுமா?’

‘நிச்சயம்தான்.’ ஒரு பேயின் இளிப்பைக் காட்டிவிட்டு காலை உணவுப் பாத்திரங்களைத் தூக்கிக்கொண்டு அவன் போனான்.

ஒருவரை வாங்குவது, விற்பது என்பது அநேகத்தில் ஒரு கொடூரமான செயல்தான். இது என் இதயத்தை உலுக்கிய அதே சமயம் என் மூளையையும் சில்லிட வைத்தது. என் தலை சுற்றியது. ஆனால் ஒரு கணத்துக்குத்தான். என் வாழ்க்கையில் நான் அனுபவித்த தொல்லைகளும், ஏக்கங்களும்தான் இந்தத் தகவலால் நான் மூழ்கடிக்கப்படாமல் என்னைக் காப்பாற்றின. என்னுடைய இந்த அழிந்துவிடக்கூடிய உடலுக்குத்தான் அவர்கள் எசமானர்கள், என்னுடைய ஆத்மாவுக்கல்ல என்ற எண்ணம் எனக்கு ஏற்பட்டது. என்னுடைய அழியாத்தன்மையை ஒன்றும் செய்யமுடியாது. கடவுள் மேலே நான் கொண்டிருக்கும் நம்பிக்கையையோ, வாழவேண்டும் என்ற துடிப்பையோ அசைக்கமுடியாது. என் வாழ்வின் உத்திரவாதத்தையோ, ரட்சகர் சிந்திய ரத்தத்தின் மகிமையையே சிறிதும் குறைக்க முடியாது.

அந்தக் கிழவன் தவறாகச் சொல்லிவிட்டான். என்னை அவர்கள் விற்கவில்லை. ஆனால் அப்படிச் சொன்னதற்கு ஏற்பவே நிகழ்வுகள் கூடிவந்தன.

மதிய நேரத்தில் வண்டிச் சக்கரங்கள் உருளும் ஓசையும், குதிரைகளின் குளம்பொலியும் வீட்டுக்கு அண்மையில் கேட்கத் தொடங்கின. இதைத் தொடர்ந்து, ஒரு மனிதனின் காலடிகள்

கேட்டன. பிறகு பல குரல்களின் முணுமுணுப்புச் சத்தம் பக்கத்து அறையில் இருந்து வந்தது. என்னுடைய கதவை அடித்துத் திறந்தார்கள். உரத்த குரலில் யாரோ 'அதோ அவள்' என்று கூறியது கேட்டது.

அந்தக் குரலின் சொந்தக்காரர் மிஸ்டர் ராப்பே என்பது எனக்குத் தெரியும். ஒரு அந்நிய குரல் அப்போது, 'ஏன் மிஸ்டர் ராப்பே, இந்தப் பெண் அழகானவள் என்று சொன்னதாக ஞாபகம். என் கண்ணுக்கு இவள் அசல் வீட்டுப் பெண்ணாக அல்லவோ காட்சியளிக்கிறாள்.' 'ஆனால் நீர் அவளுடைய நல்ல அம்சங்களை இன்னும் காணவில்லை' என்று ராப்பே சொன்னார். 'உள்ளே வந்து அவளுடைய வசீகரங்களின் கணக்கை நீரே பார்த்துக்கொள்ளும்; அவை அளவில் சிறியதாயும் இல்லை, குறைவாயும் இல்லை.'

நான் தூரத்து மூலையில் ஒடுங்கிக் கொண்டபோது அந்த இருவரும் உள்ளே வந்தார்கள்.

'இல்லை, இது சரியில்லை,' என்றார் ராப்பே. 'இங்கே வந்து உன்னை வடிவாகக் காட்டு. மிஸ்டர் சாட்லர் உன்னைக் காட்டிலும் பார்வைக்கு லட்சணமான ஒரு கறுப்பு அடிமைப் பெண்ணை பார்த்திருக்கவே மாட்டார். வெளியே வா, நான் சொல்லுறன்.'

வேறு வழியின்றி நான் அந்தக் கட்டளைக்குக் கீழ்ப்படிந்தேன்.

ராப்பே சொன்னார், 'நான் என்ன சொல்லுறன், இதிலும் பார்க்க அருமையான பெண் சதையை நீர் இந்த வேர்ஜீனியா முழுக்கத் தேடினாலும் பார்க்க முடியாது. அவளுடைய பாதங்களைப் பாரும். ஒடிந்து விழும்போல சிறியவை. குதியங்கால்கள் இன்னும் அழகு. மன சாட்சியின்படி இந்தத் தொகைக்கும் குறைவாக நான் எப்படிச் சம்மதிக்க முடியும். இவளால் உங்களுக்கு செல்வம் குவியவல்லவோ போகுது.'

'நல்லாய்த்தான் கதைக்கிறீர்' என்றார் சாட்லர்.

'நான் இவளிலும் பார்க்க அழகான அடிமைகளை அதிக தரம் வாங்கியிருக்கிறேன், அதுவும் குறைந்த விலைக்கு.

இன்னும் பாரும், இவள் வெருண்டுகொண்டிருப்பது நிற்கவில்லை; இதையும் கவனிக்கவேணும். இருந்தாலும் நான் ஓர் அடிமைக்கூட்டம் தயார் செய்து கொண்டிருக்கிறேன். அதனாலே இவளையும் அதிலே சேர்த்துக்கொள்ளலாம். ஆனால் நீர் இரண்டு அடிமைகளையல்லவோ தள்ளிவிடப்போவதாகச் சொன்னீர். எங்கே மற்றது?' 'செத்துவிட்டது.'

'ஏன்? எப்படி? என்ன நடந்தது?' என்று சாட்லர் விசாரித்தார். 'என்னுடைய ஞாபகத்தின்படி அவை எல்லாம் நல்லாய் இருப்பதாக இரண்டு மூன்று நாள் முன்புதானே சொன்னீர்.'

'அவள் வியாதியால் சாகவில்லை. உண்மை என்னவென்றால் ஒரு ரத்த நாளம் வெடித்துத்தான் இறந்தாள். என்னுடைய கணிப்பின்படி ஒன்று அல்லது இரண்டு ஆயிரம் துப்புரவான நட்டம்.'

சாட்லர் சொன்னார், 'எவ்வளவு துரதிர்ஷ்டம். இந்தப் பெண் அடிமைகள் சாகவே செய்வார்கள். இவர்களுக்கு மாத்திரம் விபத்துகள் அடிக்கடி ஏற்படுவதைப் பற்றி நான் சில நேரங்களில் யோசித்திருக்கிறேன். இப்படியான இழப்புகள் எனக்கும் நேர்ந்திருக்கின்றன. கிட்டத்தட்ட பத்தாயிரம் டொலர்கூட அந்த இழப்பை ஈடுகட்ட முடியாது. இந்த பிஸினஸ் மிக லாபகரமாக இல்லாதிருந்தால் இப்படியான சம்பவங்கள் என்னை மூழ்கடித்திருக்கும்.'

'என்னுடைய வியாபாரம் முழுக்க அழகான பெண் அடிமைகளிலேயே தங்கியிருக்கிறது. இந்தத் தொழில் ஆண் அடிமைகளை ஆளுவதிலும் பார்க்க மோசமானது. இந்தப் பெண்கள் எப்பவும் விறைப்பாகவும், வெருண்டபடியுமே இருப்பார்கள். அந்தச் சமயத்தில் அவர்களுடைய எரிச்சலை சம்பாதிக்கக்கூடாது. அப்படிச் செய்தால் அதுகள் பத்ரகாளியாகி எப்படியும் கழுத்துகளை முறித்துக்கொள்ளும், அல்லது பட்டினியாலே உருகி எலும்புக்கூடாகிவிடும். நான் ஒரு முறை ஒரு குழுவில் ஆறு அடிமைகளை ஒரே பருவகாலத்தில் இழந்திருக்கிறேன். எனக்கு நியூ ஓர்லியன்ஸில் பெரிய ஓடர் இருந்தது. இளமையான, லட்சணமான, குழந்தைகள் இல்லாத

கறுப்பு அடிமைகளுக்கு. குழந்தையே இல்லாத 18, 20 வயதுப் பெண்ணை எங்கே தேடுவது, அதுவும் 50, 100 என்று சேகரிப்பது நடக்கக்கூடிய காரியமா?'

பயத்தினால் நடுங்கியபடி நான் மூலைக்குள் போய் சுருங்கிக் கொண்டேன். அந்தக் கனவான்கள் வசதியாக இருந்துகொண்டு சம்பாஷணையைத் தொடர்ந்தார்கள். அதேவேளை மிஸ்டர் ராப்பே தன் கண்களை என் மீது பதியவிட்டபடியே இருந்தார்.

தொடர்ந்து சாட்லர் சொன்னார், 'இறுதியில் பெண் அடிமைகளை, பிள்ளைகளோடும், பிள்ளைகள் இல்லாமலும் சேகரித்து, பிறகு பிள்ளைகளை எப்படியும் ஒழித்துக்கட்டிவிடுவது என்று தீர்மானித்தேன். ஆனால் அவை படுத்திய பாடு. லூயிஸ் என்பவள் அந்தக் குழுவிலேயே புதுசா, அழகாயிருந்தாள். தன் குழந்தை உண்மையிலேயே காணாமல் போனதை அறிந்தவுடன் ஆற்றிலே குதித்துவிட்டாள்.

'இன்னொருத்தி தன் மகன் இருக்கிறான் என்று தான் முடிவெடுத்த இடத்துக்குத் தப்பி ஓடிவிட்டாள். அவளைக் கண்டுபிடித்தது ஓவர்சியர்தான். அங்கே அவள் அந்நியமாய் இருந்தபடியால் அவளை பிளட் ஹவுண்ட் நாய்களுடன் போட்டு அடைத்துவிட்டான். அந்த நாய்கள் பேய்த்தனமான மூர்க்கம் கொண்டவை. அவளைத் துண்டு துண்டாகக் கிழித்து அவள் அழகை சிதைத்து என் வியாபாரத்துக்கு உதவாதவளாக்கி விட்டன. அதனால் அவளை அடிவிலைக்குக் கொடுக்கவேண்டி வந்தது.'

'அது சரி. இப்ப இவளுடைய பேர் என்ன?'

'ஹன்னா.'

2. ஒரு போலந்து பெண் கவி

விஸ்லவா ஸிம்போர்ஸ்கா *(Wislawa Szymborska)* ஒரு சிறந்த பெண் கவி. போலந்து நாட்டுக்காரரான இவர் 1996ம் ஆண்டுக்கான இலக்கிய நோபல் பரிசு பெற்றவர். இந்தப் பரிசை அவர் பெற்றபோது அவருடைய வயது 73. 'நான் ஒரு வார்த்தையைத் தேடுகிறேன்' என்பது அவர் தன்னுடைய 22வது வயதில் எழுதிய முதல் கவிதை. அதைத் தொடர்ந்து பல கவிதைகளை எழுதி இன்றுவரை 16 கவிதைத் தொகுப்புகளை வெளியிட்டிருக்கிறார். இவருடைய கவிதைகள், ஆங்கிலம் உட்பட, பன்னிரண்டு மொழிகளில் மொழிபெயர்க்கப்பட்டுள்ளன.

விஸ்லவாவின் வார்த்தைகள் அச்சமூட்டுபவை அல்ல. பெரும் கவிகள்கூட சொல்லவந்த கருத்தை வார்த்தைகளைப் போட்டு மூடிவிடும்போது, விஸ்லவா பளிங்குபோன்ற வார்த்தைகளைத் தேர்வுசெய்து சொல்லவந்ததைச் சட்டென்று காட்டிவிடுகிறார்.

இவருடைய கவிதைகள் போர், சமாதானம், காதல், வாழ்க்கை, மரணம் என்று எல்லாவற்றையும் அலசும். ஆனாலும் பின்னணியில் சமூக அக்கறை நுண்ணிழைபோல ஓடிக்கொண்டிருக்கும். ஓர் இடத்தில் சொல்வார்:

'நான் அன்பு செலுத்தாதவர்களுக்கு நிறையக் கடமைப்பட்டிருக்கிறேன்.'

எல்லாக் கவிகளையும்போல வார்த்தைகளில் இவருக்குப் பெரும் நாட்டம் உண்டு. மூன்று விசித்திரமான வார்த்தைகள் பற்றிப் பேசுவார். எதிர்காலம்: இந்த வார்த்தையின் முதல் எழுத்தை உச்சரிக்கத் தொடங்கும்போதே அது இறந்தகாலம் ஆகிவிடுகிறது. மௌனம்: இந்த வார்த்தையை நான் உச்சரிக்கும்போதே அது வெடித்துவிடுகிறது

சூன்யம்: இந்த வார்த்தையை உச்சரிக்கும்போதே நான் ஒன்றை உண்டாக்குகிறேன். உயிரற்ற ஜடம் அதை ஏந்த முடியாது.

நோபல் விருது அரங்கத்தில் இவர் கொடுத்த ஏற்புரை ஒரு கவிதையைப்போல அமைந்தது. இவருடைய பேச்சு இப்படி ஆரம்பிக்கிறது.

'ஓர் உரையின்போது முதலாவது வசனம் கடினம் என்று கூறுகிறார்கள். அது இப்போது முடிந்துவிட்டது. இரண்டாவது, மூன்றாவது, ஏன் கடைசி வசனம்கூட கடினமானதே.

'ஒரு கவியாவது தான் எல்லாவற்றையும் சொல்லியாகிவிட்டது என்று கூறுவதில்லை. எந்த ஒரு கவிக்கும் புதிதாகச் சொல்ல ஏதாவது முளைத்துக்கொண்டே இருக்கிறது.

'எந்த ஒரு கலையும் அதன் தேடலின் முடிவில் புதிய ஒரு தேடலை ஆரம்பிக்கிறது. தன்னைப் புதுப்பிக்காத கலை அழிந்துவிடுகிறது.'

கீழே வரும் இவருடைய போலந்து கவிதையை இருவர் ஆங்கிலத்தில் மொழிபெயர்க்கிறார்கள். ஒருவர் *Stanislaw Baranczak*, மற்றவர் *Clare Cavanagh*. ஒருவர் மொழிபெயர்த்ததை மற்றவர் சரிபார்த்தாரா, அல்லது இருவருமே சேர்ந்து ஒவ்வொரு வரியாக மொழிபெயர்த்தார்களா, தெரியவில்லை. அப்படியும் 20 வீதம் அழகு மொழிபெயர்ப்பில் போயிருக்கும். இதை நான் தமிழில் மாற்றம் செய்தபோது சேதாரம் இன்னும் கூட. மூலத்தின் அழகில் 60 வீதம் தேறியிருந்தால் அதுவே பெரும் வெற்றி. ஆனாலும் வாசகர்கள் தங்கள் அளவில்லாத கற்பனையை அவிழ்த்துவிட்டு மூலக்கவிதையின் அழகை மீட்டெடுத்து விடுவார்கள் என்பது எனது நம்பிக்கை.

ஒரு பெண் குழந்தையின் வயது, ஒன்றுக்கும் சற்றுகூட. இன்னும் இரண்டு வயதாகவில்லை. *Toddler*, அதாவது தளர்நடைப் பருவம். குழந்தை இன்னும் நடக்கத் தொடங்கவில்லை; அதற்கு ஓடத்தான் தெரியும். கைகள் பரபரத்தபடி இருக்கும். திரைச் சீலையைத் தொடத் தோன்றும். கதவிடுக்கில் விரலை வைக்கத் தோன்றும். டெலிபோன் கைபேசி தன்பாட்டுக்கு அதன் படுக்கையில் இருந்தால் அதை எடுத்துக் கீழே போடவேண்டும். ஒரு மேசையிலே ஒரு விரிப்பு இருந்தால் அதை இழுத்துப்பார்க்காமல் குழந்தை அதைத் தாண்டமுடியாது

ஒரு குட்டிப்பெண் மேசைவிரிப்பை இழுக்கிறாள்

உலகத்தில் அவள் கழித்தது ஒரு வருடத்திலும் சற்றுகூட. இந்த உலகத்துப் பொருட்களில் பல இன்னும் பரீட்சிக்கப்படவில்லை, அவள் கைகளால் தொடப்படவுமில்லை. இன்றைய ஆராய்ச்சியின் பொருள் தானாக நகரமுடியாதவை. அவற்றுக்கு உதவி தேவை. கிளப்பியும், நகர்த்தியும் சொந்த இடத்திலிருந்து பெயர்த்து இன்னொரு இடத்தில் இருத்தவேண்டும். நகர்வது எல்லாவற்றுக்கும் பிடிக்கும் என்றில்லை. உதாரணம்: புத்தகத்தட்டு, கப்போர்டு, விட்டுக்கொடுக்காத சுவர், மேசை. ஆனால், பிடிவாதமான மேசையை மூடிய, கைகளால் நுனியைப் பற்றிய, மேசை விரிப்பு பயணத்துக்கு விருப்பம் காட்டுகிறது. தட்டுகள், கிளாஸ்கள், பாலாடைக் கரண்டிகள், பாத்திரங்கள் ஆவல் மீறி ஆடுகின்றன. ஒரே வியப்பு, மேசை நுனியில் நின்று நடுங்கும் அவை என்ன நகர்வை நிகழ்த்தும். விட்டத்தில் வளைய வருமா? விளக்கைச் சுற்றிப் பறக்குமா? யன்னலில் தாவி ஏறி ஒரு மரத்துக்குப் பாயுமா? மிஸ்டர் நியூட்டன் இன்னும் இதுபற்றிச் சொல்லவில்லை. சொர்க்கத்திலிருந்து கீழ்நோக்கி அவர் கைகளை ஆட்டட்டும். இந்தப் பரீட்சை முடிவுக்கு ஒருமுறை படித்து முடிந்தவுடன் இன்னொருமுறை கவிதையைப் படிக்க மனம் விழைகிறது. கவிதை வரிகள் எழுப்பும் சித்திரம் மனதிலே நிற்கிறது. ஒரு குட்டிப் பெண் மேசை விரிப்பை இழுப்பதுபோல கவிதையும் மனதைப் போட்டு இழுக்கிறது.

3. அமெரிக்க கவிஞர்

பில்லி கொலின்ஸ் *(Billy Collins)* என்பவர் அமெரிக்காவின் *(2000- 2003)* அரசவைக் கவியாக அங்கீகாரம் பெற்றவர். இவருடைய ஐந்து கவிதைத் தொகுப்புகள் வந்துவிட்டன. ஆறாவது தொகுப்பு 'அறைக்குள் தனிமையில் கப்பல் பயணம்' *(Sailing Alone Around The Room) 2002*ம் ஆண்டு வெளியிடப்பட்ட போதுதான் இவரைப் பற்றி நான் முதன்முதலாக அறிந்தேன். இவருடைய கவிதைகளைப் படித்தபோது இவ்வளவு காலமும் இவரைப் படிக்கத் தவறிவிட்டேனே என்ற ஆதங்கம் ஏற்பட்டது.

பில்லி கொலின்ஸ் *Lehman College of the City University of New York* ல் புகழ்பெற்ற ஆங்கிலப் பேராசிரியராக இருக்கிறார். மிகச் சாதாரணமான அன்றாடப் பொருள்களை எடுத்து அற்புதமான கவிதை செய்துவிடுவார். பல இடங்களில் வியப்பும், நகைப்பும் ஏற்படும். சில்லறை வார்த்தைகளை அடுக்கி வைத்து அதில் ஒளிந்திருக்கும் வெளிச்சத்தை வெளியே கொண்டு வருவதில் சமர்த்தர். மனித சிந்தனை போகாத முடுக்குகளில்

எல்லாம் இவர் போய்விடுவார். வாசித்த சில நிமிடங்களிலேயே வாசகர் - கவிஞர் என்ற வேலி அறுந்து விடும். பாப்லோ நெருடாவை வாசிக்கும் போது கிடைக்கும் சுகம் கிடைக்கிறது. ஆனால் ஒரு பெரிய குற்றச்சாட்டு உண்டு. இவர் கவிதைகள் சீக்கிரத்தில் புரிந்துவிடுகின்றன என்று. இன்னும் சில கடினமான வார்த்தைகளைப் போட்டு மயிரைப் பிய்க்க வைக்க வேண்டும் என்று சிலர் சொல்கிறார்கள். ஆறு கவிதைத் தொகுப்பு வரை இதற்கு இணங்காத பில்லி கொலின்ஸ் இனிமேலும் இசைவார் என்று சொல்லுவதற்கில்லை. அமெரிக்க கவிதை எப்படியும் பிழைத்துவிடும்.

சாம்பிளுக்கு *'The Lesson'* என்ற கவிதையின் குறைபட்ட மொழியாக்கம்.

பாடம்
வரலாறு சாய்நாற்காலியில்
குறட்டைவிட்டுத் தூங்குவதை
காலையில் கண்டபோது
அதனுடைய மேலங்கியை
மெல்ல உருவி
என் மேனியின் தோள்பட்டையில்
மாட்டினேன்.
கிராமத்து வீதிகளில்
பாலும் பேப்பரும் தேடி
அலைகையில்
கடுங்குளிரிலிருந்து
என்னை அது காக்கும்.
நேற்றிரவு நடந்த நேயமான
சம்பாஷணைகளால்
வரலாறு இதைப்
பெரிதுபடுத்தாது.
நீண்ட பனிக்கம்பிகள் தொங்க,
திரும்பியபோது
வரலாற்றிற்கு வெடித்த கோபம்

நான் எதிர்பாராதது.
மேலங்கியின் ஆழமான பைகளை
பரபரப்பாக ஆராய்ந்து
பிரித்தானிய அரசியோ, பெரும்போரோ
பக்கட்டில் இருந்து தவறி
பனிக்குவியலில் விழவில்லையென்பதை
உறுதி செய்தது.

4. செக்கோவின் வேட்டைக்காரன்

ரஷ்யாவின் அதி உன்னத படைப்பாளியான செக்கோவ் 44 வருடங்களே வாழ்ந்தார். டொக்டராகப் பணியாற்றியபடி தன் படைப்புகளை உலகத்துக்குத் தந்த செக்கோவ், எப்படிப்பட்ட சந்தர்ப்பத்திலும் தன் இயல்பான நகையுணர்வையும், உற்சாகத்தையும் விட்டுக்கொடுக்காதவர். இறப்பதற்கிடையில் உலகம் முழுவதையும் உள்வாங்கி விடவேண்டும் என்ற ஆர்வம் அவருக்குக் கடைசிவரையில் இருந்தது.

பயணம் அவருக்குப் பிடிக்கும். ரஷ்யா முழுவதையும் சுற்றிப் பார்த்தார். பிறகு ஐரோப்பா, ஹொங்கொங், இலங்கை, சிங்கப்பூர் என்று பயணம் செய்தார். 'இலங்கை ஒரு சொர்க்கம்; எழுபது மைல் தூரம் ரயிலில் பயணம் செய்து தென்னஞ்சோலைகளின் வனப்பையும், வெண்கல வர்ணப் பெண்களின் அழகையும் பருகினேன். கறுப்புக் கண் இந்தியப் பெண்ணுடன் நான் கூடினேன். எங்கே? சந்திரன் பொழியும் தென்னை மரக்காட்டிலே' என்று வர்ணிக்கிறார்.

சிறுகதைகளை அவர் நினைத்த மாத்திரத்திலேயே எழுதிவிடுவார். பெரும் ஆயத்தங்கள் செய்யும் பழக்கம் அவரிடம் கிடையாது. 'வேட்டைக்காரன்' என்று ஒரு சிறுகதை

எழுதினார். புகழ்பெற்ற *Dostoyevsky* யின் குருபோன்ற *Dmitry Grigorovich* அதைப் படித்துவிட்டு அதன் கலை நேர்த்தியையும், வடிவ இறுக்கத்தையும் விதந்து செக்கோவுக்கு ஒரு கடிதம் எழுதினார். செக்கோவ் உண்மையிலேயே ஆச்சரியப்பட்டார். 'இந்தக் கதையை நான் பெரிதுபடுத்தவில்லை. 'குளியல்' வீட்டில் இருந்தபோது நேரத்தைப் போக்குவதற்காக எழுதினேன்' என்று ஒளிவுமறைவில்லாமல் பதில் அனுப்பினார்.

இந்தச் சிறுகதையை எழுதியபோது செக்கோவுக்கு வயது 25. சரியாக 118 வருடங்களுக்கு முன்பு புனையப்பட்ட இது இன்றும் இளமை குன்றாமல், உலகத்தில் படைக்கப்பட்ட சிறுகதைகளில் மிக உயர்ந்த ஒன்றாக உள்ளது. இதனுடன் ஒப்பிடவேண்டுமெனில் காப்ரியல் கார்ஸியா மார்க்கேஸ் எழுதிய 'செவ்வாய் பகல் தூக்கம்' கதை ஒன்றையே கூறலாம். படிக்கும்தோறும் தன்னைப் புதுப்பித்துக்கொண்டு, இந்தக் கதை குறையாத இன்பத்தையும், வியப்பையும் இன்றுவரை தருகிறது. செக்கோவின் *The Huntsman* என்ற சிறுகதையை, வார்த்தைக்கு வார்த்தை மொழிபெயர்க்காமல், அதன் ஆன்மாவை மட்டும் கீழே கொண்டுவர முயன்றிருக்கிறேன்.

முகில்களே இல்லாத மத்தியான கடும் வெயில். சூரியனால் எரிக்கப்பட்ட புற்கள் சலிப்பூட்டின. மழை வந்தால்கூட புற்கள் மீண்டும் பச்சையாகும் என்பது சந்தேகமே. மர உச்சியில் இருந்து எட்டிப் பார்ப்பதுபோல காடு அசையாமல், மௌனமாக இருந்தது; அல்லது எதையோ எதிர்பார்ப்பதுபோலக் காட்சியளித்தது.

காட்டு வெளியின் விளிம்பில், ஒடுங்கிய தோள்கள் கொண்ட ஒரு நாற்பது வயது மனிதன், சிவப்பு சேர்ட்டும், உயரமான தோல் பூட்ஸும், ஒரு கனவானுக்கு முன்னாளில் சொந்தமான ஒட்டுவைத்த கால்சட்டையும் அணிந்து அந்தப் பாதையில் சோர்வோடு சென்றுகொண்டிருந்தான். அவனுடைய வலது பக்கம் பச்சை வெளியும், இடது பக்கம் தங்கம் போல முற்றிய கம்புக் கதிரும் தொலை தூரம்வரை தெரிந்தன. முரட்டுத்தனமான அவன் முகம் வியர்த்திருந்தது. குதிரை

ஓட்டிகள் அணியும் விளிம்பு வைத்த வெள்ளைத் தொப்பி அவனுடைய தங்கமுடித் தலையில் சரிந்து போய்க் கிடந்தது. அந்தத் தொப்பி ஒரு தாராளமான இளம் கனவானின் கொடையாக இருக்கலாம். அவனுடைய தோளில் தொங்கிய வேட்டைப் பையில் ஒரு உருக்குலைந்த காட்டுக்கோழி கிடந்தது. ஓர் இரட்டைக் குழல் துப்பாக்கியைச் சுடுவதற்குத் தயாரான நிலையில் பிடித்தபடி, கண்களைக் கூர்மையாக்கிக்கொண்டு, பற்றைகளை முகர்ந்துகொண்டு முன்னால் ஓடும் ஒரு மெலிந்த வேட்டை நாயை அவன் தொடர்ந்துகொண்டிருந்தான். ஒரு சத்தமும் இல்லாத மௌனமான சூழல். ஒவ்வொரு ஜீவராசியும் வெயிலின் கொடுமையிலிருந்து ஒளிந்துகொண்டிருந்தது.

'யேகோர் விலாஸிச்!' ஒரு மிருதுவான குரலை வேட்டைக்காரன் கேட்டான். அவன் திடுக்கிட்டு புருவத்தைச் சுருக்கியபடி திரும்பினான்.

நிலத்திலேயிருந்து முளைத்ததுபோல அவனுக்குப் பக்கத்திலே ஒரு வெளிறிப்போன முப்பது வயது குடியானவப் பெண், கையிலே கதிர் அரிவாளைப் பிடித்துக்கொண்டு நின்றாள். அவன் முகத்தை உற்றுப் பார்த்த அதே நேரத்தில் அவள் வெட்கத்துடன் சிரிக்கவும் செய்தாள்.

'ஓ பெலகேயா, நீயா!' என்று கூறியபடி வேட்டைக்காரன் நின்று மெதுவாக துப்பாக்கியை மடித்து இறக்கினான். 'நீ எப்படி இங்கே?'

'எங்கள் கிராமத்தில் இருந்து வந்த பெண்களுடன் நானும் வந்தேன். அவர்களுடன் சேர்ந்து வேலை செய்கிறேன், யேகோர் விலாஸிச்.'

'ஆ' என்று யேகோர் முணுமுணுத்தபடி மெதுவாக நடந்தான்.

பெலகேயா அவனைத் தொடர்ந்தாள். ஓர் இருபது காலடிகள் அவர்கள் மௌனமாக நடந்தனர்.

'உன்னைப் பார்த்து நெடுங்காலமாகிவிட்டது, யேகோர் விலாஸிச்' என்று சொல்லியபடி பெலகேயா அவனுடைய தோள்பட்டைகளின் அசைவுகளை கனிவோடு பார்த்தாள்.

'என்னுடைய குடிசைக்கு ஒரு ஈஸ்டர் வாரத்தில் நீ தண்ணீர் குடிக்க வந்தாய். அப்புறம் உன்னை நான் பார்க்கவே இல்லை... ஒரு கணம் மட்டுமே ஈஸ்டரின்போது நீ வந்தது... பிறகு கடவுளுக்குத்தான் தெரியும். நீ அநியாயமாகக் குடித்திருந்தாய்... திட்டியபடி என்னை அடித்தாய், பிறகு போய்விட்டாய். உனக்காகக் காத்திருந்து காத்திருந்து என் கண்களும் களைத்துவிட்டன.... ஆ, யேகோர் விலாஸிச், யேகோர் விலாஸிச்! அந்த நாட்களில் நீ ஒருமுறையென்றாலும் திரும்பி வந்திருந்தால்...'

'நான் அங்கே வந்து என்ன செய்வது?'

'பிரயோசனமில்லை... இருந்தும் வீடு இருக்கிறது, பார்த்துக் கொள்வதற்கு... இன்னும் சில விஷயங்கள்... நீதானே அங்கே எசமானன். ...ஒரு காட்டுக்கோழியைச் சுட்டிருக்கிறாய், யேகோர். நீ சற்று நேரம் உட்கார்ந்து ஏன் இளைப்பாறக்கூடாது...'

பெலகேயா இப்படிச் சொல்லிவிட்டு யேகோரின் முகத்தை ஏறிட்டுப் பார்த்து ஒரு முட்டாளைப்போல சிரித்தாள். அவள் முகம் மகிழ்ச்சியில் பிரகாசித்தது.

'உட்காருவதா? பரவாயில்லை, உனக்கு வேண்டுமென்றால்' என்று அக்கறையில்லாமல் இழுத்தபடி யேகோர் நீளமாக வளர்ந்த இரண்டு பேர் மரங்களின் நிழலில் ஓர் இடத்தைத் தேர்வு செய்தான்.

'ஏ, நீ ஏன் நிற்கிறாய்? நீயும் உட்கார்.'

பெலகேயா சற்றுத் தள்ளி முழு வெயிலில் அமர்ந்தாள். தன்னுடைய சந்தோசத்தில் தானே கூசிப்போய் தன் புன்னகையைக் கையினால் மறைத்துக்கொண்டாள். இரண்டு நிமிடங்கள் மௌனத்தில் கழிந்தன. 'நீ ஒரே ஒருமுறை என்னிடம் வரலாமே,' பெலகேயா மெதுவாகச் சொன்னாள்.

'ஏன்?' யேகோர் தன் தொப்பியை அகற்றியபடி பெருமூச்சு விட்டான். தன் சிவந்த நெற்றியை நீளக்கைச் சட்டையின் விளிம்பால் துடைத்துவிட்டான்.

'அதிலே ஒரு உபயோகமும் எனக்குத் தெரியவில்லை. ஒன்றிரண்டு மணித்தியாலம் அங்கே வருவதில் எந்த பிரயோசனமும் கிடையாது. மாறாக உனக்கு வருத்தம்தான் ஏற்படும். கிராமத்தில் உன்னுடன் தங்கவிடும் துன்பத்தை என்னால் தாங்கவே முடியாது. உனக்கே தெரியும் நான் எவ்வளவு பழுதாய்ப்போனவன் என்று. எனக்கு ஒரு கட்டில், நல்ல தேநீர், உயர்ந்த சம்பாஷணை, இவை வேண்டும். வாழ்க்கையில் கிடைக்கும் அத்தனை சௌகரியங்களும் தேவை. ஆனால் உனக்கு வறுமையும், கிராமத்துப் புகையும்தான் சுகம். என்னால் ஒரு நாள்கூட அதைச் சகிக்கமுடியாது. நான் உன்னோடு வாழவேண்டும் என்று ஒரு கட்டளை வருகிறது என்று வைத்துக்கொள், நான் குடிசைக்குத் தீ வைப்பேன்; அல்லது என்னையே முடித்துக்கொள்வேன். சிறுவயதிலிருந்தே நான் பழுதாக்கப்பட்டவன். அதிலிருந்து மீளமுடியாது.'

'நீ எங்கே வசிக்கிறாய்?'

'டிமிட்ரி இவானாச்சு அருமையான சீமான். நான் இப்பொழுது அவருடைய வேட்டைக்காரன். அவருடைய மேசையை வேட்டை இறைச்சியால் நிரப்புவது என்னுடைய வேலை. அதோ... அவர் தன்னுடைய சந்தோசத்துக்காகவே என்னை வைத்திருக்கிறார். வேறு ஒன்றுக்குமே இல்லை.'

'அது ஒரு முறையான வேலை கிடையாது. யேகோர் விலாஸிச், சனங்கள் அதை மதிப்பதில்லை. நீ மாத்திரம்தான் அது ஒரு தொழில், உண்மையான வேலை என்று நம்பிக்கொண்டிருக்கிறாய்.' 'உனக்குப் புரியவில்லை, முட்டாள்.' அவன் கண்களை ஆகாயத்தில் அலையவிட்டபடியே சொன்னான்.

'நீ பிறந்த நாளிலிருந்து நான் எப்படிப்பட்ட மனிதன் என்பதை ஒருகாலமும் அறியவில்லை; புரிந்துகொள்ளப்போவதும் இல்லை. உன்னைப் பொறுத்தவரையில் நான் ஓர் அரைப் பைத்தியம். ஆனால் ஆகக் குறைந்த மூளையுள்ளவர்கள்கூட இந்த மாவட்டத்தில் என்னிலும் பார்க்க குறிவைக்கும் திறமை உள்ளவர் எவருமில்லை என்பதை ஒப்புக்கொள்வார்கள். மேன்மக்களுக்கும் அது தெரியும். ஏன், அதைப்பற்றி ஒரு

சஞ்சிகையில்கூட எழுதியிருக்கிறார்கள். என்னோடு ஒப்பிடும் அளவுக்கு இன்னொரு வேட்டைக்காரன் கிடையாது. பெருமைபிடித்த ஒரு மோசமான பேர்வழி என்பதால்தான் நான் உன்னுடைய கிராமத்து நடப்புகளை வெறுக்கிறேன் என்று நீ நினைக்கக்கூடாது. என் சின்ன வயதிலிருந்தே எனக்கு துப்பாக்கிகளையும், நாய்களையும் தவிர வேறு ஒன்றிலுமே பிடிப்பு இல்லையென்பது உனக்குத் தெரியும். என்னுடைய துப்பாக்கியை அவர்கள் பறித்தால் நான் ஒரு தூண்டிலை எடுத்துக் கொண்டு போவேன். அதையும் எடுத்தால் என் கைகளுக்கு வேலை கொடுக்க எதையாவது கண்டுபிடிப்பேன். என்னிடம் காசிருந்தால் குதிரை வியாபாரத்துக்கும், சந்தைகளுக்கும் போவேன். ஒரு குடியானவன் குதிரை வியாபாரத்துக்கும், வேட்டைக்கும் போனால் என்ன அர்த்தம் என்பது உனக்குத் தெரியும். ஏர்க்காலில் இருந்து அவன் விடுதலை பெற்றுவிட்டான் என்பதுதான். இந்த விடுதலை உணர்வு ஒரு மனிதனைப் பிடித்துவிட்டால் அதைத் திரும்பவும் விரட்டமுடியாது. அதே மாதிரி ஒரு கனவான் நடிப்புத் துறைக்குப் போனாலோ, கலையில் ஈடுபட்டாலோ பிறகு அவர் உத்தியோகத்தவராகவோ, நில உடமையாளராகவோ பயன் படமாட்டார். நீ ஒரு குடியானவப் பெண், உனக்கு இது புரியாது, ஆனால் நீ இதைத் தெரிந்து வைத்திருக்கவேண்டும்.'

'எனக்கு விளங்குகிறது, யேகோர் விலாஸிச்.'

'உனக்கு உண்மையிலேயே இது புரியவில்லை, நீ அழ ஆரம்பிப் பதிலிருந்து அது தெரிகிறது.'

'நான்....நான் அழவில்லை' என்று பெலகேயா தன் தலையை மற்ற பக்கம் திருப்பியபடி சொன்னாள். 'இது பாபம் அல்லவா, யேகோர் விலாஸிச்! நீ வந்து என்னுடன் கொஞ்ச நேரமாவது தங்க வேண்டும். என் துன்பம் மாளாதது. நமக்குத் திருமணமாகி பன்னிரண்டு வருடங்கள். இத்தனை வருடங்களிலும் நமக்கிடையில் ஒருமுறை கூட காதல் அரும்பியதில்லை. நான்... நான் அழவில்லை.'

'காதலா?' யேகோர் புஜத்தை சொறிந்தபடி முணுமுணுத்தான்.

'நமக்கிடையில் எப்படி காதல் தோன்றும். காகிதத்திலேதான் நாங்கள் கணவன், மனைவி. ஆனால் உண்மையில் அப்படி ஒன்றுமில்லை. நீ என்னை ஒரு முரடனாகப் பார்க்கிறாய், நானோ உன்னை ஒன்றுமே தெரியாத ஒரு குடியானவப் பெண்ணாகப் பார்க்கிறேன். நாங்கள் ஒரு சோடியில்லை. நான் ஒரு விடுதலையான மனிதன், மோசமானவன். எங்கே எனக்கு விருப்பமோ அங்கே போவேன். நீ மட்டமான சப்பாத்து அணியும், குப்பையிலே வாழும், முதுகு நிலத்தைத் தொட வளைந்து கொடுக்கும், ஒரு கூலிக்காரப் பெண். எனக்கு என்னைப்பற்றித் தெரியும். இந்தச் சுற்றுவட்டாரத்தில் நானே சிறந்த வேட்டைக்காரன், ஆனால் நீயோ என்னைப் பரிதாபத்தோடு பார்க்கிறாய்... அது நல்ல சோடிதான்.'

'எங்கள் திருமணம் மாதாகோவிலில் நடந்தது, யேகோர் விலாஸிச்' என்றாள் பெலகேயா விம்மியபடி.

'அது என் பிழையல்ல. நீ மறந்துவிட்டாயா? கவுண்ட் சேர்கேய் பாவ்லிச்சுக்கு அல்லவோ நீ நன்றி கூறவேண்டும். உனக்கும் ஒரு பொறுப்பு இருக்கிறது. அவரிலும் பார்க்க நான் சிறந்த குடிகாரன் என்பதால் அவருக்கு என் மீது நிறைய பொறாமை. ஒரு முழு மாதம் என்னை அவர் குடிக்க வைத்தார். ஒருவன் குடிவெறியில் இருக்கும்போது அவனை மத மாற்றம் செய்யலாம், அவனுக்கு மணம் செய்தும் வைக்கலாம், என்னவும் செய்யலாம். பழி தீர்ப்பதற்காக நான் குடிமயக்கத்தில் இருந்தபோது என்னை உனக்கு முடித்து வைத்தார்கள். ஒரு வேட்டைக் காரன் மாட்டுக்காரப் பெண்ணை மணமுடிப்பதா? உனக்குத் தெரியும், நான் குடிவெறியில் இருந்தேன். அப்படியிருக்க எப்படி நீ சம்மதித்தாய்? நீ அடிமை இல்லை, மறுத்திருக்கலாம். உண்மை, ஒரு மாட்டுக்காரப் பெண் வேட்டைக்காரனை மணப்பது அதிர்ஷ்டம்தான். ஆனாலும் நீ உன் மூளையைப் பாவித்திருக்கவேண்டும். இப்பொழுது பழையபடி அழுது உன்னை வருத்திக்கொள்கிறாய். கவுண்ட் அதை ஒரு சிரிப்பாக எடுத்துக் கொண்டார். ஆனால் நீதான் தலையைச் சுவரிலே முட்டிக்கொண்டு அழுது தொலைத்தாய்.'

மௌனம் தொடர்ந்தது. மூன்று காட்டுத் தாராக்கள் அந்த வெளிப்பரப்பின் மேலே பறந்து சென்றன. மூன்று புள்ளிகளாக அவை தெரியும்வரை யேகோர் அவற்றின்மேல் பார்வையை ஓட்டினான். தூரத்துக் காட்டில் அவை மறைந்து போயின.

'நீ எப்படி சீவிக்கிறாய்?' தாராக்களைப் பார்ப்பதை நிறுத்திவிட்டு பெலகேயாவைப் பார்த்துக் கேட்டான்.

'வருடத்தின் இந்தக் காலங்களில் நான் வெளியே போய் வேலை செய்வேன். பனிக்காலங்களில் அனாதை ஆஸ்பத்திரியில் இருந்து ஒரு குழந்தையை எடுத்துவந்து அதற்கு புட்டிப்பால் புகட்டி வளர்ப்பேன். அதற்கு சம்பளமாக எனக்கு மாதத்திற்கு ஒன்றரை ரூபிள் கிடைக்கும்.'

'அப்படியா...'

மீண்டும் மௌனம். அறுவை முடிந்த வயலில் இருந்து ஒரு பாட்டின் மெல்லிய இசை மெதுவாக எழுந்தது. பிறகு அது திடீரென்று நின்றுபோனது. பாடுவதற்கு அந்த வெப்பமான சூழல் ஏற்றதாக இல்லை.

'நீ அக்குலினாவுக்கு ஒரு குடிசை கட்டிக் கொடுத்ததாக அவர்கள் பேசிக்கொள்கிறார்களே' என்றாள் பெலகேயா.

யேகோர் மௌனமானான்.

'உனக்கு அவளில் விருப்பமா?'

'உன் அதிர்ஷ்டம், அவ்வளவுதான் உனக்கு விதிக்கப்பட்டது' என்றான் வேட்டைக்காரன் தன் உடம்பை முறித்தபடி.

'நீ அனுபவிக்கவேண்டியதுதான், பாவப்பட்ட அனாதை. போய்வருகிறேன். நான் அதிகம் அலட்டிவிட்டேன். அந்தி சாய்வதற்கிடையில் நான் பொலொடோவ் போய்ச் சேரவேண்டும்.'

யேகோர் எழும்பி நின்று உடம்பை நேராக்கியபடி துப்பாக்கியைத் தோளிலே எறிந்தான். பெலகேயா எழுந்து நின்றாள்.

'நீ எப்பொழுது கிராமத்துக்கு வருகிறாய்?' அவள் மெதுவாகக் கேட்டாள்.

'எனக்கு வருவதற்கு எந்தக் காரணமும் இல்லை. நான் நிதானமாக இருக்கமாட்டேன். குடிவெறியில் வரும்போது என்னால் உனக்கு ஒரு பிரயோசனமும் கிடையாது. குடித்திருக்கும்போது நான் மோசமானவன். போய் வருகிறேன்.'

'போய்வா, யேகோர் விலாஸிச்.'

தொப்பியைத் தலையில் அணிந்து, வாயால் உச்சுக்கொட்டி நாயை அழைத்துக்கொண்டு யேகோர் தன் பாதையில் போனான். பெலகேயா அவன் போவதைப் பார்த்தபடி நின்றாள். அவனுடைய தோள்மூட்டுகளின் அசைவையும், புடைத்து நிற்கும் இளங் கழுத்தையும், கவனமில்லாத ஆசுவாசமான நடையையும் அவள் கண்கள் கனிவோடும், ஏக்கத்தோடும் தொடர்ந்தன. தன் கணவனின் மெலிந்த, நெடுப்பான உருவத்தை அவை ஆசையோடு தழுவி அணைத்தன. அந்தப் பார்வை வீச்சு அவனைத் தொட்டுவிட்டதுபோல அவன் நின்று திரும்பிப் பார்த்தான். அவன் பேசவே இல்லை. இருந்தும் அவன் முகத்திலும், தோள்மூட்டின் சரிவிலும் இருந்து அவன் ஏதோ சொல்ல விரும்புகிறான் என்பதை பெலகேயா உணர்ந்தாள். ஒருவித அச்ச உணர்வுடனும், கெஞ்சும் பார்வையுடனும் அவனை அணுகினாள்.

'இதை எடுத்துக்கொள்' என்று சொல்லிவிட்டு மறுபக்கம் திரும்பினான். ஒரு கசங்கிப்போன ரூபிள் நோட்டை கொடுத்துவிட்டு அவன் விரைவாக நடந்தான்.

'போய்வா, யேகோர் விலாஸிச்' என்று சொல்லியபடி அந்த ரூபிளை யந்திரத்தனமாக வாங்கிக்கொண்டாள்.

இழுத்து வைத்ததுபோன்ற நீளமான ஒரு நேர் ரோட்டில் அவன் நடந்தான். அவனுடைய ஒவ்வொரு காலடியையும் பார்த்தபடி அவள் ஒரு சிலையைப்போல வெளிறிப்போய் நின்றாள். வெகு சீக்கிரத்தில் அவனுடைய சேர்ட்டின் சிவப்பு நிறம் அவனுடைய கால்சட்டையின் கடும் கலருடன் கலந்துபோனது. அவனுடைய

காலடிகளை அவள் கண்களால் தொடரமுடியாமல் போனது. அந்த நாயும் அவன் கால் பூட்ஸுகளுடன் ஐக்கியமாகிவிட்டது. கடைசியில் அவனுடைய தொப்பி மாத்திரமே தெரிந்தது. யேகோர் திடீரென்று வலது பக்கம் திரும்பியபோது அந்தத் தொப்பியும் பச்சைப் பின்னணியில் அழிந்துபோனது.

'போய்வா, யேகோர் விலாஸிச்' கிசுகிசுப்பான குரலில் பெலகேயா தனக்குத்தானே சொல்லிக்கொண்டாள்; பிறகு வெள்ளைத்தொப்பி தெரியக்கூடும் என்ற நம்பிக்கையில் நுனிக்காலில் நின்று எட்டிப் பார்த்தாள்.

உயிரியல் மாணவர்கள் ஒரு தவளையைக் கூறாக்கிப் பரிசோதிப்பது போல இந்தச் சிறுகதையைக் கொஞ்சம் ஆராய்ந்தால் இதன் பெருமை புலப்படும்.

1) நேரடியாகச் சொல்லப்பட்ட கதை இது. ஒரு சிறு சம்பவம். பிரிந்துவிட்ட கணவனும், மனைவியும் ஒரு தனி இடத்தில் பத்து நிமிட நேரம்வரை சந்தித்து, பிறகு பிரிந்துபோகிறார்கள். அலங்காரமான வார்த்தைகளே இல்லாத எளிமையான நடை. கதையின் கவர்ச்சியான தொடக்கம் உடனேயே நல்ல எதிர்பார்ப்பை உண்டாக்கிவிடுகிறது.

2) ஒரு காலகட்டத்து ரஸ்ய சமுதாயத்தை கச்சிதமாகப் பதிவு செய்கிறது. கனவான், வேட்டைக்காரன் உறவு. மாதாகோயிலில் மணமுடித்த, தன் அந்தஸ்துக்குக் குறைந்த மாட்டுக்காரப் பெண்ணை வெறுத்து ஒதுக்கிவிட்டு யேகோர் இன்னொரு பெண்ணுடன் வாழ்கிறான்.

3) ஒரு ரீல் கட்டையில் சுற்றப்பட்ட ரிப்பன்போல கதை மெல்ல மெல்ல விரிகிறது. கதை அரைவாசிக்கும் மேலே நகர்ந்தபிறகுதான் (மூன்றரைப் பக்கம்) முதன்முதலாக அவர்கள் கணவன், மனைவி என்ற உண்மை தெரியவருகிறது. கதை கிட்டத்தட்ட முடிவுக்கு வரும் சமயத்தில் அவளை அரித்துக்கொண்டிருந்த கேள்வியை பெலகேயா கேட்கிறாள். அக்குலினாவுக்கு ஒரு குடிசை கட்டித் தந்ததாக அவள் கேள்விப்பட்டது உண்மைதானா என்று.

4) பெலகேயாவின் கண்களில் நீர் வழிகிறது, அதை ஆசிரியர் சொல்லவில்லை, யேகோர் சொல்கிறான். 'நான் அழவில்லை' என்று பெலகேயா இரண்டு இடத்தில் சொல்கிறாள். அப்படியும் அவளால் அழுகையைக் கட்டுப்படுத்த முடியவில்லை. யேகோர் திருப்பி திருப்பி உதாசீனம் செய்தபோதும் அவள் விடாமல் அவனை ஒருமுறைதானும் வீட்டுக்கு வரும்படி அழைக்கிறாள். நாலு இடங்களில் இப்படி அழைப்பு விடுக்கிறாள். அவனைக் கெஞ்சிக் கெஞ்சி அழைப்பதற்கு இன்னொரு காரணமும் இருக்கிறது. அவன் ஒரு முறை வந்தால் அவள் கிராமத்தில் அவள் மதிப்பு கொஞ்சம் உயரும்.

5) இந்தக் கதையின் அற்புதமான வசனம் ஒன்று ஆரம்பத்திலேயே வருகிறது. அந்தப் பெண்ணைப் பற்றிய முழு வர்ணனையும் அந்த ஒரு வரியிலேயே சொல்லப்பட்டு விடுகிறது. 'தன்னுடைய சந்தோசத்தில் தானே கூசிப்போய் தன் புன்னகையைக் கையினால் மறைத்துக்கொண்டாள்.' அதே மாதிரி யேகோரை வர்ணிக்கும்போதும் அவனுடைய தோள் அசைவுகளே முக்கியமாகின்றன. பெலகேயா அவற்றைப் பார்த்து ஈர்க்கப்படுவது இரு இடங்களில் சொல்லப்படுகிறது.

6) 'அவன் நின்று திரும்பிப் பார்த்தான். அவன் பேசவே இல்லை. இருந்தும் அவன் முகத்திலும், தோள்மூட்டின் சரிவிலும் இருந்து அவன் ஏதோ சொல்ல விரும்புகிறான் என்பதை பெலகேயா உணர்ந்தாள். ஒருவித அச்ச உணர்வுடனும், கெஞ்சும் பார்வையுடனும் அவனை அணுகினாள்.' இது ஒரு நுட்பமான இடம்.

7) திடீரென்று ஒரு காட்சி. மூன்று காட்டு தாராக்கள் பறக்கின்றன. யேகோருடைய கண்கள் அவற்றைப் பார்க்கின்றன. அவை புள்ளியாக மாறும் வரைக்கும் அந்தக் கண்கள் அவற்றைத் தொடருகின்றன. கதாநாயகன் ஒரு வேட்டைக்காரன் என்பது நினைவூட்டப்படுகிறது.

8) பிரியும்போது திடீரென்று நினைத்துக்கொண்டு அவன் கசங்கிய ஒரு ரூபிள் தாளை அவளிடம் கொடுக்கிறான்.

எதிர்பார்த்ததற்கு மாறாக பெலகேயா அதை நன்றியோடு பெற்றுக்கொள்கிறாள்.

9) ஒரு பென்சிலை சீவிச்சீவி கூராக்குவதுபோல இந்த முழுக்கதையும் கடைசி ஆறு வரிகளை நோக்கியே நகர்த்தப்பட்டிருக்கிறது. அந்த வரிகள் வரும்போது ஒரு நெகிழ்ச்சி உண்டாகிறது. பெலகேயா அவனைப் பார்த்துக்கொண்டு நிற்கிறாள். மெல்ல மெல்ல அவன் உருவம் சிறுத்து இறுதியில் மறைந்து போகிறது. அப்பொழுதும் அவனுடைய வெள்ளைத் தொப்பி தெரியக்கூடும் என்ற நம்பிக்கையில் நுனிக்காலில் நின்று எட்டிப் பார்க்கிறாள். அவன் இல்லாமல் போக அவளும் இல்லாமல் ஆகிறாள். ஒரு பெண்ணின் ஏக்கத்தை இவ்வளவு சித்திரமாக யாரும் சொன்னது கிடையாது.

5. ரோமன் பேர்மன் மஸாஜ் தத்துவம்

என்னுடைய அப்பா ஒரு வருடத்திற்கு மேலாக, பல இரவுகள் மருத்துவப் புத்தகங்களையும், அகராதிகளையும் வைத்துக் கொண்டு தன்னை சித்திரவதை செய்துவந்தார். சொக்கலட் தொழிற்சாலையில் நீண்ட பகலைக் கழித்துவிட்டு வந்த பிறகு தன்னுடைய படுக்கை அறையில் விளக்கை எரியவிடுவார்.

சமையலறையில் எங்களுடன் சூப் அருந்துவார். ஆனால் தன்னுடைய பிரதான உணவை ஆட்டம் போடும் ஒரு சோவியத் ஸ்டூலில் வைத்து எடுத்துக்கொண்டு படுக்கை அறைக்குப் போய்விடுவார். அவருடைய வேலை கடினமானது. அவருக்கு வயது ஐம்பதை நெருங்கிக்கொண்டிருந்தது. அவருடைய சொற்ப ஆங்கிலம் அவருக்குக் கருவியாக இருப்பதற்குப் பதில் எதிரியாக இருந்தது. லற்வியாவில் விளையாட்டுத்துறை அமைச்சரகப் பணியிலிருந்து விலகிய பிறகு என்னுடைய அப்பா பால்டிக் கரையோரத்தில் மஸாஜாளராக சனடோரியங்களில் வேலை பார்த்தார். அதற்கான ஒரு தராதரப் பத்திரம் அவருக்குத் தேவையாக இருக்கவில்லை. குறைந்தபட்ச பயிற்சியும், நெருக்கமான தொடர்புகளும் போதுமானதாக இருந்தன. ஆனால் புதிய நாட்டில் தராதரப் பத்திரம் பெறுவதற்கு அவர் சிக்கலான பல மருத்துவப் பெயர்களை மனனம் செய்யவேண்டி

இருந்தது. அத்துடன் எட்டு மணி நேரப் பரீட்சையை வேற்று மொழியில் எழுதவேண்டும். பரீட்சையில் பாஸ் செய்தால் அவர் தனக்குச் சொந்தமாக ஒரு தொழிலை ஆரம்பிக்கலாம். சொக்கலட் தொழிற்சாலைப் பணி தவிர அவர் இத்தாலிய சனசமூக மையத்தில் தாதாக்களுக்கும், முதலாளிகளுக்கும் மஸாஜ் செய்தார். ஏழு அமெச்சூர் பாரம் தூக்குபவர்களுக்குப் பயிற்சியளித்தார். அதில் கிடைத்த வருமானம் மெத்த குறைவு, ஆனால் தொடர்புகள் கிடைத்தன. சொந்தமான தொழில் தொடங்கினால் சில இத்தாலியர்களைத் தன்னுடைய பிசினஸுக்கு இழுக்கலாம் என்பது நிச்சயம். சரியான இடம் கிடைத்தால் கிழட்டு வயதான போலந்து யூதர்கள் கட்டாயம் வருவார்கள். இது நடந்த 1983வது வருடத்தில், ரஷ்யாவில் இருந்து குடியேறிய யூதர்கள், அரசியல் அகதிகள் என்ற வகையில் நல்ல ஆதரவு இருந்தது. எங்கள் சரித்திரத்தை வைத்துப் பிழைத்துக் கொள்ளலாம்.

என்னுடைய அப்பா பரீட்சை எழுதும் அன்று காலை அம்மா ஓம்லட் செய்து அதோடு தக்காளியும் நறுக்கி வைத்தார். அப்பா அவசரமாக அதைச் சாப்பிட்டபடி தேநீரையும் விழுங்கிக் கொண்டிருந்தார். அவருடைய வெறும் பாதங்கள் ஒருவித சத்தத்தோடு செருப்புக்குள் போவதும் வருவதுமாக இருந்தன. நான் மூடிய அரங்கு உதைபந்தாட்டத் தெரிவுகள் பற்றிக் கூறினேன். மயிர்வைத்த மஞ்சள் பந்து பற்றியும் சொன்னேன். அப்பா அரைவாசி ஓம்லட்டில் எழுந்து தண்ணீர் போக்கியில் வாந்தியெடுத்தார். ஒரு போருக்குக் கிளம்புவதுபோல அப்பா உணர்ச்சியில்லாமல் எங்கள் குடியிருப்பை விட்டுப் புறப்பட்டார். திடீரென்று ஏற்பட்ட ஓர் அன்பு பிரவாகத்தில் அம்மா அவருக்கு ஒரு முத்தம் கொடுத்தார். அவர்கள் நடுக்கூடத்தில் இப்படிக் கட்டிப்பிடித்தனர். ஏனென்றால் வாசல் படியில் வைத்து முத்தம் கொடுப்பது நல்ல சகுனம் அல்ல. தரிப்பிடத்தில் இருந்து பிரம்மாண்டமான பச்சை பொண்டியாக்கை அவர் பின்னுக்கு எடுத்ததை நான் சன்னல் வழியாகப் பார்த்தேன். பங்குனி மாத இறுதி என்றபடியால் இன்னும் குளிர் இருந்தது. காரின் வெப்பக்கருவி வேலை

செய்யவில்லை. அப்பா பின்ச் சாலையில் திரும்பியபோது, அவருடைய உறைந்த மூச்சுக்காற்று நீளமாகப் பரவுவதை நானும் அம்மாவும் பார்த்துக்கொண்டிருந்தோம். 'கடவுள் தயை, கடவுள் தயை' என்று அம்மா சொன்னார்.

மூன்று வாரங்களுக்குப் பின் பி.டி.எம்மில் இருந்து கடிதம் வந்தது. சட்டம்போட்டு அலுவலகத்தில் மாட்டி வைக்கும் சான்றிதழ் பின்னால் வரும். எங்கள் குடியிருப்புக்குக் கிட்ட உள்ள ஒரு வணிக வளாகத்தின் பின்னால் இருந்த உணவகத்தில் இந்த வெற்றியைக் கொண்டாடினோம். எங்கள் குடும்பத்தவர் சார்பாக நானே காளான், பெப்பரோனி போட்ட பெரிய பிட்ஸாவுக்கு ஆணை கொடுத்தேன். எங்கள் எதிர்கால வெற்றிக்காகச் சீறியடிக்கும் கோக்கை அருந்தினோம்.

அடுத்த வார இறுதியில் ஸன்னிபுரூக் ஒரு அறை வாடகைப் பத்திரத்தில் அப்பா கையொப்பமிட்டார். இங்கேதான் நான் தலைமயிர் வெட்டுவதும், பலசரக்கு சாமான்கள் வாங்குவதும். ஸ்மோல்நெக் யூரி எண்பது டொலருக்கு பலமான, பித்தளை கரை வைத்த மஸாஜ் மேசை செய்து தந்தான். அதன் அரைவாசி விலைக்கு ஒரு சாதாரண மேசையைக் கிழக்கு தொங்கலில் அப்பா வாங்கினார். இரண்டு அலுவலக நாற்காலிகள் விலை ஒவ்வொன்றும் பத்து டொலர். இத்தாலிய சனசமூக மைய ஆள் ஒருவர் கொடுத்த அறிவுரையில் அப்பா ரீடர்ஸ் டைஜஸ்டுக்கு ஒரு வருட சந்தா கட்டினார். ஒரு நல்ல மருத்துவ இடம் என்ற நம்பிக்கையைத் தருவதற்கு டாவென்போர்ட் என்ற இடத்திற்கு காரில் சென்று ஒரு பச்சை மூன்று மடிப்பு மறைப்புத் தட்டியை வாங்கினோம்.

இறுதி அலங்காரங்கள் என் அம்மாவினால் செய்யப்பட்டன. ஒட்டும் எழுத்துகளை வாங்கி கதவில் ரோமன் பேர்மன், மஸாஜ் மருத்துவர் என்று அம்மா ஒட்டி வைத்தார்.

ஆரம்பகாலப் பரபரப்பு அடங்கியதும் உண்மையின் சொரூபம் மெல்ல வெளியே தெரிய ஆரம்பித்தது. சனசமூக மையத்தைச் சேர்ந்த சில இத்தாலியர்களையும், ரஷ்ய நண்பர்களையும் தவிர வேறு ஒருவருக்கும் ரோமன் பேர்மன் மஸாஜ் மருத்துவம்

இருப்பது தெரியாது. தாஸ் கெண்டில் இருந்து வந்த போரிஸ் கிராஸ்னஸ்கிதான் முதல் நோயாளி. அவருடைய முதலாளி இதனால் ஏற்படும் சிறு செலவைத் தாங்கிக்கொள்வதாகச் சொல்லியிருந்தார்.

ஆனால் அதிலும் சிறு பிரச்சினை. என்னுடைய அப்பாவுக்கு போரிஸ் பெரும் உதவி செய்வதால் அப்பாவுக்குக் கிடைக்கும் பணத்தில் மூன்றில் ஒரு பங்கு லஞ்சமாகக் கேட்டார். உலர்ந்த சாமான்கள் விற்கும் ஜோ கலாட்டி வீட்டில் செய்த மதுவகையுடன் வந்து தனக்கும் மகனுக்கும் இடையில் ஏற்பட்ட பிணக்கைப் பற்றிக் கூறுவார். ஜோவின் பேச்சில் ஆழமான இத்தாலிய உச்சரிப்பு தொனி இருக்கும். என்னுடைய அப்பாவின் ஆங்கிலம் மெதுவாக முன்னேறியது. மது முடியும்போதுதான் மஸாஜ் வேலை முடிவுக்கு வரும்.

நேப்பிள்ஸாலிருந்து வந்த பாதி இளைப்பாறிய ஸால் அவருடைய மனைவியின் மச்சானுடன் வந்தார். வந்து ஒருவாரத்துக்குள் சாரக்கட்டிலிருந்து விழுந்து மச்சானுக்குக் காயம். அவருக்கு ஆங்கிலம் தெரியாது, காரோட்டவும் தெரியாது. ஸால் குற்றவுணர்வினால் மச்சானை சனிக்கிழமை பின்மதியங்களில் காரில் கூட்டி வருவார். மனைவிக்கு இதனால் சிறு ஓய்வு கிடைக்கும். என்னுடைய அப்பா மச்சானை மஸாஜ் பண்ணுவார். ஸால் தடுப்புக்கு அப்பால் உட்கார்ந்து ரீடர்ஸ் டைஜஸ்ட்டை வாசித்தபடி இருப்பார்.

ஜோ, ஸால் போன்றவர்கள் நல்லெண்ணம் கொண்டவர்கள்– என் அப்பாவை அவர்களுக்குப் பிடிக்கும்– ஆனால் சில தடவை வந்தபிறகு நின்றுவிட்டார்கள். சனசமூக மையத்தில் சூட்டுக் குளியலும் இன்னும் பல கவர்ச்சிகளும் இருந்ததுதான் காரணம். அப்பா வேலை செய்த இடத்தில் இப்போது இன்னொரு ரஸ்யர் வேலை செய்தார். எல்லோரும் அவர் என் அப்பா அளவு திறமையானவர் அல்ல என்று பேசிக்கொண்டார்கள். இருந்தாலும் என் அப்பாவின் நிலைமைக்கு அது உதவவில்லை. சில நாட்களுக்குப் பிறகு என் அப்பா சுவர்களைப் பார்த்துக்

கொள்ளத் தொடங்கினார்.

இப்படி நடக்கும் என்ற பயத்தில் அப்பா சொக்கலட் தொழிற்சாலை வேலையை முற்றிலும் கைவிடவில்லை. இது அவரைப் பைத்தியமாக்கியது. ஆனாலும் வேறு என்ன செய்வது. அந்த வேலையை விட்டுவிட்டு இன்னொன்று தேடுவதிலும் அர்த்தமில்லை. அத்தோடு திரும்பவும் சமூக நலன் உதவி பெறுவது என்ற கேள்விக்கே இடமில்லை. சொந்தக் காலில் நிற்கும் தகுதியை எட்டிப் பிடிக்க என் பெற்றோருக்கு இரண்டு வருடம் பிடித்தது. அதிலிருந்து கீழே இறங்க அவர்கள் தயாராயில்லை. அப்பா சொக்கலட் தொழிற்சாலையில் ஐந்து நாளும், வார இறுதியில் இரண்டு நாள் மஸாஜ் வேலை செய்யவும் முடிவெடுத்தார். மஸாஜ் வேலை ஒரு நியாயமான வருமானத்தைத் தரத்தொடங்கியதும் சொக்கலட் வேலையை விட்டுவிட்டு முழு நேர மஸாஜ் வேலையில் ஈடுபடுவார். அவருக்கு வந்த நோயாளிகள் மறையத் தொடங்கியதும் அப்பா சொக்கலட் தொழிற்சாலையை விடலாம் என்ற நம்பிக்கையை இழக்கத் தொடங்கினார். இந்த முடிவுகள், விவாதங்கள் எல்லாம் என்னிடம் இருந்து மறைக்கப்படவில்லை. எனக்கு ஒன்பது வயது. நான் அவர்களிடமிருந்து பல விஷயங்களை மறைத்திருந்தேன். ஆனால், அவர்கள் எனக்கு முன்னால் வெளிப்படையாக விவாதிக்காத விஷயங்களே இல்லை. சில வேளைகளில் என் அபிப்பிராயத்தைக்கூட கேட்டார்கள். இந்த நாட்டிற்கு அவர்கள் அந்நியர்கள். ஆனால் நான் ஒரு பையனாக மட்டும் இருந்தாலும் என்னுடைய அந்நியத்தன்மை குறைவானது என்று அவர்கள் கருதினார்கள். என்னுடைய அப்பாவின் மஸாஜ் தொழில் மெதுவாக ஓய்வுக்கு வந்து நின்றபோது, நண்பர்கள் சிலரின் புத்திமதிப்படி அப்பா ஒரு ராபியின் உதவியை நாடிச் சென்றார். இதற்கு முன்னும் பலர் அவர் உதவியை வேண்டியிருக்கிறார்கள். ஒரு வேலை தேட பீலிக்ஸ், ஒரு பழைய காரை விற்பதற்கு ஒலேக், ரோபிக்கும் ஏடாவும் கடன் உத்திரவாதக் கையொப்பம் பெறுவதற்கு. ரஸ்ய யூதர்களுக்கு இந்த ராபி விசேஷமாக கருணை காட்டுபவர். உதவி பெறும் வாய்ப்பை அதிகமாக்க அப்பா என்னையும்

அழைத்துச் சென்றார்.

ராபியின் முன்னிலையில் பளிச்சென்று தோன்றுவதற்காக அம்மா என் கால்சட்டையை இஸ்திரி செய்து, வெளுத்த கொல்ஃப் சேர்ட்டையும் எனக்கு அணிவித்திருந்தார். நானும் அப்பாவும் யாமுக்கி தரித்து, கைகளைப் பிடித்துக்கொண்டு அப்பாவின் அலுவலகத்திலிருந்து சமீபமாக உள்ள யூதக் கோயிலுக்கு நடந்தோம். இப்படி என்னுடைய அப்பாவின் அருகாமையில் இருக்கும் நேரம் எனக்கு அரிது - வழக்கமாக அப்பா ஏதாவது வேலை செய்துகொண்டிருப்பார் அல்லது வேலை இல்லையென்று வருத்தப்பட்டுக்கொண்டிருப்பார். நான் நடக்கும்போது அந்த மௌனத்தை கடகடவென்று என் பேச்சால் நிரப்பினேன். என்னுடைய மூன்றாவது வகுப்புத் திட்டங்களை, கோடை காலத்து உதை பந்தாட்டக் குழுவில் எடுபடுவதுபோன்ற விபரங்களைக் கூறினேன். ஜூன் மாதத்து வெப்பமான ஞாயிறு அது. போகும் வழியில் தென்பட்ட பலருக்கும் - வீட்டுத் தோட்டத்தில் காணப்பட்ட ஆண்கள், கடைச் சாமான்களைக் காவிச் செல்லும் பெண்கள், பியூக் கார்களில் மிதந்து செல்லும் இளைப்பாறியவர்கள், இவர்கள் எல்லோருக்கும் நாங்கள் ஒரு நல்ல சோடியாகத் தென்பட்டிருக்கும். ஞாயிறு மாலை உலாத்தப் போகும் தகப்பனும், மகனும். ராபியின் மேசையின் முன் உட்கார்ந்து என்னுடைய அப்பா தன்னுடைய தேவைகளை விவரிக்க மொழியோடும், தன்மானத்தோடும் அவஸ்தைப்பட்டார்.

அவருக்குப் பக்கத்தில் நான் பேசாமல் இருந்து சந்தர்ப்பத்துக்குத் தகுந்த முகபாவத்தை வெளியிட்டுக்கொண்டிருந்தேன். எங்களுடைய இக்கட்டான நிலைமை எனக்கு நல்லாகவே தெரிந்திருந்தது. என் அப்பாவின் அவமானம், என்னுடைய அவமானம், அத்துடன் ராபியின் அவமானத்தையும் யோசிக்க வேண்டியிருந்தது. என்னுடைய அப்பாவிலும் அவர் குறைந்த வயதுடையவராக இருந்தார். அதைச் சரிக்கட்டுவது போல கடுமையான தெய்வீகத் தன்மையுடன் உட்கார்ந்திருந்தார். என்னுடைய அப்பா தன்னுடைய படிப்பு தகைமைகளை

ராபியிடம் கூறினார். ஒலிம்பிக்ஸில் பங்குகொண்ட பாரம் தூக்கும் வீரர்களை தான் கணக்கு பண்ணமுடியாத அளவு எடையைத் தூக்குவதற்குப் பயிற்சியளித்தது பற்றிக் கூறினார். பால்டிக் கடல் ஓரத்தில் மிகச் சிறந்த சனட்டோரியத்தில் மஸாஜாளராக வேலை பார்த்ததைச் சொன்னார். பல மாதங்கள் செலவழித்து தான் படித்த படிப்பு, பெற்ற மஸாஜ் சான்றிதழ், சொக்கலட் தொழிற்சாலை வேலை, ஒரு அறை அலுவலகம் அத்துடன் மிகக் கடினமான உழைப்புக்கு, தான் தயாராக இருப்பதைச் சொன்னார். ஹீப்ரு பள்ளிக்கூடத்தில் நான் நல்ல மாணவனாகப் படிப்பதைச் சொன்னார். ராபியை என்னுடன் பேசவைப்பதில் உற்சாகம் காட்டினார். நான் எவ்வளவு நல்லாக மொழியில் தேர்ச்சி அடைந்திருக்கிறேன் என்பதைச் சோதிப்பதற்காக ராபி சிறிது அசௌகரியத்துடன் என்னுடன் எளிய ஹீப்ருவில் பேசினார்.

‘உனக்கு பள்ளிக்கூடம் பிடிக்கிறதா?’

‘ஆம், எனக்கு பள்ளிக்கூடம் பிடிக்கிறது.’

‘உனக்கு கனடா பிடிக்கிறதா?’

‘ஆம், எனக்கு கனடா பிடிக்கிறது.’

எங்கள் சம்பாசணையை ஒரு சொட்டும் விளங்க முடியாத அப்பா இடைமறித்து நான் ஹீப்ரு பாடல்கள் அழகாகப் பாடுவேன் என்று சொல்லிவைத்தார்.

ராபி அதில் அவ்வளவாக சிரத்தை காட்டவில்லை. ஆனால் என் அப்பா என்னை நாற்காலியில் இருந்து இறக்குவதில் ஆர்வம் காட்டினார். ராபியின் அலுவலக அறையின் நட்டநடுவில் நின்று நான் ‘தங்க ஜெரூஸலம்’ பாடலைப் பாடினேன். அரைவாசியில் ராபியின் கவனம் அலைந்ததைக் கண்டு என் பாடலைக் குறைபட்ட முடிவுக்குக் கொண்டுவந்தேன். ராபி விடுதலையான உணர்வில் தன் கைகளை ஒன்றுசேர்த்து ஒரு தட்டு தட்டியிருக்கமாட்டார், அப்பா முந்திக்கொண்டு நான் இன்னும் பாடுவேன் என்றார்.

அந்தப் பிரகடனத்தை உண்மையாக்க என் விலா எலும்பில் ஒரு

சின்ன இடி கொடுத்தார். நானோ மகிழ்ச்சியுடன் அனாதையாக விட்ட பாடலை மீண்டும் விட்ட இடத்திலிருந்து தொடர்ந்தேன். ராபி இன்னும் கூடிய கவனத்துடன் முன்னால் சாய்ந்தபடி கேட்டார். நான் பாடி முடித்ததும் ராபி ஐந்து டொலர் தாளை என்னிடம் தந்தார். என் அப்பாவின் தொழில் பற்றி தான் வாய்மூலம் தொழுகையாளர்களிடம் செய்தி பரப்புவதாக அப்பாவுக்கு வாக்களித்தார். இன்னொன்றும் சொன்னார். விளம்பரம். பதினைந்து நிமிடம் கழித்து நாங்கள் மறுபடியும் ரோட்டுக்கு வந்தோம். கைகளைப் பிடித்தபடி வீடு நோக்கி நடந்த எங்களுடைய முயற்சிக்கு ஐந்து டொலர் கிடைத்தது. விளம்பரத் தாள்களை மலிவு விலைக்கு அடித்துத் தருபவரின் விலாசமும் எங்களிடம் இருந்தது. அடுத்து வந்த வாரம் நான், அம்மா, அப்பா எல்லோரும் எங்கள் சமையலறை மேசையைச் சுற்றியிருந்து ரோமன் பேர்மனுடைய நோய் தீர்க்கும் விளம்பரத்தைத் தயாரித்தோம். என்னிடம் பேனா தரப்பட்டது. என்னுடைய பெற்றோரின் எண்ணங்களை அப்படியே விளம்பர வாசகங்களாக மொழிபெயர்ப்பது என் பொறுப்பு. என்னுடைய அப்பா, தான் ஒலிம்பிக் விளையாட்டு வீரர்களைத் தயாரித்த பணிக்கு முதலிடம் தரவேண்டும் என்றார்.

ஏனென்றால் அது மனித தேகத்தைப் பற்றிய ஆழமான அறிவையும், நல்ல மதிப்பையும் எடுத்துச் சொல்லும். மறுபுறத்தில், என் அம்மா சோவியத் அகதி என்ற தகவலுக்கு முன்னுரிமை தருவது அவசியம் என்றார். இது மக்களுடைய குற்றவுணர்வினால் கரிசனையை ஏற்படுத்தும். அவர்களை வாசல்வரை இழுக்கும். வாசலில் வந்த பிறகு அப்பா தன்னுடைய தொழில் வித்தைமூலம் அவர்களை மயக்கலாம். இறுதியில் இரண்டையும் கலந்து செய்வது என்று முடிவானது. என்னுடைய பங்குக்கு விளம்பர அடைமொழிகள் பலவற்றை நான் சேகரித்து உதவினேன். மிகச்சிறந்த நோய்தீர்க்கும் புதிய மஸாஜ் நிறுவனம் ரோமன் பேர்மன், சோவியத் நாட்டு ஒலிம்பிக் பயிற்றுநர், கம்யூனிஸ்ட் நாட்டு அகதி, உன்னதமான நோய்தீர்க்கும் மஸாஜ் சேவையை வழங்குகிறார்.

பல வருட அனுபவங்கள், விசேஷமான ஐரோப்பிய

நுண்முறைகளில். எல்லாவிதமான தசைநார், மூட்டு வலிகள், கார் விபத்துக்கள், வேலைத்தள விபத்துக்கள், கர்ப்பம், இன்னும் தேக ஆரோக்கிய வழிகள், பதிவுபெற்ற நோய்தீர்க்கும் மஸாஜ் நிபுணர், வசதியான இடத்தில் அமைந்த நிறுவனம், வீடுகளுக்கும் வருகை தரமுடியும். திருப்தி நிச்சயம்.

விளம்பரத் தாள்கள் அச்சடித்து வந்த பிறகு நானும், அப்பாவும் அவற்றை எங்கள் பொண்டியாக் காரில் ஏற்றி நிறுவனத்தின் அருகாமையில் இருந்த வீடுகளைக் குறிவைக்க முடிவெடுத்தோம். தெருவின் ஒரு கரையை நானும், மறுகரையை அப்பாவும் என்று பங்குபோட்டுக் கொண்டோம். என்னுடைய வெட்கத்தை மறைப்பதற்காக நான் இதை ஒரு போட்டியாக்கினேன். யார் முதலில் முடிப்பது. நான்தான் முதலில் முடிக்கவேண்டும். வீட்டுக்கு வீடு நான் ஓடினேன், அவர்களுடைய கடிதப் பெட்டிகளை விளம்பரத் தாள்களால் அடைத்தபடி. அல்லது கண்களைப் பார்க்காமல் வீட்டுக்காரர்களிடம் திணித்தேன்.

இடைக்கிடை எதிர்த்திசையில் என் அப்பாவின் முன்னேற்றத்தையும் கண்காணித்தேன். அவருக்கு அவசரம் இல்லை. ஒவ்வொரு வீடாக அவர் திரிந்தார், புல்தரையை மிதிக்காமல் நடைவழிகளில் நடந்தார். நான் ஆட்களைத் தவிர்த்தபோது அவர் மட்டும் நின்று நின்று நடந்தார். வேண்டுமென்றே சன்னல்களின் முன் நடமாடினார். அம்மாவின் கட்டளைப்படி வீடுகளின் முன்னால் யாருடைய கண்ணிலோ படவேண்டும் என்பது போல நடந்துகொண்டார். மெஸஸா மடல் பதித்த வீட்டுக் கதவுகளுக்கு முன்னால் இன்னும் முனைப்பாக அலைந்தார். பலருக்கு ஆர்வமில்லை. ஒரேயொருவர் பெயரளவில் மட்டும் தன் மகனுக்கு விளம்பரத் தாள் விநியோகிக்கும் வேலை எங்கே கிடைக்கும் என்று விசாரித்தார்.

விளம்பரத் தாள்கள் கொடுத்து முடிந்தபின் காத்திருக்கும் புதிய படலம் தொடங்கியது. ஒவ்வொரு முறை டெலிபோன் அடித்தபோதும் இதோ விடிவு காலம் வந்துவிட்டது என்று தோன்றியது. தொலைபேசி புதிதாகக் கிடைத்ததுபோலப்

பட்டது. வீடு வந்த நிமிடத்திலிருந்து எங்களுக்கு அதே நினைப்பு. அது எங்களுக்கு அனுசரணையாக இருந்தது அல்லது எதிராக இருந்தது. என்னுடைய அப்பா அதனுடன் பேசினார். ஒற்றுமையைக் காட்ட நானும் அதனுடன் பேசினேன். அது ஒலிக்காமல் இருக்கும்போது அப்பா அதனிடம் மன்றாடுவார்; திட்டுவார்; வெருட்டுவார் - ஆனால் அது அடித்ததும் பாய்வார். சாப்பாட்டு மேசையில் இருந்து, சொகுசு நாற்காலியில் இருந்து, கழிவறையில் இருந்து பறந்துவருவார். போன் அடித்ததும் அம்மாவும் அவர் பின்னால் பாய்வார். அவரின் காது அப்பாவின் காதுடன் ஒட்டிக்கொண்டிருக்கும், ஏதோ அப்பாவின் தலைதான் டெலிபோன் என்பதுபோல. நண்பர்கள், அவர்களின் சிநேகிதர்கள், மாமி எல்லோரும் அழைத்தார்கள். அழைத்தார்கள். வேறு யாராவது அழைத்தார்களா என்று கேட்பதற்கு அழைத்தார்கள். டொக்ரர் கோர்ன்ப்ளம் அழைத்தபோது முடிவில்லாத ஒரு வாரம் கடந்துவிட்டது.

நான் வீட்டில் தனியாக இருந்த முன்மதியம். என்னுடைய அம்மா வர ஒரு மணி நேரமாகும்; அப்பா இன்னும் பின்னால் வருவார். போன் அடித்த போது நான் டிவி முன் தரையில் உட்கார்ந்திருந்தேன். என்னுடைய மடியில் ஹங்கேரியன் ஸலாமி சாண்ட்விச்சும், அரை டஸன் உரித்த சொக்கலட் பூசிய ப்ரூன் உறைகளும் இருந்தன. கோர்ன்ப்ளம் தன்னை ஹார்வே என்று கூப்பிடும்படி எனக்குச் சொன்னார். அவர் ஒரு டொக்ரர். என்னுடைய அப்பாவின் விளம்பரத் தாள் அவருக்குக் கிடைத்தது. அதனால் என் அப்பாவை அவர் சந்திக்க விரும்புகிறார். உண்மையில் முழுக் குடும்பத்தையும் சந்திக்க விரும்புகிறார். நாங்கள் எத்தனை பேர் இருந்தாலும் பரவாயில்லை. எல்லோரையும் வெள்ளிக்கிழமை இரவு விருந்துக்கு அழைத்திருக்கிறார். என்னுடைய பெற்றோரின் சம்மதத்தை அவர் வற்புறுத்துகிறார். தன்னுடைய பெயரின் சரியான உச்சரிப்பை அவர் சொல்கிறார். எனக்கு எல்லாம் புரிகிறதா என்று கேட்டார். தன்னுடைய போன் நம்பரைத் தந்து என் அப்பாவை கட்டாயம் அழைக்கக் கூறினார்.

அம்மா வீட்டுக்கு வந்தபோது நான் வெடித்துவிடுவேன்

போல இருந்தது. அந்த நல்ல சேதியை நான் சொன்னபோது அரை டஸன் சொக்கலட் பூசிய ப்ரூன்களை நான் சாப்பிட்ட குற்றத்தை அம்மா சட்டை செய்யவில்லை. கோர்ன்பிளம்மின் டெலிபோன் நம்பர் குறித்த பேப்பரை நான் கொடுத்தவுடன் அம்மா டயல் பண்ணத் தொடங்கினார். என்னுடைய மாமி இந்தப் பெயரை தான் நிச்சயம் முந்தி கேட்டிருப்பதாகக் கூறினார். விக்டர் தகப்பன் பனியில் சறுக்கி விழுந்தவுடன் கோர்ன்ப்ளம் அல்லவா அறுவை சிகிச்சை செய்தது. அந்த கோர்ன்ப்ளம் நல்ல மனிதர். பணக்காரரும். அவராகத்தான் இருக்கவேண்டும் - இன்னும் பலரை அம்மா தொலைபேசியில் அழைத்தார். கோபச்சா மருத்துவம் படித்தாள் ஆனபடியால் அவளுக்குப் பல டொக்ரர்மாரைத் தெரிந்திருந்தது. அவளுக்கு கோர்ன்ப்ளம்மைத் தெரியுமா. யார்? குடும்பவைத்தியரா அல்லது எலும்பு முறிவு வைத்தியரா? அதிலே பெரிய வித்தியாசம் இல்லை. இருவருமே வெற்றிகண்ட மருத்துவர்கள். இருவரில் ஒருவர் தங்களுக்கு வரும் நோயாளிகளில் ஒரு சின்ன விகிதத்தை அனுப்பினாலும் எங்கள் தொல்லை ஒழிந்தது.

கைகளைக் கழுவி, வேலை உடையைக் களைந்த பிறகு, அப்பா அறையைக் கடந்து டெலிபோனை அணுகினார். அந்த அறையைக் கடக்கும்போதே அப்பாவின் தொழில் கம்பீரம் அவரைத் தொற்றிக்கொண்டது. அளவில்லாத பவ்வியத்துடன் கோர்ன்ப்ளம்மின் நம்பரை டயல் செய்தார். நானும் அம்மாவும் சோபாவில் அமர்ந்து பார்த்தோம். அம்மா என்ன பேச வேண்டும் என்பதை முன்கூட்டியே படிப்பித்திருந்தார். தயாரித்த குறிப்புகளில் இருந்து கனதூரம் அலையக்கூடாது. பேச்சை சுருக்கமாகவும், மரியாதையாகவும் வைத்திருக்கவேண்டும். நாங்கள் கடவுளே என்று தவறாக ஏதாவது பேசிவிட்டால் பிறகு எங்கள் கதி என்ன? அப்பா டயல் செய்ததும் அங்கே மணிச்சத்தம் அடிப்பது கேட்டது. யாரோ எடுத்ததும் அப்பா கோர்ன்ப்ளம்முடன் பேசவேண்டும் என்றார். கோர்ன்ப்ளம் வருவதற்காகக் காத்து நின்றார். அந்த இடைவெளியில் அம்மா மீண்டும் வாயசைப்பின் மூலம் எப்படிப் பேசவேண்டும் என்பதை அப்பாவுக்கு ஞாபகமூட்டினார். அதற்குப் பதிலாக

அப்பா சுவரைப் பார்த்து, தன் முதுகை அம்மாவுக்குக் காட்டி நின்றார். சில கணங்கள் போனபின் அப்பா தான் ரோமன் பேர்மன், மஸாஜ் மருத்துவர் என்றும் அவர் கூப்பிட்டபடியால் தான் திருப்பி அழைப்பதாகவும் கூறினார். அதற்குப் பிறகு 'ஆம், ஓகே ஹார்வே' என்றார்.

ஸ்டாலினுடைய ஆட்சிக்கு முன்பு என்னுடைய பாட்டிக்கு அம்மா ஒவ்வொரு வெள்ளிக்கிழமை இரவும் மெழுகுவர்த்தி கொளுத்தி, அப்பிள் கேக் செய்வார். என்னுடைய தாத்தாவின் ஞாபகத்தில் போருக்கு முந்திய லற்வியா யூதர்களிடம் மெழுகுவர்த்தியும், அப்பிள்கேக்கும் பிரபலம். என் அம்மா சிறுபெண்ணாக இருந்த சமயம் ஸ்டாலின் பதவியில் இருந்தார். அப்பொழுது அப்பிள்கேக் இருந்தாலும், மெழுகுவர்த்தி இல்லை. நான் பிறந்தபோது இரண்டும் மறைந்துவிட்டது, ஆனாலும் அம்மாவின் மனதில் அப்பிள்கேக் யூதர்களுக்குச் சொந்தமானது என்ற எண்ணம் இருந்தது. இதை மனதில் வைத்துக்கொண்டு அப்பிள்கேக் செய்முறை சமையல் குறிப்பைத் தேடி எடுத்துக்கொண்டு, விலைகூடிய சூப்பர் மார்க்கெட்டுக்கு அதற்கான பொருள்களை வாங்கச் சென்றார். அந்த வெள்ளிக்கிழமை பின்மதியம் தனக்கு சுகயீனம் என்று வேலையிலிருந்து முன்கூட்டியே வந்து அப்பிள்கேக்கை செய்து வேகவைத்தார் - அப்படி என்றால்தான் அது கோர்ன்ப்ளம்முக்கு சூடாக இருக்கும். என்னுடைய அப்பாவும் வேலையில் இருந்து சீக்கிரம் புறப்பட்டு என்னைப் பள்ளியில் வந்து எடுத்தார். நாங்கள் வீட்டுக்கு வந்தபோது எங்கள் குடியிருப்பு அப்பிள்கேக் மணத்தில் மிதந்தது. நேரத்தை மிச்சம் பிடிப்பதற்காக என்னையும், அப்பாவையும் ஒன்றாகக் குளிப்பதற்கு அம்மா ஏவினார். அப்பாவுடன் நான் ஒன்றாகக் குளித்து பல வருடங்கள் ஆகவே கண்களை எங்கே வைப்பது என்பது எனக்குத் தெரியவில்லை. ஆனால் அப்பாவுக்கு அவருடைய நிர்வாணமோ என்னுடையதோ பெரிய பொருட்டாக இல்லை. அவர் எனக்கு சோப் போட்டு, தண்ணீரால் கழுவி ஒரு டவலால் என்னைச் சுற்றிவிட்டார். நான் குளியலறை வாசலில் நின்று கண்ணாடிக் கதவு வழியாக அப்பா அவசரமாக வழுக்கைத் தலையில் சோப் போட்டதையும், அக்குளைக்

கழுவியதையும் பார்த்தேன். வெளியே வந்ததும் நான் இன்னும் அங்கே நின்றதை அதிசயமாகப் பார்த்தார்.

கோர்ன்ப்ளம்மின் வீடு எங்கள் அப்பாவின் அலுவலகத்திலிருந்து சில வீதிகளே தள்ளியிருந்தது. அவருடைய வீடு இடது பக்கத்தில் இருந்தது. ஆகவே விளம்பரத்தாளை நான்தான் போட்டிருக்கவேண்டும். ஆனால் அது எனக்கு ஞாபகம் இல்லை. அம்மா உடனேயே வீட்டின் பெருப்பத்தை மனதிலே பதித்துக்கொண்டார். மூன்றாயிரம் சதுர அடியிருக்கலாம், அத்துடன் ஒரு தோட்டமும். அது முற்றிலும் தனியாக நின்ற வீடு - எங்கள் தகுதிக்கு இரண்டு படி மேலானது. எங்கள் வீட்டுக்கும் தனிவீட்டுக்கும் இடையில் டவுன் வீடும், அரை தனி வீடும் இருந்தன. ஒரு தனி வீடு என்பது ஒருவரின் ஆகக்கூடிய அந்தஸ்தைக் காட்டுவது. எங்களுக்குத் தெரிந்த ஒருவர்கூட டவுன் வீட்டு லெவலை இன்னும் அடையவில்லை. ஆனால் சமீபத்தில் அதுபற்றிய பேச்சுக்களும், திட்டங்களும் நிறைய இருந்தன.

பக்கத்து பக்கத்தில் மூன்றுபேருமாக கோர்ன்ப்ளம்மின் வீட்டு வாசல் நடையில் நடந்தோம். என்னுடைய அப்பா நீல ஹங்கேரியன் சூட் அணிந்திருந்தார். அது தாலின் - சொச்சி சர்வதேச எடை தூக்கும் போட்டியில் பங்குபற்றியது. எனக்கு ஒரு சாம்பல் கலர் கால்சட்டையையும், மடிப்புக் குலையாத வெள்ளை சேர்ட்டையும் அணிவித்திருந்தார்கள். அந்த சேர்ட்டுக்கு மேலே, உள்ளே அல்ல, வெள்ளியில் செய்த டேவிட் நட்சத்திரப் பதக்கத்தை நான் அணிந்திருந்தேன். என்னுடைய அம்மா பச்சைக் கம்பளி ஆடை உடுத்தியிருந்தாள், அதற்குப் பொருத்தமான அம்பர் நெக்லஸ், பிரேஸ்லெட், காதணிகளுடன். நாங்கள் ஒரு மேட்டிமையான தொழில் துறை குடும்பம் - அவர்களுடன் வகுப்பில் தொடர்ந்து *A* எடுக்கும் அவர்கள் மகன், எதிர்கால டொக்ரர் அல்லது சட்டத்தரணி. போலியான தைரியத்துடன் மிக நல்லாக நுனிவெட்டப்பட்ட புற்கள் அமைந்த பாதையில் நடந்தோம். மூன்று அகதிகள், அவர்களுடன் சூடு ஆறாத அப்பிள் கேக்.

அப்பா மணியை அடித்தார். உள்ளே காலடிகள். மஞ்சள்

சுவெற்றரும், கால்சட்டையும் அணிந்த ஓர் ஆண் கதவைத் திறந்தார். அந்த சுவற்றெரில் ஒரு சின்ன முதலை வேலைப்பாடு ஒட்டிக்கொண்டிருந்தது. இவர்தான் கோர்ன்ப்ளம், மிக அகலமாக சிரித்துக்கொண்டிருந்தார். எங்கள் அப்பாவின் தோள்களில் கைவைத்து நாங்கள் யார் என்பதைச் சொன்னார். என்னுடைய அப்பாதான் ரோமன் பேர்மன், அம்மா பெல்லா, நான் மார்க். வீட்டுக்கு உள்ளே வரச் சொன்னார். முன்பகுதியைத் தாண்டி வீட்டின் உள்ளறைக்குச் சென்றோம். அங்கே மேசை அலங்கரிக்கப்பட்டிருந்தது. ஏற்கனவே ஆறு பேர் மேசையைச் சுற்றி அமர்ந்திருந்தார்கள். அதில் மூன்றுபேர் கோர்ன்ப்ளம் போல சிரித்தார்கள். அப்படிச் சிரித்த ஒரு பெண் அம்மாவை அணுகினார். கோர்ன்ப்ளம், அதுதான் தன் மனைவி ரொண்டா என்றார். ரொண்டா நாங்கள் வந்ததில் மகிழ்ச்சி என்றபடி அம்மாவிடமிருந்த அப்பிள்கேக்கை வாங்கிக்கொண்டார். அதைக் கொண்டுவந்திருக்கக் கூடாது என்று சொல்லியபடி அதைச் சமையலறைக்கு எடுத்துச் சென்றார்.

கோர்ன்ப்ளம் தன்னுடைய நண்பர்களுக்கு எங்களை அறிமுகம் செய்து வைத்தார். மற்ற இரண்டு சிரித்த நண்பர்கள் ஜெர்ரியும், ஷேர்லியும். அவர்கள் எங்களைச் சந்திப்பதில் மிக்க மகிழ்ச்சி என்றார்கள். என்னுடைய அம்மா எங்களுக்கும் அப்படியே என்றார். என்னுடைய அப்பா தலையைத் தாழ்த்தி, புன்னகைத்து நன்றி என்றார். இதைச் செய்த போது சிரிக்காத மற்ற மூவரையும் பார்த்தார். ஓர் ஆண், ஒரு பெண், பையன். எங்களைப்போல அவர்களும் அளவுக்கு மிஞ்சிய அலங்காரத்துடன் ஆடை அணிந்திருந்தார்கள். ரொண்டா சமையலறையில் இருந்து வந்ததும் கோர்ன்ப்ளம் எங்களை மற்ற குடும்பத்துக்கு அறிமுகம் செய்து வைத்தார் - கார்கோவிலிருந்து வந்த கௌாடி, ப்ரெடா, சீமோன், அப்படித்தானே? அப்படித்தான் என்றார் கௌாடி. அவருடைய ஆங்கிலம் என்னுடைய அப்பாவின் ஆங்கிலத்திலும் கொஞ்சம் மேலானதாக இருந்தது. ஆனால் அவருக்கு அப்பாவிலும் பார்க்க அதிகம் தங்கப் பல். ஆங்கிலத்தில் அம்மா தனக்கு அவர்களைச் சந்திப்பதில் சந்தோசம் என்று தெரிவித்தார். ஆங்கிலத்தில் ப்ரெடா நன்றி கூறினார். நாங்கள்

அவர்களுக்கு எதிராக உட்கார்ந்திருந்தோம். ஜெர்ரி சொன்னார் தன் மனைவி ரஸ்யாவில் ஒரு பல் வைத்தியர் என்று. தான் ஒரு கண் வைத்தியர் என்றார். அந்த மேசையைச் சுற்றி உடம்பின் பல பாகங்களைப் பாதுகாப்பவர்கள் இருந்தார்கள். கண்கள், பற்கள். எலும்புகளுக்கு ஹார்வே, தசைநார்களுக்கு ரோமன். மிச்சம் என்ன இருக்கிறது? கோர்ன்ப்ளம் ஒன்றிரண்டு ஊகிக்கலாம் என்றார். ஜெர்ரி சிரித்தார், ரொஃஸ்ண்டா சிரித்தபடி இது மிக அதிகம் என்றார். கெனாடியும், ப்ரெடாவும் தேவைக்கு அதிகமாகச் சிரித்தார்கள். அப்படியே என் பெற்றோரும், ஆனால் கொஞ்சம் குறைவாக இருக்கலாம். ரொஃஸ்ண்டா ஒரு பிரார்த்தனை சொல்லியபடி மெழுகுவர்த்தியை ஏற்றினார்.

நெருப்பில் வாட்டிய கோழியைப் பரிமாறியபடி கோர்ன்ப்ளம் என் பெற்றோருக்கும், இன்னும் கெனாடி, ப்ரெடா மற்றவர்களுக்கும் தன் வீட்டுக்கு அவர்கள் விருந்துக்கு வந்தது தனக்குப் பெருமை என்றார். அவர்கள் என்ன கஷ்டங்களைக் கடந்திருக்கிறார்கள் என்பதைத் தன்னால் நல்லாக கற்பனை செய்யமுடியும் என்றார். பல வருடங்களாக தானும், ரொஃஸ்ண்டாவும் ரஷ்ய யூதர்களுக்கு உதவும் பணியில் இருப்பதாகக் கூறினார். அவர்களுடைய இன்னல்கள் எந்த அளவில் இருக்கின்றன என்று வினவினார். என்னுடைய அம்மா 'மோசம், யூத எதிர்ப்பு மோசம்' என்றார். கெனாடியும், ப்ரெடாவும் குடிப்பெயர்வு மறுக்கப்பட்டவர்கள் என்றார் ஜெர்ரி. நாங்களும் அப்படியா என்றார். அம்மா சிறிது தயங்கினார், பின்பு அப்படி இல்லை என்றார். அவருக்குச் சில மறுக்கப்பட்டவர்களைத் தெரியும். நாங்களும் கிட்டத்தட்ட மறுக்கப்பட்டவர்கள்தான், ஆனால் முற்றிலும் இல்லை. எல்லோருக்கும் இது சம்மதமாக இருந்தது. பின்பு ப்ரெடாவும், கெனாடியும் தங்களுக்குக் குடிப்பெயர்வு மறுக்கப்பட்ட கதையைக் கூறினார்கள். கதை பாதி தூரம் போன பிறகு, அதாவது அவர்கள் குடியிருப்பில் இருந்து அகற்றப்பட்டு, ஒரு அறையில் இன்னும் மூன்று குடும்பங்களோடு வசித்த பகுதி வரும்போது, தன்னுடைய சேர்ட்டை அகற்றி தன் சக வேலையாட்கள் தன்னைக் குத்திக் காயப்படுத்தியதைக் காண்பித்தார். விலா எலும்புக்குக் கீழே பெரிய தழும்பு

இருந்தது. ஒருநாள் இரவு வீதியில் நடந்துகொண்டிருக்கும்போது தொழிற்சாலையில் வேலை செய்யும் சில குடிகாரர்கள் இடைமறித்தார்கள். அவர்கள் அவரைக் கேடுகெட்ட யூத துரோகி என்றார்கள். அவர்களுடைய தலைவன் கத்தியைத் தூக்கியபடி அவர் மேல் விழுந்தான்.

கௌாடி கதையை முடித்த பிறகு மறுபடியும் தன் சேர்ட்டை உள்ளுக்குத் தள்ளினார். ஜெர்ரியும், ரொஃஸ்ண்டாவும் தங்கள் கண்ணீரைத் துடைத்துக்கொண்டார்கள். எவ்வளவு கொடுமை என்பதை அவர்களால் நம்பமுடியவில்லை. எங்கள் பெற்றோரும் அது கொடுமையே என்பதை ஒப்புக்கொண்டார்கள். கோர்ன்ப்ளம் அந்தத் தகப்பன் பேர் தெரியாத பயல்கள் என்று தொடங்கி என்னையும் சீமோனையும் நிலவறையில் போய் விளையாட சம்மதமா என்று கேட்டார். கோர்ன்ப்ளம்மின் பிள்ளைகள் இரவு காம்புக்குச் சென்றிருந்தார்கள். அது துரதிர்ஷ்டம், அவர்கள் எங்களைச் சந்திப்பதில் மிகவும் மகிழ்ச்சி காட்டியிருப்பார்கள். கீழே பிங்பொங் மேசை, பில்லியர்ட் மேசை, ஹொக்கி வலை, இன்னும் பல விளையாட்டுச் சாமான்கள் இருந்தன. நாங்கள் கீழே போனபோது ப்ரெடா தன் தாயார் தனியாக கார்க்கோவில் மாட்டுப்பட்டு தவிக்கும் கதையைக் கூறிக்கொண்டிருந்தார். என்னுடைய பெற்றோர் ஒன்றுமே சொல்லவில்லை.

இவை தவிர பெரிய திரை டிவியும், சுவரில் பதித்த தட்டு, புத்தகங்கள், போர்ட் விளையாட்டுகள் என்று இருந்தன. இன்னொரு மூலையில் அவருடைய பிள்ளைகள் யாரோ பூர்த்திசெய்த ஸ்டார் வார்ஸ் அடுக்குகள் இருந்தன. ஈவோக்ஸ்கூட இருந்தது. பிங்பொங் மேசைக்குக் கிட்டப் போய் அதன் மட்டையைக் கையிலே எடுத்தபடி சீமோனைப் பார்த்தேன். அவனுக்கு அதில் அவ்வளவு சுவாரஸ்யம் இல்லை. அவன் டெத் ஸ்டாரை உற்றுப் பார்த்தான். அவன் அப்பா சொன்னது உண்மையிலேயே ரஷ்யாவில் நடந்ததா என்று கேட்டேன். நீ என்னுடைய அப்பா ஒரு பொய்யர் என்று சொல்கிறாயா என்றான். ஒரு *R2D2* பாவையை எடுத்தான். இன்னொரு விளையாட்டுச் சாமானையும் எடுத்து இரண்டையும்

தன் பொக்கற்றுக்குள் அடைத்தான். இந்தப் பணக்கார வேசி மகனிடம் என்னதான் இல்லை என்றான்.

நான் மேசைக்குத் திரும்பியபோது என் அப்பாவையும், ரொஃஷீண்டாவையும் தவிர மீதி எல்லோரும் இருந்தார்கள். ஷேர்லி அம்மாவுக்குப் பக்கத்தில் இருந்து அம்மாவின் அம்பர் நெக்லஸை ரசித்துக்கொண்டிருந்தாள். கோர்ன்ப்ளம் தன்னுடைய புகைப்பட ஆல்பத்தைத் திறந்து தன்னுடைய போலந்து தாத்தாவைக் காட்டினார். ஜெர்ரியிடமும் ஒரு குவியல் குடும்பப் புகைப்படங்கள் இருந்தன. அவருடைய குடும்ப பூர்வீகம் மின்ஸ்க். இரவு உணவு பிளேட்களை அகற்றியபிறகு சில சிற்றுண்டி வகையும், கோப்பியும் எஞ்சியது. எனக்கு பாத்ரூமுக்குப் போக வேண்டி வந்தது. கோர்ன்ப்ளம் கீழே ஒன்றும், மேலே மூன்றும் இருப்பதாகக் கூறினார். எனக்கு விரும்பியதை நான் பாவிக்கலாம். பிறகு அவர் புகைப்பட ஆல்பத்தில் நாசிப்படையினரால் சுடப்பட்டு இறந்துபோன ஒவ்வொருவரையும் சுட்டிக் காட்டினார்.

நான் பாத்ரூமைத் தேடிப் புறப்பட்டேன். இரண்டாம் மாடிக்குச் செல்லும் படிகள் தென்பட்டன. அதில் ஏறினேன். கூடத்தில் ஒன்று இருந்தது. ஆனால் ஒரு கதவுக்குப் பின்னால் சத்தங்கள் கேட்டன. அந்தக் கதவு பிரதானமான படுக்கை அறையின் கதவு. குரல்கள் பாத்ரூமின் கதவுக்குப் பின்னிருந்து வந்தன. அந்தக் கதவு அரைவாசி திறந்திருந்தது. உள்ளே ரொஃஷீண்டா ஒரு ஸ்டூலில் கண்ணாடி முன் உட்கார்ந்திருந்தார். அவருடைய பிளவுஸ் திறக்கப்பட்டு நாரியிலே சுருக்கி இருந்தது. பிரா மட்டும் அணிந்து பாத்ரூம் மேடையில் தலையைச் சாய்த்து இருக்க, அப்பா அவருடைய கழுத்தை மஸாஜ் செய்தார். நான் பின்னடித்தபோது ரொஃஷீண்டா என்னை அழைத்து கதவை தன் கால்களால் திறந்துவிட்டார். என்ன அருமை, என்னுடைய அப்பா ஒரு மந்திரவித்தைக்காரர், அவருடைய கைகளை போத்தலில் அடைத்து விற்கலாம் என்றார் அவர். நான் பாத்ரூமைத் தேடியதாக முணுமுணுத்தேன். அவர் தாங்கள் முடித்துவிட்டதாகக் கூறினார். அவர் என் பக்கம் திரும்பி தன்

பிளவுஸ் கொக்கிகளை மாட்டத் தொடங்கினார். அவருடைய பாரமான மார்புகள் பிராவின்மேல் வழிந்தன. கவலைப்படாமல் நான் வந்த வேலையை முடிக்கச் சொன்னார். கீழே ஹார்வே கோப்பி போடுவதற்காக அவருக்குக் காத்துக்கொண்டிருக்கலாம்.

கையிலே ஒட்டிய வாஸ்லைனை அப்பா கழுவியபோது பாத்ரூமில் நான் என் கால்சட்டையை அவிழ்த்து விட்டுக்கொண்டு நின்றேன். அப்பா தன் கையை வண்ணவேலை டவலால் துடைத்துவிட்டு நான் முடிப்பதற்காகக் காத்து நின்றார். சிறிது நேரம் கழித்து தான் வெளியே நிற்க வேண்டுமா என்றார். இன்னும் கொஞ்சம் கழித்து அவர் வெளியே போய் படுக்கை அறையில் நின்றார். நான் வெளியே வந்தபோது அப்பா கோர்ன் ப்ளம்மின் படுக்கையில் உட்கார்ந்திருந்தார். மேலே ஒரு குடும்பப்படம், கோர்ன்ப்ளம்மின் மகளுடைய பாற்மிட்ஸாவின்போது எடுத்தது, மாட்டப்பட்டிருந்தது. விழா உடுப்புகள் அணிந்தபடி கோர்ன்ப்ளம், பெரிய மரத்தின் கீழ் புல் தரையில் அமர்ந்திருந்தார். என்னுடைய அப்பா அந்தப் படத்தைப் பார்க்கவில்லை. நான் என்ன செய்வது, நீ சொல் என்றார். பின்பு எழுந்து, என் கையை அவர் பிடித்துக்கொள்ள, நாங்கள் கீழே இறங்கினோம்.

மேசையில் எல்லோரும் சிற்றுண்டி அருந்தினார்கள். ஷேர்லி இன்னும் அம்மா பக்கத்திலேயே அமர்ந்திருந்தார். அம்மாவின் அம்பர் கைச்சங்கிலியைப் போட்டு அழகு பார்த்தார். அப்பா வந்ததும் அவர்கள் சிறிது அசைந்து எங்களுக்கு இடம் ஏற்படுத்தினார்கள். றொஃஸ்ண்டா என் அப்பா அற்புதம் புரிபவர் என்று அறிவித்தார். அவருடைய கழுத்து முந்தி எப்போதும் இல்லாதமாதிரி தேறியிருக்கிறது. கோர்ன்ப்ளத்திடம், என் அப்பாவுக்குப் போதிய நோயாளிகளை அனுப்பவேண்டும் என்று வாக்கு பெற்றுக்கொண்டார். கோர்ன்ப்ளம் தான் அதற்குப் பெருமைப்பட வேண்டும் என்றார். கோர்ன்ப்ளம் திங்கள் காலை போன் வரும் என்றார். வெகு சீக்கிரத்தில் அப்பா சொக்கலட் தொழிற்சாலை வேலையை உதறிவிடுவார் என்றார். கோர்ன்ப்ளம் இந்தச் செய்தியைப் பலருக்கும்

பரப்புவார். என் அப்பா போன்ற ஒருவருக்கு தொழிற்சாலை ஏற்ற இடம் இல்லை என்றார். ஜெர்ரியும் தன் உதவியை நிச்சயமாக எதிர்பார்க்கலாம் என்றார்.

நாங்கள் கிளம்பியபோது கோர்ன்ப்ளம் அப்பாவுக்குக் கைகொடுத்தார். எனக்கும் கொடுத்தார். அம்மாவின் கன்னத்தில் முத்தமிட்டார். இந்த மாலை அவருக்கும், ரொஃஸ்ண்டாவுக்கும் மிக விசேஷமானது என்றார். ரொஃஸ்ண்டா சமையலறையில் இருந்து அம்மாவின் அப்பிள்கேக்கை காவிக்கொண்டு வந்தார். அது வீணாகிப்போவதை அவர் விரும்பவில்லை. தங்கள் பிள்ளைகளை சிலவேளைகளில் மக்டொனால்டுக்குக் கூட்டிப் போனாலும் வீட்டிலே அவர்கள் கோஷர் விரதம் அனுட்டித்தார்கள். அந்தக் கேக் அருமையான வாசனை கொடுத்தாலும் அதை அவர்கள் வீட்டிலே வைக்கமுடியாது. நாங்கள் பொண்டியாக்கை நோக்கிப் புறப்பட்டபோது எல்லாம் மாறிவிட்டதா அல்லது ஒன்றுமே மாறவில்லையா என்பது புரியவில்லை. நாங்கள் வந்த மாதிரியே திரும்பினோம். நேரம் போனதற்கு சாட்சி குளிராகிப் போன அப்பிள்கேக் மட்டுமே. எங்களுக்கு முன்னால் பொண்டியாக் நின்றது எப்போதும் போல, பச்சையாகவும், அசிங்கமாகவும். எங்களுக்குப் பின்னால் கோர்ன்ப்ளமுடைய முற்றிலும் தனித்து நிற்கும் வீடு. நாங்கள் மெதுவாக நடந்தோம், போய்ச் சேரவேண்டிய இடத்தை அடைவதற்கு எந்தவித அவசரமும் காட்டாமல். எங்கள் பொண்டியாக்குக்கும், கோர்ன்ப்ளத்தின் வீட்டிற்கும் இடையில் எங்கள் எதிர்காலம் இருந்தது. அது எங்களுக்கு மேலே தெளிவற்றதாக ஆனால் உணரக்கூடியதாக மிதந்தது. அப்பா நடப்பதை நிறுத்தினார். அம்மாவையும் அப்பிள்கேக்கையும் யோசனையுடன் பார்த்தார்.

‘அதை ஏன் இன்னும் காவுகிறீர்?’

‘நான் என்ன செய்வது?’

‘எறிந்துவிடும்.’

‘எறிவதா? இதை வீணாக்குவது மெத்த அநியாயம்.’

'எறிந்துவிடும். இது கூடாத சகுனம்.'

என் அம்மா தயங்குவதிலிருந்து எனக்கு சந்தேகம் உண்டானது. எண்ணக் குறையாத மூட நம்பிக்கைகள் இருந்தன - இன்னும் பல விதங்களில் பேரிழப்புகளை அழைக்கும் வழிகள். ஆனால் வேண்டாத கேக்கை எறிவது பற்றிய மூடநம்பிக்கையை நான் கேள்விப்பட்டதில்லை. என்னுடைய அம்மா அந்தக் கேக்குக்காக நல்லாய் பாடுபட்டார். அதில் சேர்த்த பொருள்கள் விலையானவை. அதிலும் உணவை வீணாக்குவது அவரால் தாங்கமுடியாத ஒன்று. இருந்தாலும் அம்மா விவாதத்தில் இறங்கவில்லை. ஒன்றுமே நிச்சயமில்லை. எங்களுக்கு அதிர்ஷ்டம் தேவை. ஒரு சிறு தவறுகூட மோசமான விளைவுகளை உண்டாக்கிவிடும். பிழையோ, சரியோ அந்தக் கேக் அசுத்தமாகிவிட்டது. என்னுடைய அம்மா கேக்கை என்னிடம் கொடுத்து ரோட்டின் கீழ்ப்பகுதியில் இருக்கும் குப்பைத் தொட்டி ஒன்றைச் சுட்டிக் காட்டினார். அவர் ஓடு என்று எனக்குச் சொல்வதற்கு எந்தவித அவசியமும் இருக்கவில்லை.

ஆசிரியரைப் பற்றிய குறிப்பு: டேவிட் பெஸ்மொஸ்கிஸ் என்பவருடைய பெயர் சமீப காலங்களில் திடீரென உலக பிரபல்யம் அடைந்தது. டைம் வார இதழ் இவரைப் பற்றி எழுதியது. கனடாவின் பத்திரிகைகள் இவருடைய பேட்டியை வெளியிட்டன. இன்னும் பல பத்திரிகைகள் இவரை மொய்த்தன. ஒரு கட்டத்தில் இவர் பேட்டி கொடுப்பதையே நிறுத்திவிட்டார். லற்வியாவில் பிறந்த இவர் குடும்பத்துடன் ரொறொன்ரோவுக்கு 1980 ல் குடிபெயர்ந்த போது இவருக்கு வயது ஏழு. அப்பொழுது இவருக்கோ, பெற்றோருக்கோ ரஸ்ய மொழிதவிர வேறு ஒரு பாஷையும் தெரியாது. ஆனாலும் சிறுவன் டேவிட் விடாமுயற்சியுடன் ஆங்கிலத்தைக் கற்றான். மக்கில் பல்கலைக் கழகத்தில் ஆங்கில இலக்கியம் பாடமாக எடுத்து தன்னுடைய முப்பதாவது வயதில் நடாஷா என்ற

சிறுகதைத் தொகுப்பை வெளியிடுகிறார். அது புயல்போல வட அமெரிக்காவை உலுக்கி எடுக்கிறது. விமர்சகர்கள் புகழ்ந்தார்கள். நாற்பது வருடங்களாக எழுதி வரும் மூத்த கனடிய எழுத்தாளர் அலிஸ் மன்றோவுடன் இவரை ஒப்பிட்டார்கள். இன்னும் சிலர் அன்ரன் செக்கோவ் என்று சொல்கிறார்கள். இவருடைய கதைகள் எல்லாமே ஒரு சுயசரிதைத் தன்மையுடன் இருக்கின்றன. ரஷ்யாவில் இருந்து அகதிகளாகக் குடிபெயர்ந்து கனடாவில் காலூன்ற முயன்ற யூதக் குடும்பங்கள் சந்தித்த அவமானங்கள், சிறுமைகள், சாவுகள், காதல்கள் என்று எல்லாவிதமான உணர்வுகளையும் தொடுகிறார். ஒவ்வொரு கதையும் ஏதோ ஒரு வகையில் உங்கள் வாழ்க்கை அனுபவத்தை மீட்டுத் தருகிறது. ஒரு நல்ல படைப்பாளிக்குத் தேவையான வசீகரமான நடை, கூர்மையான பார்வை, அனுபவச் செறிவு என்று எல்லாம் இவரிடம் இருக்கிறது. சுவையான வாசிப்பு, மறக்கமுடியாத அனுபவம். துயர இசை பாதியில் நின்றுபோனதுபோல மனம் மீதி இசையைத் தேடுகிறது.

விமர்சனம்

1. நல்ல புத்தகங்களைத் தேடுவது

தரமான புத்தகத்தை வாசிக்காத மனிதர், எழுத்தறிவில்லாதவரிலும் பார்க்க ஒரு விதத்திலும் உயர்ந்தவர் அல்ல என்கிறார் மார்க் ட்வெய்ன் என்ற அறிஞர். நல்ல புத்தகங்களைத் தேடுவது அவ்வளவு கடினமான விடயம். ஒரு தரமான புத்தகத்தை எப்படிக் கண்டுபிடிப்பது? இதுதான் வாசகர்களுக்கு ஏற்படும் தீராத பிரச்சினை. ஒருவர் ஆரம்பத்தில் எப்படிப்பட்ட புத்தகத்தையும் படிக்கலாம். ஆனால் போகப்போக அவர் தன் தரத்தை மேம்படுத்திக்கொண்டே போக வேண்டும். பத்தாயிரம் புத்தகங்களைப் படித்த ஒருவரிலும் பார்க்க பத்து புத்தகங்களைப் படித்தவர் உயர்வானவராக இருக்கலாம்.

ஐம்பது வருடங்களாக வாசித்து வரும் என்னுடைய அக்கா 16 ரமணி சந்திரன் நாவல்களை சேகரித்து வைத்திருக்கிறார். இன்னும் சேர்ப்பார். சிறுவயதில் ஊர் ஊராகப் போய் அக்காவுக்கு நாவல் இரவல் கேட்பதும், பத்திரிகைகள் கடன் வாங்குவதுமாக என் வாழ்க்கை ஆரம்பித்தது. அன்று தொடங்கி இன்றுவரை எத்தனை ஆயிரம் நாவல்களை என்னுடைய அக்கா வாசித்துத் தள்ளியிருப்பார். ஆனால் அவருடைய வாசிப்பின் சிகரம் இன்றைக்கும் ரமணி சந்திரன்தான்.

இதிலே எனக்கு ஒரு படிப்பினை இருந்தது. நாவல்கள் படிப்பதில் எண்ணிக்கை பிரதானமல்ல; தரம்தான் முக்கியம். சிலர் எவ்வளவுதான் படித்தாலும் தங்கள் தரத்தை உயர்த்த முயற்சிப்பதில்லை. இன்னும் சிலரோ நாலு புத்தகங்களைப் படித்துவிட்டு அதற்கு அடுத்தபடி இலக்கியத்துக்கு நகர்ந்துவிடுவார்கள்.

இன்னும் ஓர் இருபது வருடங்கள் தொடர்ந்து எழுதினால் ரமணி சந்திரனுக்கு நாலாவது இடத்தை நான் பிடித்துவிடலாம் என்று என் அக்கா நம்புகிறார். இன்னும் இருபது வருடத்தில் அக்காவின் நிலைமை எப்படி இருக்கும்? அவருடைய நாவல் சேகரிப்பு 36 ஆக உயர்ந்திருக்கும். சமீபத்தில் பி. அனந்தகிருஷ்ணன் எழுதிய 'புலி நகக்கொன்றை' நாவலைப் படித்தபோது இந்த எண்ணங்கள் எனக்கு ஏற்பட்டன. இதை எழுதிய ஆசிரியர் இந்திய மத்திய அரசு அதிகாரியாக டில்லியில் வேலை பார்க்கிறார். அவர் முதலில் ஆங்கிலத்தில் *The Tiger-claw Tree* என்ற பெயரில் இதை எழுதி 1998 ல் பென்குயின் வெளியீடாகக் கொண்டு வந்துள்ளார். பிறகு அதே நாவலை மொழிபெயர்க்காமல் தமிழிலே திரும்பவும் எழுதினார். தமிழிலே முதலில் எழுதாததற்கு என்ன காரணம் என்று கேட்டால் 'பயம்' என்று சொல்லியிருக்கிறார். இவ்வளவு அழகான தமிழ் நடையை வைத்துக்கொண்டு பயந்தால் மற்றவர்கள் கதி என்ன ஆவது என்று நான் நினைத்தேன்.

தமிழ்நாட்டிலே வசித்த தென்கலை ஐயங்கார் குடும்பம் ஒன்றின் வாழ்க்கையைச் சொல்வதுதான் நாவல். அவர்கள் குடும்பத்தை நாலு தலைமுறையாக ஒரு சாபம், மரணத்துக்கு மேல் மரணமாகத் துரத்துகிறது. பொன்னா பாட்டி படுத்த படுக்கையில் இருந்து தன் நினைவுகளைச் சுழலவிடுகிறாள். அந்த நினைவுகள் கொள்ளுப் பேரன்களான நம்பி, கண்ணன் இவர்களைத் தொட்டுத் திரும்புகின்றன. அதேவேளை அவளுடைய இளமைக்கால ஞாபகங்களும் அவளை அசைக்கின்றன. ஒரு பெரிய நதி கரைகளையும், மலைகளையும், மரங்களையும் தொட்டுக்கொண்டு ஓடுவதுபோல இந்த நாவல்

அரசியல், சமூக மாற்றங்கள், சினிமா, ஆன்மிகம் என்று எல்லாவற்றையும் தொட்டுக்கொண்டு நகர்கிறது.

ஒரு நூறு வருட வரலாற்றை, நாலு தலைமுறைக் கதையை 300 பக்கங்களில் சுவாரஸ்யம் குறையாமல் சொல்வது பிரயத்தனமானது. தொடக்கத்திலிருந்து முடிவு வரை உண்மையின் நாதம் ஒலிப்பது இந்த நாவலின் சிறப்பு. பொன்னா, ஆண்டாள், நம்பி, கண்ணன் போன்ற பாத்திரங்களின் வார்ப்பில் பிரத்தியேகமான அழுத்தம் இருக்கிறது. சுருக்கமாகச் சொன்னால் இது இரண்டு கொள்ளுப்பேரன்களின் கதை; நம்பி அசைக்கமுடியாத ஒரு கொள்கையில் வைத்த நம்பிக்கையில் உயிரை விடுகிறான்; கண்ணனோ நிரந்தரமான கொள்கைப்பிடிப்பு ஏதும் இல்லாமல், முடிவுகளைத் தள்ளிப் போடுபவனாக வாழ்க்கையைத் தயக்கத்துடன் எதிர்கொள்கிறான். இலக்கியத் தேர்ச்சியுடனும், கலைநயம் குறையாமலும் கூறப்பட்ட நாவல் என்று இதைச் சொல்லலாம்.

இமயமலைத் தொடர்போல நாவல் பல சிகரங்களைத் தொட்டுச் செல்கிறது. விஷக்கடி வைத்தியனுக்கும் ஆண்டாளுக்குமான அந்த முடிவுபெறாத இரவு, திடீரென்று பாதை மாறுகிறது. 'கரிய மயிர் அடர்ந்த மார்பில் இரண்டு பேருக்கு தாராளமாக இடம் இருந்திருக்கும்.' பொன்னாவும் ஓர் இளம் விதவைதான். 'அம்மா, உங்கிட்ட இருக்குது புருசன் போனதோடு போகாது' அப்படி பொன்னாவைப் பார்த்து மருத்துவச்சி சொல்கிறாள். வைத்தியனுடைய தோற்றம் பொன்னாவையும் நிலைகுலைய வைத்துவிட்டது.

ஆண்டாள் கூனிக்குறுகி நிற்பாள் என்று எதிர்பார்த்தால் வேறு என்னவோ நடக்கிறது. தருணம் கொடுத்த துணிவில் ஆண்டாள் கூறுகிறாள். 'ஆமாம், நானேதான் கூப்டேன். அப்படிப் பாக்காதே. ஒண்ணும் நடக்கல. நீதான் மோப்பம் பிடிச்சுண்டு வந்துட்டயே.' ஒரு விதவைத் தாயிடம் விதவை மகள் பேசும் வார்த்தைகள். சவுக்கு சுருண்டு சுளீர் என்று உறைக்கிறது.

இன்னொன்று நரசிம்மன் தூக்குப்போட்டு சாகும் இடம். அவன் சாவுக்குக் காரணமாக இருந்த மலம் அள்ளுபவள் ஊர்வலத்தின் பின்னால் ஒப்பாரி வைத்துக்கொண்டு சுடுகாடு வரை போகிறாள். அவன் செய்தது குற்றம்; ஆனால் பெற்ற தண்டனை மிக அதிகம். அது அவளைச் சுட்டு சுடுகாடுவரை இழுக்கிறது.

பேராசிரியருக்காக கண்ணன் கலெக்டரிடம் பேசித் தோற்கும் இடம். குற்றம் சாதாரணம், ஈவ் டீசிங்கில்கூட அடங்காது. அது பொலீஸ் அக்கிரமமாக மாறி, சாதிக் கலவரம் என்ற தோற்றத்தை உண்டுபண்ணுகிறது. அத்துடன் நிற்கவில்லை. மாணவர் ஆசிரியர் போராட்டக் குழு மாவட்ட ஆட்சியாளரைப் பார்த்துப் பேசிய பிறகு முற்றிலும் புதிய வடிவம் எடுக்கிறது. அதிகார வர்க்கத்தின் அடக்குமுறை. தனி மனித தண்டனை. அதற்கு வசதியாக பலியாகிறான் கண்ணன். இத்தனையும் அற்புதமான படங்களாக சித்தரிக்கப்பட்டு மனதிலே இடம் பிடித்துவிடுகின்றது.

கண்ணனும் தாசியும் கழிக்கும் இரவு. இது மகோன்னதமாகப் படைக்கப்பட்டிருக்கிறது. 'இருங்க. இடுப்புக்கு அண்டக் கொடுக்கணும்ல.' ரவிக்கையால் மூடிய லெனின் இரண்டு பாகங்கள் இடுப்புக்குக் கீழே உதவிக்கு வருகின்றன. வெள்ளைக் கலையுடுத்திய சரஸ்வதி தேவிக்கு ஸ்தோத்திரம் நடக்கிறது. அவள் லெனினையும், கண்ணனையும் காப்பாற்றிவிடுகிறாள்.

இறுதியில் நம்பியின் முடிவு. வசைகளிலே எத்தனை வகையுண்டோ அத்தனையும் இலக்கியத் தன்மையோடு வெளிவருகின்றன. அரச பயங்கரவாதத்தைத் தமிழில் முதலில் சொன்ன காவியம் சிலப்பதிகாரம் என்றால் இந்த நாவல் அதையே மிகையில்லாமல், சிறப்பாக கூர்மையாகச் சொல்கிறது. இங்கேயும் முறையான விசாரணை இல்லாமல் ஒருவன் அரச பயங்கரவாதத்தின் உச்சத்தில் அநியாயமாகக் கொல்லப் படுகிறான்.

'நம்பி ஐந்து நாட்கள் பிணவறைத் தரையில் அமைதியாக அழுகினான். அவனது காயங்களும் அழுகி அடையாளம்

தெரியாமல் கரைந்தன. அவனுடைய உடல் பனை ஓலையில் தாறுமாறாகக் கட்டப்பட்டு குடும்பத்தினரிடம் கொடுக்கப்பட்டது. புகையிலைக் கருப்பட்டிச் சிப்பம். அதே வண்ணம். அதே ஒழுகல். நாற்றம்தான் வேறுமாதிரி... ஒரு கள்ளி படர்ந்த திருவனந்தபுரச் சுடுகாட்டில் அவன் புகைந்துபோனான்.' இந்த வார்த்தைகள் வெகு காலமாக வாசகர்களின் மனதில் புகைந்துகொண்டிருக்கும்.

அரசியல், சமூக மாற்றங்கள், சினிமா, ஆன்மிகம் எல்லாம் அளவோடு பின்னிப் பிணைந்து வருகின்றன. காங்கிரஸ், திமுக, கம்யூனிஸ்ட், பெரியார் சித்தாந்தங்களும், காந்திஜி, ராஜாஜி, திலகர், வ.வெ.சு ஐயர் நடவடிக்கைகளும், ஆஷ் கொலை வழக்கும் இன்னும் உலக சம்பவங்கள்கூட நாவலில் சரியான இடங்களில் தலைகாட்டினாலும் எந்தச் சமயத்திலும் அவை அதன் ஓட்டத்தை இழுத்து நிறுத்தவில்லை.

The Statesman இந்த நாவல் *One Hundred Years of Solitude* கதையை நினைவூட்டியதாகக் குறிப்பிட்டிருந்தது. எனக்கும் அவ்விதமே அடிக்கடி தோன்றியது. நாலு தலைமுறை வந்தது ஒரு காரணம். மற்றது ஒவ்வொரு சாவும் உள்ளத்தை உருக்குவதாக இருந்தது. ராமனுடைய மரணம். ஆண்டாளுடைய சிறுவன்/கணவன் மரணம். லட்சுமியின் மரணம். நரசிம்மனுடைய சாவு. இறுதியில் நம்பி கொல்லப்படும் கொடூரம். இவை எல்லாமே சீக்கிரம் மனதைவிட்டு அகலாது.

தமிழ் நடை தெளிந்த நீரோடைபோல சுகமாக இருக்கிறது. இது ஆசிரியருடைய முதல் எழுத்து என்பதை நம்பவே முடியவில்லை. இப்படி அழகான நடை சாதாரணமாக எல்லோருக்கும் கிட்டுவதில்லை. சில உதாரணங்களைப் பாருங்கள்.

'இவளுக்குள் நேரம் ஏற ஏற ஆசை அதிர்ந்து தளும்பும். வழியாமல் பார்த்துக்கொள்வது பெரும்பாடு.' 'எரியும் நிலக்கரிபோல் கண்கள்' 'எளுபதைத் தாண்டி ஐஞ்சு வருஷம் ஆயிட்டு. பாம்பு நெளியற சத்தம் கூட இன்னிக்கு வரைக்கும் கேக்குது எனக்கு.'

'முந்தைய படங்களில் கரகரத்த தொண்டையில் பேசும் வில்லன்களுடன் கத்திச்சண்டை போட்டுப் பிதுங்கிச் சதை வழிந்து வெளித்தள்ளிய இடுப்புகளைக் கொண்ட, காப்பாற்றப்படக்கூடாத கதாநாயகிகளைக் காப்பாற்றினார்.'

'எல்லாரும் திருடனுங்க. மேகவெட்டைச் சாமானுங்க. இரண்டணா தேவிடியாகூட பக்கத்தில் வர யோசிப்பா.' 'அழுகின்ற குழந்தை ஒன்றை அதனுடைய தாய் வாயில் அடித்தே அடக்கிக்கொண்டிருந்தாள்.'

'ஆனால் ஜன்னல் கொழுத்த குறைவாயுள் கொண்ட மழை முத்துக்களைச் சேர்க்கத் தொடங்கியதில் மரங்கள் சீக்கிரம் மறைந்துபோயின.'

இப்படிப் பல அற்புதமான வசனங்கள். இவற்றை எழுதிய ஆசிரியர் தனக்கு தமிழில் எழுத பயம் என்று கூறியிருந்தது என் ஆச்சரியத்தைக் கூட்டியது.

இந்த நாவலின் தலைப்பு பிரமாதம். இப்படியான ஒரு நாவலுக்கு தலைப்பு வைப்பது சிரமமானது. ஆனால் இந்தத் தலைப்பு மிகவும் பொருத்தமாக அமைந்துவிட்டது.

ஐங்குறுநூறு 142ஆவது பாடலில் இருந்து தனக்கு இந்த நாவலுக்கான தலைப்பு கிடைத்ததாக ஆசிரியர் சொல்கிறார்.

> *எக்கர் ஞாழல் இறங்கிணர்ப் படுசினைப்*
> *புள்ளிறை கூருந் துறைவனை*
> *உள்ளேன் தோழி படீஇ இயரென் கண்ணே.*

'தோழி கேள். நான் அவனைப்பற்றி நினைக்கமாட்டேன். யாரை? எவன் நாட்டின் மணலடர்ந்த கரையில் இருக்கும் புலி நகக் கொன்றை மரத்தின் தாழ்ந்த, பூத்திருக்கும் கிளைகளில் பறவைகள் ஆக்கிரமித்துக் கூச்சல் இட்டு அழிவு செய்துகொண்டிருக்கின்றனவோ அவனை. என் கண்களுக்குச் சிறிது தூக்கம் கிடைக்கட்டும்.' (ஞாழல் - புலி நகக் கொன்றை)

உண்மையில் இது காதலைச் சொல்லும் பாடலல்ல; குடும்பத்தைப் பற்றியது. எவ்வளவுதான் துன்பம் வந்தாலும்

அவற்றைத் தாங்கிக்கொண்டு மரம் நிற்கிறது. பட்சிகள் அதன் கிளைகளையும், பூக்களையும் கொத்தி அழிவு செய்தபடியே இருக்கின்றன. ஆனால் மரம் ஒன்றுமே செய்வதில்லை, எதிர்பார்ப்பதும் இல்லை. உயிர் கொடுத்தபடியே இருக்கிறது. புலி நகக் கொன்றை. இதைவிடப் பொருத்தமான தலைப்பு கிடைத்திருக்குமா என்பது சந்தேகம்தான்.

கண்ணன் அழகான பாத்திரம். நாவலிலேயே சொல்லியிருப்பதுபோல ஒரு குழப்பமே உருவான ஹம்லெட்தான். சினிமா, திமுக, கம்யூனிஸ்ட் கட்சி, கடைசியில் ஆன்மிகம் என்று அவன் பயணம் தொடர்ந்தாலும் இறுதியில் அவனிடம் சிறிது இரக்கம் ஏற்படுகிறது. நிபந்தனைகளோடு வந்த உமாவின் காதலில் அவனுக்கு நிறைவு கிடைக்கவில்லை. தாசியிடம் போகிறான். ரோசாவை மணமுடிக்கக் கேட்கிறான். மறுபடியும் உமாவிடம் போகும் ஆசை துளிர்க்கிறது. இப்படிக் கதை போகிறது.

குறையென்று ஏதாவது கூறவேண்டும் என்று பிடிவாதமாகப் பார்த்தால் ஒன்று, நாவலின் தொடக்கத்தைச் சொல்லலாம். இதைக் கொஞ்சம் சுவாரஸ்யமாக அமைத்திருக்கலாம். இந்தத் தொடக்கம் பல வாசகர்களை விரட்டிவிடும். இரண்டு, கண்ணன் திடீரென்று ரோசாவை மணக்கும்படி கேட்கிறான். இதற்கான காரணம் வலுவாகக் காட்டப்படவில்லை, அவன் குழப்பமான மனிதனாக இருந்தாலும்கூட. மூன்றாவது கண்ணன், உமா, ராதா பாத்திரங்களை இன்னும் கொஞ்சம் ஓடவிட்டிருக்கலாம். அவர்கள் வரும்போதெல்லாம் புதுக் காற்று அடித்தது.

முடிவை நெருங்கும்போது பதினெட்டாம் நாள் போரில் வீமனுடைய மனம் அடைந்த குழப்பத்துடன் என் மனம் கண்ணனை ஒப்பிட்டது. கண்ணனுக்கு வெற்றியா, தோல்வியா? பெரிய எதிர்பார்ப்புகள் கொண்ட மனிதனல்ல அவன். உமாவுக்காக ஐ.ஏ.எஸ் பரீட்சை எழுதுகிறான், அவளுக்காக தன் வாழ்க்கை முறையையே மாற்றச் சம்மதிக்கிறான். எந்த அதிகாரம் மிகவும் கொடூரமான முறையில் அவனுடைய வேலையைத் தற்காலிகமாகப் பறித்து அவமானம் செய்ததோ

அதே அதிகாரப் படையில் சேர்வதற்கு டெல்லி போகிறான். மிகப்பெரிய முரண். பதினெட்டு அத்தியாயங்கள், மிகவும் பொருத்தமானதே. பகவத் கீதைகூட 18 அத்தியாயங்கள்தான். இதை யோசித்தே ஆசிரியர் அதிகாரங்களை அமைத்திருப்பார் என்று எனக்குப் படுகிறது.

கடந்துபோன ஆண்டுகளில் நான் வாசித்த நாவல்களில் (ஆங்கிலம் உள்பட) மனதுக்குப் பிடித்த சிறந்த பத்து நாவல்களில் இதுவும் ஒன்றாக இருக்கும். தேடுபவனிடம் தரமான இலக்கியங்கள் சிக்கும். அபூர்வமான சிற்பக் கலை நிபுணர் ஒருத்தர் பார்த்துப் பார்த்துச் செதுக்கியதுபோல இந்த நாவல் மிகவும் நுட்பமானதாக அமைந்திருக்கிறது. அல்லது யாளியின் வாயில் காலம் காலமாக உருண்டு தேய்ந்து வழுவழுப்பான, உருட்ட முடிந்த ஆனால் எடுக்க முடியாத, கல் உருண்டைபோல என்றும் சொல்லலாம். அல்லது தேர்ந்த கலைஞன் இரவும், பகலும் கவனம் குறைவுபடாமல் இழைத்த 120 கண் பத்தமடைப் பாய் போல என்றும் சொல்லலாம்.

புத்தகத்தைக் கீழே வைத்துவிட்டேன். புள்ளினங்கள் இன்னும் மரத்தைச் சுற்றிப் பறந்துகொண்டிருக்கின்றன. அவற்றின் சத்தம் அடங்காது. அவை சொல்லும் சங்கதிகளுக்கும் ஓய்வில்லை.

2. பேய்களின் கூத்து

பனிக்காலத்தின் ஆரம்பத்தில் நான் அமெரிக்காவுக்குச் சென்றேன். அங்கு தங்கியிருந்த சமயத்தில் மூன்று புத்தகங்கள் படித்தேன். இப்பொழுதெல்லாம் நல்ல புத்தகங்கள் வாங்குவது கஷ்டமாகிவிட்டது. ஆகவே நண்பர்களின் பரிந்துரைகளையும், பத்திரிகைகளின் மதிப்பீடுகளையும் வைத்து அவற்றைத் தீர்மானிக்கிறேன். என் விஷயத்தில் நல்லகாலமாக மூன்று புத்தகங்களுமே எனக்குப் பிடித்துக் கொண்டன. ஆனாலும் *Aminatta Forna* எழுதிய *The Devil That Danced On The Water* என்ற புத்தகத்தை என்னால் மறக்க முடியவில்லை. அதற்குக் காரணம் இருந்தது.

நான் வேலைசெய்த முதல் ஆப்பிரிக்க நாடு சியரா லியோன். இந்த நாவல் இந்த நாட்டின் பின்னணியில் எழுதப்பட்டது. சில சம்பவங்கள், ஏன் சில பாத்திரங்கள்கூட எனக்குப் பரிச்சயமானவை. இது ஒரு கற்பனை நாவல் அல்ல. சரித்திரம் அல்ல. சுயசரிதை அல்ல. இவை எல்லாம் கலந்த ஓர் அற்புதமான கதை.

சுதந்திரம் அடைந்த சியாரா லியோனின் இரண்டாவது பிரதமர் சியாக்கா ஸ்டீவன்ஸ். அவருடைய நிதி மந்திரி

முகம்மட் போர்னா. நேர்மையானவர். நாட்டின் நிதியைத் தவறான வழியில் பிரதமர் செலவு செய்வதை எதிர்த்துப் பதவி துறக்கிறார். இறுதியில் தேசத்துரோகக் குற்றம் சாட்டப்பட்டு தூக்கிலிடப்படுகிறார்.

அமினாட்டா அவருடைய மகள். தகப்பனைத் தூக்கிலிட்டபோது அவருக்கு வயது பத்து. இந்த நாவல் அமினாட்டாவின் முதல் பத்து வருடங்களையும், போர்னாவின் கடைசிப் பத்து வருடங்களையும் சொல்கிறது. அமினாட்டா ஸ்கொட்லாந்திலும் இங்கிலாந்திலும் படித்து தற்போது பி.பி.சியில் ஒலிபரப்பாளராக வேலை பார்க்கிறார். அத்துடன் எழுத்தாளர். பல வருட ஆராய்ச்சிகளுக்குப் பிறகு இந்தப் புத்தகத்தை எழுதியிருக்கிறார்.

ஒரு நூலகத்தை இரண்டாகப் பிரிக்கலாம் என்று சொல்வார்கள். ஒரு பக்கத்தில் 'பொய்' என்று எழுதி வைத்து எல்லா கற்பனை சமாச்சாரங்களையும் அங்கே அடுக்கி வைக்கலாம். இன்னொரு பக்கத்தில் 'உண்மை' என்று பதிந்து சரித்திரம், விஞ்ஞானம், கணக்கியல் போன்ற நூல்களுக்கு இடம் கொடுக்கலாம். கற்பனை வசீகரங்களுடன் முழுக்க முழுக்க உண்மைச் சம்பவங்களையும், சரித்திர நிகழ்ச்சிகளையும் கொண்ட அமினாட்டாவின் புத்தகம் எந்த வகையைச் சார்ந்தது?

லத்தீன் அமெரிக்க நாவல் ஆசிரியர்களின் கற்பனை அடிக்கடி சரித்திரக் கோடுகளை மீறுகின்றன என்ற குற்றச்சாட்டு உண்டு. அமினாட்டாவின் நாவலில் கற்பனை வளம் கரைபுரண்டாலும் வரலாற்றை மங்கலாக்காமல் தன் வேலையை அது ஒழுங்காகச் செய்கிறது. அமினாட்டாவே ஓர் இடத்தில் சொல்கிறார்: 'முற்றிலும் கற்பனை நாவலாக இருந்தால் இந்தக் கதையின் முடிவில் சிதிலமான நுனிகளை எல்லாம் நைஸாக முடிந்து அழகிய குஞ்சமாக்கிவிடலாம். ஆனால் இது உண்மைக் கதை. சில நுனிகள் அசிங்கமாகத் தொங்கத்தான் செய்யும்.'

இன்னும் ஒரு வித்தியாசம். வழக்கமாக ஆப்பிரிக்காவைப் பற்றிய புத்தகங்கள் ஆப்பிரிக்கர்களால் எழுதப்பட்டிருக்கும். அதில் ஆப்பிரிக்க மூளையையும், ஆப்பிரிக்கச் சிந்தனையையும் காணலாம். ஆப்பிரிக்க நடையும், பழமொழிகளும்,

சொல்லாட்சிகளும் அங்கங்கே மெருகூட்டும். இது அப்படியல்ல. ஆங்கிலச் சிந்தனையில், ஆங்கில நடையில் சொல்லப் பட்டிருக்கிறது. ஸ்கொட்லாந்தில் எழும்பிய காற்று ஆப்பிரிக்க சிவப்பு மண்ணில் புரளுகிறது. அந்த மண்ணில் எழும் மணம் உலகத்துக்குச் சொந்தமானதாகப் பரிமளிக்கிறது.

கதை இதுதான். ஆப்பிரிக்காவின் சியாரா லியோன் நாட்டில் வடக்குப் பகுதியில் ஒரு சிறு கிராமம். இங்கே பெண்கள் ரகஸ்யக் கூட்டத்தின் தலைவி துடைப்பக்கட்டையைத் தூக்கித் தலைக்கு மேல் பிடிக்கிறாள். அதன் அர்த்தம் ஒரு பெண் இறந்துவிட்டாள். அவளுக்குப் பிறந்த குழந்தை அனாதையாகிவிடுகிறது. அந்தக் குழந்தையின் பெயர் முகம்மட் போர்னா, இந்தக் கதையின் நாயகன்.

இதிலே ஒரு லாபம் இருந்தது. அந்தக் கிராமத்தில் ஒரு பள்ளிக்கூடம் திறந்திருந்தார்கள். பாதிரியார் கிராமத் தலைவரிடம் போய் வீட்டுக்கு ஒரு பிள்ளையைப் பள்ளிக்கூடத்துக்கு அனுப்பும்படி வேண்டுகிறார். தலைவரும் பாதிரியாரில் இரங்கி சம்மதிக்கிறார். எல்லாத் தாய்மாரும் தங்கள் தங்கள் பிள்ளைகளைப் பள்ளிக்கூடத்துக்கு அனுப்பாமல் காப்பாற்றுகிறார்கள். முகம்மட்டுக்கு அப்படிக் காப்பாற்ற ஒரு தாய் இல்லை. ஆகவே அவன் பள்ளிக்கூடம் போகிறான். அப்படித்தான் அவனுடைய படிப்பு ஆரம்பமாகிறது.

ஆனால் அவன் கெட்டிக்காரன். இயற்கையாகவே படிப்பில் ஆர்வம் உண்டு. பள்ளிப்படிப்பை முடித்துக்கொண்டு உபகாரச் சம்பளத்தில் மேல்படிப்புக்கு ஸ்கொட்லாந்து செல்கிறான். சியாரா லியோன் கிராமத்தில் இருந்து ஸ்கொட்லாந்து போகும் முதல் மாணவன் இவன்தான். மூன்றாம் ஆண்டு மருத்துவம் படிக்கும்போது *(1959)* மொறீன் என்ற வெள்ளைக்காரப் பெண்ணைக் காதலிக்க ஆரம்பிக்கிறான். அந்தப் பெண்ணின் கரத்தைக் கேட்டு (என்ன துணிச்சல்?) அவள் தகப்பனிடம் பேசுகிறான். அதற்கு தகப்பன் ‘அப்படியா, கறுப்புப் பையன் கறுப்புப் பெண்ணை மணக்கலாம். சீனப்பெண்ணை சீனாக்காரன் மணக்கலாம். பச்சைப் பெண்ணை (அப்படி

ஒன்று இருந்தால்) பச்சைப் பையன் மணக்கலாம்' என்று சொல்கிறார். அதுவே அவருடைய பதில்.

முகம்மட் உடைந்துபோகவில்லை. ரகஸ்யமாக மொறீனைத் திருமணம் செய்கிறான். மூன்று பிள்ளைகள் பிறந்த பிறகு தாய் நாட்டுக்குத் திரும்பி அரசாங்க மருத்துவமனையில் டொக்டராக வேலை பார்க்கிறான். அங்கே அவனுக்குப் பல அதிர்ச்சிகள். கருவிலே இறந்து பிறந்த சிசுக்களைப் பிரசவ அறையிலேயே புத்தகங்கள் அடுக்குவது போல ஷெல்ஃபில் அடுக்கிவைத்திருக்கிறார்கள். கருச்சிதைவு செய்யும்படி மேலதிகாரி இவருக்குக் கட்டளைகள் இட்டபோதும் மறுக்கிறார். கடைசியாகப் பணியிலிருந்து விலகி, தன்னுடைய கிராமத்தில் தனியார் மருத்துவமனை ஒன்று ஆரம்பிக்கிறார்.

ஏழைக் கிராம மக்களிடையே அவர் புகழ் பரவுகிறது. சியாக்கா ஸ்டீவன்ஸ் என்ற தொழிற்சங்கத் தலைவருடன் சேர்ந்து புதுக்கட்சி ஆரம்பித்து, தேர்தலில் போட்டியிடுகிறார். இவர்களுக்கு அமோகமான வெற்றி. ஆனாலும் அரசை ஸ்தாபிக்க முடியவில்லை. பல எதிர்ப்புகள். ராணுவப் புரட்சிகள். இறுதியில் 1967ல் சியாக்கா ஸ்டீவன்ஸ் பிரதமராகப் பதவி ஏற்கிறார். அவருடைய நிதி மந்திரியாக இரண்டாவது இடத்தில் டொக்டர் முகம்மட் போர்னா.

போர்னாவின் புகழ் உலக வங்கி மட்டும் எட்டுகிறது. அதே சமயம் அவர் வளர்த்த கட்சியிலே பிளவு, தாம்பத்தியத்திலும் பிளவு. மொறீன் மணத்தை முறித்துக்கொண்டு பிள்ளைகளை எடுத்துச் சென்று இன்னொரு திருமணம் செய்கிறார். போர்னாவும் ஓர் ஆப்பிரிக்கப் பெண்ணை மணந்துகொண்டு பிள்ளைகளைத் திரும்பப் பெறுகிறார். சியாக்கா ஸ்டீவன்ஸுடன் இவருடைய மோதல் பகிரங்கமாகிறது. அரசாங்கப் பணத்தை நேர்மையற்ற வழிகளில் அவர் விரயமாக்குவதை போர்னா எதிர்த்துப் பதவி விலகுகிறார். அப்பொழுதும் அவர் பிரச்சினை தீரவில்லை. அவர் உயிருக்கு ஆபத்து. தன் மனைவியையும் பிள்ளைகளையும் ரகஸ்யமாக இங்கிலாந்துக்கு அனுப்புகிறார்.

சியாக்கா ஸ்டீவன்ஸிடம் ஓர் அடியாள் இருந்தார். அவர்

பெயர் எஸ்.ஐ.கொறோமா. 1971ம் ஆண்டு நாடு குடியரசாகி சியாக்கா ஸ்டீவன்ஸ் ஜனாதிபதியாகப் பதவியேற்கும்போது இவர் உப ஜனாதிபதியாவார். சியாக்கா ஸ்டீவன்ஸுக்கு எதிரிகளைப் பிடிக்காது. எஸ்.ஐ.கொறோமாவின் முக்கியத் தொழில் இந்த எதிரிகளை அகற்றுவது. அவரிடம் எப்பவும் மாக்கியவல்லியின் 'இளவரசன்' புத்தகம் இருக்கும். அதில் சொல்லப்பட்ட 'மனிதனையும் ஆற்றையும் கட்டுப்படுத்தலாம், ஆனால் நம்ப முடியாது' என்ற வாசகத்தில் அவருக்குத் தீராத பற்று. நம்ப முடியாத மனிதர்களை அவர் பலவித உத்திகளை பாவித்து அகற்றினார். இப்பொழுது முகம்மட் போர்னா ஒரு நம்பமுடியாத மனிதராக மாறியிருந்தார்.

காரணமில்லாமல் போர்னா சிறையிலடைக்கப்பட்டு சில வருடங்களுக்குப் பிறகு வெளியே வருகிறார். மீண்டும் கைது செய்து அவர் மேல் தேசத்துரோகக் குற்றம் சுமத்தப்படுகிறது. முற்றிலும் எஸ்.ஐ. கொறோமாவினால் சோடிக்கப்பட்ட இந்த வழக்கில், போர்னாவுக்கு தூக்குத் தண்டனை கிடைக்கிறது. அவருடைய கடைசி மகள் அமினாட்டா இருபத்தைந்து வருட காலத்திற்குப் பிறகு தகப்பனுடைய கதையை எழுதுகிறார்.

ஒரு யோக்கியன் அதிகார சக்திகளை எதிர்த்து நின்று தோற்றுப் போகும் கதை இது. நூல் முழுக்க வருத்தமும், பிரிவும், ஆதங்கமும், சோகமும் கலந்திருந்தாலும் இது ஓர் ஆப்பிரிக்க கிராமத்து சிறுமியின் கதையையும், தனி மனிதன் கதையையும், ஒரு நாட்டின் கதையையும் சொல்கிறது. ஆப்பிரிக்காவின் நீண்ட சரித்திரத்தில் ஒரு சிறு நறுக்கு நேர்மையாகப் பதிவு செய்யப்படுகிறது. ஒரு சிறுமியின் கண்களால் ஆப்பிரிக்க கிராம வாழ்க்கை விவரிக்கப்படும்பொழுது *Isabel Allende*யின் எழுத்து வசீகரம் அடிக்கடி பளிச்சிடுகிறது.

ஒரு நாவலின் முதல் சிறப்பான அம்சம் அதன் வாசிப்புத்தன்மை *(readability)*. எப்படியோ தமிழில் இலகுவான வாசிப்புத்தன்மை கொண்ட படைப்புகள் ஆழமானவையல்ல என்ற கருத்து ஊன்றிவிட்டது. நல்ல வாசிப்புத்தன்மை கொண்ட நல்ல நாவல்களும் இருக்கின்றன. அதில் இது ஒன்று. ஒரு பூனை

படுத்திருப்பதுபோல இந்த நாவல் மிக இயற்கையாக அமைந்திருக்கிறது. சிறிது சிறிதாக வேலைப்பாடுகள் செய்து உருவாக்கிய ஓர் அழகான மாளிகைக்குள் நுழைவதுபோல படிக்கப் படிக்க இதன் சுவாரஸ்யம் கூடிக்கொண்டே போகிறது.

இந்தக் கதையைச் சொல்வதில் ஒரு சங்கடம் உண்டு. தூக்குத் தண்டனை பெற்ற ஒரு தகப்பனைப் பற்றி மகள் எழுதும் கதை. இதில் ஒரு பக்க சாய்வு ஏற்படும் வாய்ப்பு இருக்கிறது. இதை எழுதுவதற்குப் பல வருட ஆராய்ச்சிகளும், நேர்முக விசாரணைகளும் தேவையாக இருக்கின்றன. இருபக்க ஆதாரங்களையும், தன் முடிவுக்குச் சாதகமில்லாத சில தகவல்களையும்கூட, வாசகர்களுடன் பகிர்ந்துகொள்வதிலிருந்து அமினாட்டாவின் நேர்மை புலப்படுகிறது.

ஒரு சரித்திர மாணவனுக்கு இந்த நாவலில் சில குழப்பங்கள் ஏற்படலாம். கால ஒழுங்கின்படி கதை சொல்லப்படவில்லை. முன்னுக்குப் பின்னாக சம்பவங்கள் வருகின்றன. எந்த ஆண்டு எந்தச் சம்பவம் என்று ஊகிக்க வேண்டியிருக்கிறது. பல இடங்களில் ஒக்டோபர் என்றும் ஜூலை என்றும் வருடங்கள் போடாமல் மொட்டையாக ஆசிரியர் குறிப்பிடுகிறார். இன்னும் சில இடங்களில் 'எனக்கு ஆறு வயது நடந்தபோது' என்று ஆரம்பித்து அமினாட்டா சம்பவத்தை விவரிக்கிறார். இப்படியான சிறு குழப்பங்களைத் தவிர்த்திருக்கலாம் என்று படுகிறது.

ஆனால், அமினாட்டாவின் எழுத்தில் கவிதை சொட்டுகிறது. அபர்டீனில் எழும்பிய காற்று ஆப்பிரிக்க மண்ணில் புரளுகிறது. அந்த மண்ணில் எழும் மணம் உலகத்துக்குச் சொந்தமானதாக வீசுகிறது. அமினாட்டாவிடம் இருந்து அசாதாரணமாகப் புறப்படும் சொல்லாட்சியும், பிரயோகங்களும் மனதை அசைக்கின்றன. இதைப் பாருங்கள்.

அவள் சிறுமி. பிளாஸ்டிக் வாளியைத் தலையிலே சுமந்தபடி வருகிறாள். சிவப்பு மண் பட்ட செருப்பில்லாத பாதங்கள். தோளில் கவுன் ஒரு பக்கம் நழுவி விழுகிறது. அவளுடைய ஒவ்வொரு அடிக்கும் பெரிய வாய் வாளியிலிருந்து தண்ணீர்

தெறிக்கிறது. சிறு சிறு வானவில்களை சிருஷ்டித்தபடியே வருகிறாள். என்னைக் கண்டதும் சிரித்தாள்.

சாதாரண வார்த்தைகள். ஒரு படம் எங்கள் கண்முன் அப்படியே விரிகிறது.

இன்னொரு காட்சி. அமினாட்டா 25 வருடங்கள் கழித்து ஆப்பிரிக்காவுக்கு வருகிறாள். தான் சிறுமியாக வசித்த குக்கிராமத்தில் தன் மாமியாரை (அடமா) சந்திக்கிறாள்.

'ஓ, அடமா, அடமா'

'என் அமினாட்டா, என் அமினாட்டா.'

'எங்கள் இருவருக்கும் இடையில் நசுங்கிப்போன காற்றில் 25 வருடங்களும், இரண்டு கண்டங்களும், ஒரு போரும் தொங்கின.' ஒரு நீண்ட பாராவில் சொல்லவேண்டிய ஒன்றை ஒரு வரியில் சொல்லிவிடுகிறார் அமினாட்டா. தான் சிறுமியாக இருந்தபோது நடந்த சம்பவத்தை அமினாட்டா விவரிக்கிறார்.

'என்னைத் தாண்டி அந்தக் கார் போனது. பிறகு நின்றது. காரிலிருந்தபடியே அந்தப் பெண் என்னைப் பார்த்துக் காறி உமிழ்ந்தார். ஒரு பெரிய பந்துபோல அந்த எச்சில் என் காலடியில் வந்து விழுந்தது. அதை நான் குனிந்து பார்த்தேன். ஒரு கடல் நுண்ணுயிர் போல அது புழுதியில் பரவியது. அதன் ஓரங்கள் துடித்து உயிர் ஜந்துபோல அசைந்தது.'

அமினாட்டாவின் கிராமத்தில் ஒரு நம்பிக்கை இருந்தது. பகல் காலத்தின் ஒளி மறைந்து, இருளின் ஆதிக்கம் தொடங்கும் சமயம் பேய்கள் தண்ணீரின் மேல் வந்து கூத்தாடும் என்று. அது மிகவும் உண்மை. உலகத்தில் நீதி போய், அநீதி தலைதூக்கும்போது பேய்கள் ஆட்சி அமைக்கின்றன. பொலீவியன் காடுகளில் சே குவேரா 'போர்வீரர்களே, சரியாகக் குறிவையுங்கள்' என்று சத்தம் போட்டபடியே செத்தான். அவன் இறந்த பிறகும் அவன் கைகளைத் துண்டித்தார்கள். இரண்டு மாதங்கள் மட்டுமே பிரதமராகப் பதவி வகித்த பற்றிஸ் லுமும்பா, கொங்கோ காடுகளில் கொடூரமாகக் கொல்லப்படுமுன் தன் மனைவிக்கு

'எனக்காக அழாதே, என் தோழமைக்காரியே' என்று செய்தி விட்டான்.

அப்பொழுதெல்லாம் பேய்கள் ஆட்சிசெய்தன. அந்த ஆட்சிகளில் நீதி கிடைக்கவில்லை. அதிகாரத்தினால் தடயங்கள் உண்டாக்கி, பொய் சாட்சிகள் புனைந்து, தூக்கிலிடப்பட்ட போர்னாவுக்கும் நீதி மறுக்கப்படுகிறது. அவருடைய உடல் அடையாளம் இல்லாத ஒரு மயானக் குழியில் புதைக்கப்படுகிறது.

அமினாட்டா எழுதுகிறார். 'என்னுடைய தகப்பனாரின் உடலை மட்டும் அவர்கள் அழிக்கவில்லை. அவருடைய சிந்தனைகள், லட்சியங்கள் எல்லாமே அழிந்தன. இந்தப் பெரிய மயானத்தில் அவர் உடலின் எச்சங்கள் எங்கே புதைக்கப் பட்டன? ஒருவேளை என் தகப்பனாரின் எலும்புகளின் மேல் நான் நடக்கிறேனா.' இப்படி நாவல் முடிகிறது.

நான் சியாரா லியோனில் வசித்தபோது நடந்த ஒரு சம்பவம் இந்த நாவலுடன் தொடர்புடையது. எங்களுடைய குடும்ப வைத்தியர் பெயர் டொக்டர் சௌத்திரி. இந்தியாவில் இருந்து வந்து ஓர் ஆப்பிரிக்கப் பெண்ணை மணம் முடித்து அங்கேயே தங்கிவிட்டவர்.

அவரும் டொக்டர் போர்னாவும் சிறிது காலம் ஒன்றாக வேலை செய்தவர்கள். ஆகவே நண்பர்கள். போர்னாவை தேசத்துரோகக் குற்றம் சாட்டி சிறையில் அடைத்தபோது சிறைக்கூட வைத்தியராக வேலை பார்த்தவர் சௌத்திரி. வழக்கை விசாரித்த நீதிபதி தூக்குத்தண்டனை விதித்தார். மரண தண்டனைக் குற்றவாளிகளைத் தூக்கிலிடுவதற்கு முதல் நாள் நிறுத்துப் பார்த்து அவர்கள் எடையைக் குறித்து வைத்துக் கொள்வார்கள்.

காரணம் அதே அளவு எடையுள்ள மண் சாக்கைத் தூக்கு மரத்துக் கயிற்றில் ஒத்திகை பார்த்து, கயிற்றின் வலிமையை உறுதி செய்வதுதான். தூக்கு மரத்துப் பொறிகள் எல்லாம் வேலை செய்கின்றனவா என்று திருப்பித் திருப்பி சோதனை செய்து பார்ப்பார்கள். தூக்கு மரத்தில் தொங்கவிடுவதற்கும்

ஒரு முறை உண்டு. பொறி விலகி விழும்போது கழுத்து எலும்பு முறியவேண்டும். அதுவே வேதனை இல்லாத சாவு. எடை கூடிய தூக்கு கைதிக்கு கட்டையான கயிற்றையும், எடை குறைந்த கைதிக்கு நீளமான கயிற்றையும் பாவிப்பார்கள். ஒரு 150 ராத்தல் கைதி குறைந்தது ஆறு அடி தூரம் காற்றில் விழவேண்டும் என்பார் சௌத்திரி.

முதல் நாள் இரவு முழுக்க போர்னா தூங்கவில்லை. சிறு வயதில் அவர் கற்ற ஒரு பாடலையே திருப்பித் திருப்பி உரத்த குரலில் பாடிக்கொண்டிருந்தாராம். அப்படி மற்ற கைதிகள் கூறினார்கள்.

Hang down your head Tom Dooley
Hang down your head and cry
Hang down your head Tom Dooley
Poor boy you are bound to die

(தலையை தொங்கப் போடு டொம் டூலி
தலையை தொங்கப் போட்டு அழு
தலையை தொங்கப் போடு டொம் டூலி
பாவியே நீ சாவது நிச்சயம்.)

டொக்டர் சௌத்திரி தன் நண்பரைக் கட்டிப்பிடித்து விடை பெறுகிறார். இவ்வளவு சிறை நெருக்கடியிலும் போர்னாவின் உடலும் சரி, உள்ளமும் சரி தளரவில்லை. சௌத்திரியின் முதுகில் தட்டிக் கொடுத்து போர்னாதான் ஆறுதல் சொல்ல வேண்டியிருக்கிறது.

ஜூலை 19, 1975 இரவு நடு நிசி. போர்னாவை தூக்கு மேடைக்கு அழைத்துச் செல்கிறார்கள். அவருடைய கைகள் கட்டப்பட்டு, கறுப்புத் துணியினால் முகம் மறைக்கப்படுகிறது. பிரிட்டிஷ் முறைப்படி செய்யப்பட்ட சுருக்குக் கயிற்றில் (அமெரிக்க முறையில் பல மடிப்பு சுருக்குகள் இருக்கும்) போர்னாவின் கழுத்து மாட்டப்படுகிறது. பொறியை இழுத்ததும் உடல் தொங்குகிறது.

19ம் தேதி நடு நிசியில் தூக்கு மேடை ஏறியவர் 20ம் தேதி

பிணமாகக் கீழே விழுகிறார். டொக்ரர் சௌத்திரி, கழுத்து எலும்பு முறிந்து உயிர் பிரிந்ததை உறுதி செய்கிறார்.

சடலத்தைத் திறந்த லொறியின் பின் பகுதியில் அலட்சியமாக எறிந்து ரோகுப்பா மயானத்துக்குக் கொண்டு போகிறார்கள். அதிகாரத்தில் இருப்பவர்களுக்கு தடயங்கள் எதிரி. அந்த உடலை அமிலத்தில் கரைத்துக் கரைத்து உருமாற்றுகிறார்கள். மிச்சம் மீதியை அடையாளமில்லாத ஆழமான ஒரு குழியில் புதைத்துவிடுகிறார்கள்.

'திம்னி' மொழியில் கிழமைகளுக்குச் சொல் இல்லை. மாதங்களுக்கு இல்லை. வருடங்களுக்கும் இல்லை. எல்லாமே அடையாளம் இல்லாத ஒரு நீண்ட காலவெளி. முகம்மட் போர்னா என்ற மனிதன் இந்தக் காலவெளியில் தோன்றி, இந்தக் கால வெளியிலேயே மறைந்துபோகிறான் அவன் வாழ்ந்ததற்கான ஒரு சாட்சியமும் இல்லை.

பாடெம்பா சிறைக்கூடத்தில் தடித்த கறுப்பு அட்டை பேரேடு ஒன்று இருக்கிறது. அந்தச் சிறையில் மரண தண்டனை அனுபவித்த காடையர்கள், கொள்ளைக்காரர்கள், கொலையாளிகள், வல்லுறவுக்காரர்கள் என்று எல்லோருடைய பேர்களும் அதில் அடக்கம். அந்த லெட்ஜரில் ஒரு பக்கத்தில் 18 ஜூலை 1975 என்று தேதியிட்டு, அதற்கு அருகில் 'முகம்மட் போர்னா' என்று குறித்து எடை '160' என்று பதிந்திருக்கும். இந்த ஒரு தடயமே இன்று எஞ்சி இருக்கிறது. மற்றவை எல்லாம் அழிந்துவிட்டன.

3. ஒரு பெரிய புத்தகத்தின் சிறிய வரலாறு

என் வாழ்க்கையில் நான் வாசகசாலைக்குப் படிக்கப்போனது கிடையாது. அங்கே அமர்ந்து புத்தகங்கள் வாசித்ததோ, அல்லது இரவல் வாங்கி வந்து படித்ததோ இல்லை. இப்படி ஒரு பழக்கம். புத்தகங்களை வெகு காலமாகக் காசு கொடுத்து வாங்கிச் சேர்த்து வந்தேன். கனடாவில்தான் முதன்முதலாக நூலகத்தில் புத்தகம் இரவல் வாங்கலாம் என்ற எண்ணம் எனக்கு ஏற்பட்டது. அதற்குக் காரணம் இருந்தது. மனைவியின் எதிர்ப்பு. பார்த்தவுடன் ஆசைப்பட்டு புத்தகங்களை வாங்கிவிடுவதால் அவற்றில் பல படிக்கப்படாமலேயே பல அறைகளை நிறைத்துக் கொண்டு கிடந்தன. புத்தக அறையின் தட்டுகள் நிரம்பி வழிந்து மற்ற அறைகளிலும் மெள்ள எட்டிப்பார்த்தன. ஆனபடியால் புதுப் புத்தகங்களை இனிமேல் வாங்குவதில்லை என்ற தடையுத்தரவுக்கு நான் நிர்ப்பந்திக்கப்பட்டேன்.

தவறான நேரத்தில் தவறான இடத்தில் எடுத்த தவறான முடிவு.

இந்த முடிவு எடுத்த அன்றே ஒரு புதுப் புத்தகம் வெளியானது. அதைப் பற்றிச் சில ஆங்கிலப் பத்திரிகைகளும், வார இதழ்களும் வானளாவப் புகழ்ந்தன. கலிபோர்னியாவில் இருந்து ஒரு நண்பர் மின்னஞ்சல்கூட அனுப்பினார். நான் என்னுடைய

நூலகத்துக்குச் சென்று இந்தப் புத்தகம் இருக்கிறதா என்று விசாரித்தேன். இங்கேயெல்லாம் நூலகங்களில் போய் உங்களுக்குத் தேவையான புத்தகத்தை உருவி எடுத்துக்கொண்டு உடனே புறப்பட முடியாது. அநேகமாக நீங்கள் கேட்கும் புத்தகம் வெளியிலே போயிருக்கும். உங்கள் பெயரை கம்ப்யூட்டரில் பதிவு செய்து வைத்து, உங்களுக்கு முன்பு அந்தப் புத்தகம் கேட்டவர்கள் எல்லாம் வாசித்து முடித்த பிறகே அது உங்களுக்குக் கிடைக்கும்.

நான் புத்தகத்தைப் பதியச் சென்றபோது நூலக அலுவலர் கம்ப்யூட்டரில் விபரத்தை பதிந்துவிட்டு என்னை நிமிர்ந்து பார்த்தார். 'மிக அதிசயமாயிருக்கிறது. நீங்கள் இந்தப் புத்தகத்துக்குப் பதிந்த 311வது நபர். இந்த 310 பேரும் படித்த பிறகே இது உங்கள் கைக்கு வந்து சேரும்' என்றார். நான் வாயை மூடுமுன் அவர் அடுத்த ஆளைக் கவனிக்கப் போய் விட்டார்.

இப்பொழுது எனக்கு ஆவல் அதிகமானது. இவ்வளவு பேர் ஆசைப்பட்டு வரிசையில் நிற்பதென்றால் ஒரு விசேஷம் இருக்கத்தான் செய்யும். 310 பேர் வாசிக்கும் வரைக்கும் காத்திருப்பது நடக்கிற காரியமா? எப்படியும் இந்தப் புத்தகத்தைக் கைப்பற்றிவிடவேண்டும் என்று தீர்மானித்தேன். ஆகப் பெரிய நூலக அதிபரைச் சந்தித்து ஒரு புத்தகத்திற்காக ஐந்து வருடத்திற்கு மேலாகக் காத்திருக்கவேண்டிய என்னுடைய துர்ப்பாக்கிய நிலையைப் பற்றிக் கூறினேன். அவர் பெயர் Patricia. புத்தகங்களை நேசித்த அளவு அவர் மனிதர்களையும் நேசித்தார்.

வாசிப்பு சுற்றுக்கு அல்லாமல் ஆராய்ச்சிக்கு மட்டும் ஒதுக்கி வைத்த ஒரு புத்தகத்தை 'ஒரு வாரத்திற்கு மட்டும்' எனக்கு இரவல் தரவேண்டும் என்ற விசேஷமான முடிவு ஒன்றை எடுத்தார். அப்படிப் பெற்றதுதான் அந்தப் புத்தகம்.

அந்தப் புத்தகத்தில் இருந்து என் கண்களை ஒரு வாரமாக எடுக்க முடியவில்லை. சட்டம் என்றால் என்ன. நமக்கு நாம் போடுவதுதானே. இது கட்டாயம் ஒருவர் வீட்டிலே

இருக்கவேண்டிய அபூர்வமான புத்தகம். ரொறொன்ரோவில் உள்ள ஒரு பிரபலமான புத்தகக் கடைக்குச் சென்று இந்தப் புத்தகத்தை 30 டொலர் கொடுத்து வாங்கினேன். இப்பொழுது வேண்டியமட்டும் புத்தகத்தில் அடிக்கோடுகள் போட்டபடி இருக்கிறேன்.

Bill Bryson என்பவர் அமெரிக்காவின் தலைசிறந்த எழுத்தாளர். பல புத்தகங்கள் எழுதியிருக்கிறார். அதிகமானவை பயணப் புத்தகங்கள். இவர் இருபது வருடகாலம் இங்கிலாந்தில் வாழ்ந்தவர். திரும்பி அமெரிக்கா வந்தபோது தான் கண்ட புது அமெரிக்காவைப் பற்றி புத்திஜீவித்தனமான பல கட்டுரைகள் எழுதினார். அவை நகைச்சுவையின் சிகரம். அமெரிக்காவின் போக்குகளை இந்தக் கட்டுரைகள்மூலம் மெலிதாகக் கண்டனமும், பெரிதாக கேலியும் செய்கிறார்.

ஒருமுறை அவர் பசிபிக் சமுத்திரத்தின்மீது பறந்துகொண்டிருந்த போது அவர் மூளையில் ஒரு சிந்தனை ஓடியது. ‘சூரியனைச் சுற்றி ஓடும் ஒன்பது கிரகங்களில் உயிர் வாழும் சாத்தியம் படைத்த ஒரே கிரகமான பூமிக்கிரகத்தில் நான் வாழ்கிறேன். இந்த வாழ்க்கை எனக்கு ஒருமுறையே சாத்தியம். ஆனால் எனக்கு பூமியைப் பற்றி என்ன தெரியும்? கடல் நீர் ஏன் உப்பாக இருக்கிறது என்ற சாதாரண கேள்விக்குக் கூட எனக்கு விடை தெரியாது.’

சிறுவயதாக இருந்தபோது விஞ்ஞானப் புத்தகங்களைப் படித்திருக்கிறார். ஆனால் புத்தகத்தை எத்தனை வேகமாகப் படிப்பதற்கு எடுப்பாரோ அத்தனை வேகமாகத் திருப்பி வைத்துவிடுவார். ஏனென்றால் ஒன்றுமே புரியாது.

விஞ்ஞானிகளுக்கு ஒரு பழக்கம் இருக்கிறது. எந்த ஒரு சாதாரண நிகழ்வையும் விளக்க முற்படும்போது அதன் காரண காரியங்களைப் புரியவைக்காமல் ஒரு விதியாகவோ, சூத்திரமாகவோ அந்தச் செயல்பாட்டைச் சொல்லிவிடுவார்கள். அப்படிச் செய்தால் போதிய விளக்கம் கொடுத்துவிட்டதாக அவர்களுக்கு ஒரு நினைப்பு. என்ன ஒரு விஷயத்தைச் சொல்லவருகிறார்களோ அதை வார்த்தைகளைப் போட்டு

அடுக்கி மூடிவிடுவார்கள். எவ்வளவு கிண்டிப்பார்த்தாலும் அவர்கள் சொல்ல வந்த விஷயத்தைக் கண்டுபிடிக்க முடியாது. அவ்வளவு சாமர்த்தியமாக மறைத்திருப்பார்கள். பில் பிரைஸன் விஞ்ஞானி அல்ல; அதற்கான படிப்பும் இல்லாதவர். ஆனால் விஞ்ஞானத்தைப் பற்றி அறியவேண்டும் என்று அடங்காத ஆசை கொண்டவர். விஞ்ஞானம் பற்றி இவருடைய மூளையிலே முளைத்த கேள்வி எல்லாம் 'ஏன்? ஏன்?' என்பது அல்ல, 'எப்படி? எப்படி?' என்பதுதான். பூமியின் எடையை எப்படிக் கண்டுபிடித்தார்கள். சூரியனிலிருந்து பூமியின் தூரத்தை எப்படி அளந்தார்கள்? தனிமங்களை எப்படி ஒழுங்குபடுத்தி அடுக்கினார்கள்?

அப்பொழுது பில் பிரைஸன் தன்னுடைய வாழ்நாளில் மூன்று வருடங்களை இதற்காக ஒதுக்குவது என்ற முடிவை எடுத்தார். விஞ்ஞான புத்தகங்களை முறையாகக் கற்றுத் தேர்வது. இது சம்பந்தமாகக் கையில் கிடைத்த ஆய்வேடுகள், பத்திரிகைத் துணுக்குகளை எல்லாம் படிப்பது. அந்த அந்தத் துறையில் பேர்போன உலக விஞ்ஞானிகளை, நிபுணர்களை, பேராசிரியர்களை, ஆய்வாளர்களை அணுகி சந்தேகங்களைத் தீர்ப்பது, இப்படி. மூடத்தனமான கேள்விகளால் அவர்களை மூழ்கடித்து ஒரு சாதாரண மூளை கொண்டவன் எந்த அளவுக்கு விஞ்ஞான நுட்பங்களை அறிந்துகொள்ளமுடியுமென்று பரிசோதிப்பது. அப்படி சோதித்து, தான் கிரகித்ததை வாசகர்களோடு பகிர்ந்துகொள்வது. சகல துறைகளும் இந்தப் புத்தகத்தினுள் அடக்கம். சாதாரண மூளைக்காரர் கிரகித்து, சாதாரண மூளைக்காரர்களுக்காக எழுதியது.

அதுதான் '*A Short History of Nearly Everything*' என்ற புத்தகம். 'கிட்டத்தட்ட சகல விஷயங்களையும் சொல்லும் சிறிய வரலாறு' என்று சொல்லலாம். விஞ்ஞானத்தின் அத்தனை மூலைகளையும் இது தொடுகிறது; விளக்கிச் செல்கிறது. எப்படி என்ற கேள்விக்குப் பதில் கிடைக்கிறது. முப்பது அத்தியாயப் புத்தகத்தில் உள்ள அவ்வளவையும் இங்கே சொல்லமுடியாது. ஒன்றிரண்டு மாதிரிகளை மட்டுமே காட்டலாம்.

அவுஸ்திரேலியாவில் வாழும் *Robert Evans* என்ற பாதிரியாரின் பொழுதுபோக்கு இரவு நேரங்களில் வானத்தில் சுப்பர்நோவாக்களைக் கண்டுபிடிப்பது. சுப்பர்நோவா என்பது பிரம்மாண்டமான நட்சத்திரம் (எங்களுடைய சூரியனிலும் பார்க்க பல்லாயிரம் மடங்கு பெரிசானவை) இவை திடீரென்று வெடித்து மடியும்போது கோடி சூரியப் பிரகாசமான ஒளியைச் சிந்தும். இந்த ஒளிப்பிழம்பு வெடிக்கும் தருணத்தைப் பதிவு செய்வதுதான் இவருடைய பொழுதுபோக்கு.

ஒரு நட்சத்திரம் கோடானுகோடி வருடங்கள் உயிர் வாழ்ந்து ஒளியை விடலாம். ஆனால் அது ஒரு தருணத்தில் ஒரே ஒருமுறை பிரம்மாண்டமாக வெடித்து உயிரைவிடும். கோடிக்கணக்கான பால்வெளிகளில் தரிக்கும் கோடிக்கணக்கான நட்சத்திரங்களில் ஒன்று இப்படி வெடிக்கலாம். வானவெளியில் இது எங்கேயும் நடக்கும். அது நடக்கும்போது அதை முதலும் கடைசியுமாகப் பார்த்துப் பதிவுசெய்வதுதான் அவருக்குப் பிடித்த வேலை.

இந்த நட்சத்திர மரணங்கள் நடப்பது வெகு தொலைவில், பல்லாயிரமாயிரம் ஒளிவருட தூரத்தில். ஒவ்வொரு இரவும் இவர் தன்னுடைய 16 அங்குல தொலைநோக்கியால் வானத்தைத் துழாவுவார். அபூர்வமாக நடக்கும் நட்சத்திர மரணங்களை இவான்ஸ் எளிதாகப் பதிவு செய்வதற்குக் காரணம் அவருடைய அபாரமான மூளைதான்.

கறுப்பு விரிப்பால் மூடிய ஒரு மேசையில் ஒரு கைநிறைய அள்ளிய உப்பைச் சிதறவிடுகிறீர்கள். இதுதான் பால்வெளி. இப்படியே 1500 மேசைகள் இருக்கின்றன. இவான்ஸ் இந்த மேசைகளைச் சுற்றி ஒரு ரவுண்ட் வருகிறார். அடுத்த சுற்று வரும்போது ஒரு மண்ணிலும் சிறிய உப்புக்கல்லை ஒரு மேசையில் போட்டு வைக்கிறீர்கள். இவான்ஸ் அந்த உப்புக்கல்லை அடையாளம் காட்டுவார். ஒரு சுப்பர்நோவாவை தேடிப் பிடிப்பதும் அவ்வளவு கடினமானது. அவருடைய மூளை பிரபஞ்சத்து பால்வெளிக் கூட்டங்களை அப்படியே படம் பிடித்து வைத்திருக்கிறது. அதிலே ஒரு புதிய நட்சத்திரம் எரியும்போது அவர் இலகுவாகக் கண்டுபிடித்துவிடுகிறார்.

உண்மையில் இது ஒரு வரப்பிரசாதமான அபூர்வ திறமை.

வான்நிலை ஆராய்ச்சியாளர்கள் உலகம் முழுவதும் (1980க்கு முன்பு) அவதானித்த சுப்பர்நோவாக்களின் தொகை 60. ஆனால் இவான்ஸ் கடந்த 23 வருடங்களில் 36 சுப்பர்நோவாக்களை தன்னந் தனியாகக் கண்டுபிடித்திருக்கிறார். இப்பொழுது நீங்கள் வானத்தை நிமிர்ந்து பார்க்கும்போது ஒன்றுமே தெரியவில்லை என்றாலும் பல மில்லியன் வருடங்களுக்கு முன்பு இறந்துபோன ஒரு நட்சத்திரத்தின் ஒளி பிரயாணம் செய்துகொண்டிருக்கலாம். 2001 ஓகஸ்ட் இரவு வானத்தின் ஒரு சிறிய மூலையை இவான்ஸ் பார்த்துக்கொண்டிருந்த தருணத்தில் 60 மில்லியன் வருடங்களாக பிரயாணம் செய்த பெரும் நட்சத்திரத்தின் புகை சூழும் ஒளிப்பிழம்பு ஒன்று வந்து சேர்ந்தது. அந்த நேரம் வானத்தின் அதே கோணத்தில் படிந்திருந்த இவான்ஸின் 16 அங்குலம் தொலைநோக்கி அதைக் கைப்பற்றியது.

இப்பொழுது சுப்பர்நோவாவை கம்ப்யூட்டர்கள் 24 மணிநேரமும் வானத்தின் பல மூலைகளையும் ஒரே சமயத்தில் கண்காணித்துப் படம் பிடித்துப் பதிவு செய்கின்றன. இவான்ஸ் போன்றவர்கள் தேவை இல்லை. ஆனாலும் இரவு நேரங்களில் வானத்தின் மூலைகளை நோக்கி அவருடைய தொலைநோக்கி இன்னும் உற்றுப் பார்த்துக்கொண்டே இருக்கிறது.

ஐஸக் நியூட்டன் என்ற அபூர்வமான மூளை படைத்த பெரும் விஞ்ஞானி தான் கண்டுபிடித்தவற்றை அவசரமாக வெளியிடமாட்டார். காலை நேரங்களில் படுக்கையில் இருந்து இறங்க காலைக் கீழே வைத்துவிட்டு அப்படியே மணிக்கணக்காக இருப்பார். மூளையிலே கட்டுக் கடங்காத வேகத்துடன் புது சிந்தனைகள் பெரு வெள்ளம்போல அடிக்கும். அதை நிறுத்தமுடியாமல் உறைந்துபோய் வெகுநேரம் இருப்பார்.

இவருடைய சிந்தனைகளை வெளி உலகத்துக்குக் கொண்டுவந்த பெருமை ஹேலி (*Halley's comet* என்னும் வால் நட்சத்திரத்தைக் கண்டு பிடித்தவர்) என்பவரையே சாரும். நியூட்டனும் இவரும் நண்பர்கள். ஹேலியும் இன்னும் சில நண்பர்களும் கிரகங்களின்

சஞ்சாரம் பற்றி பந்தயம் கட்டியிருந்தனர். அந்தப் பந்தயத்தை தீர்ப்பதற்காக நியூட்டனிடம் வந்தபோது, கிரகங்கள் ஓடும் பாதை பற்றிய விதியை தான் எப்போதோ நிரூபித்துவிட்டதாக அவர் கூறினார். ஹேலி அந்த நிரூபணக் கணித முறைகள் வேண்டும் என்று கேட்டபோது நியூட்டன் தன் பேப்பர்களில் புரட்டிப் புரட்டித் தேடியும் அது கிடைக்கவில்லை. உலகத்தை மாற்றப் போகும் விதிகளைக் கண்டுபிடித்ததுமல்லாமல் அவற்றை வெளியிடத் தவறிவிட்டார்; கணித செய்முறைகளையும் தொலைத்துவிட்டார்.

ஹேலியுடைய தூண்டுதலினால் நியூட்டன் தன்னுடைய கணிதங்களை மீண்டும் செய்து மூன்று முக்கிய விதிகள் கொண்ட புகழ்பெற்ற *Principia* என்ற புத்தகத்தை வெளியிட்டார். இதில் ஒரு விதி ஆகர்ஷணம் பற்றியது. இரண்டு பொருட்கள் ஒன்றையொன்று ஆகர்சிக்கும். அந்தப் பொருள்களுக்கிடையில் இருக்கும் தூரத்தை இரண்டு மடங்காக்கினால் ஆகர்சிக்கும் சக்தி நாலு மடங்கு குறையும். தூரம் மூன்று மடங்கு கூடினால் இழுப்பு சக்தி ஒன்பதுமடங்கு குறையும்.

இந்த காலப்பகுதியில்தான் பூமியிலிருந்து சூரியனுடைய தூரம் கணக்கிடப்பட்டது. சூரியனுக்கு குறுக்காக வீனஸ் கிரகம் பயணிப்பதை அளப்பதற்காகப் பல விஞ்ஞானக் குழுக்கள் இறங்கினாலும் அவை எல்லாம் தோல்வியில் முடிந்தன. கடைசியில் அவுஸ்திரேலியாவைக் கண்டுபிடித்த காப்டன் குக் என்பவர்தான் சரியான அளவுகளை தாஹதிற்றி மலை உச்சியில் இருந்து செய்துமுடித்தார். இந்த அளவுகளை வைத்து பிரெஞ்சு விஞ்ஞானி ஜோசெப் லாலண்டே பூமியிலிருந்து சூரியனுடைய தூரம் 150 மில்லியன் கி.மீட்டர் தூரம் என்பதை சரியாகக் கணித்து வெளியிட்டார்.

கல்லூரியில் வேதியியல் படித்தவர்களுக்கு *Cavendish* என்ற விஞ்ஞானியின் பெயர் ஞாபகம் இருக்கும். இவர்தான் முதன்முதலில் ஹைட்ரஜனும், ஒக்ஸிஜனும் சேர்ந்தால் தண்ணீர் கிடைக்கும் என்பதைப் பரிசோதனைமூலம் காட்டியவர். ஆனால் இவருடைய உண்மையான புகழ் வேறு ஒரு இடத்தில் இருக்கிறது.

இவருக்கு 67 வயது நடக்கும்போது, John Mitchell என்பவர் பெருமுயற்சியில் கண்டுபிடித்த ஒரு மெசின் அவர் இறந்தபின் காவெண்டிஷிடம் வந்துசேர்ந்தது. மிற்செல் அந்த மெசினை பூமியின் எடையைக் கணிப்பதற்காக உண்டாக்கியிருந்தார். ஆனால் அந்த வேலையைச் செய்துமுடிப்பதற்குள் இறந்துபோனார்.

காவெண்டிஷ் இந்த யந்திரத்தைக் கட்டி நிறுத்தினார். இது 350 ராத்தல் எடை கொண்ட இரண்டு பந்துகளையும், இரு சிறு பந்துகளையும் கொண்டது. நியூட்டன் கண்டுபிடித்த விதிப்படி இந்தப் பந்துகள் ஒன்றை ஒன்று ஈர்த்து தம் இடத்தில் இருந்து சிறிது விலகும். இந்த அளவுகளைத் துல்லியமாக அளந்து அதிலிருந்து பூமியின் எடையைக் கணிக்க வேண்டும். காவெண்டிஷ் 17 நுணுக்கமான அளவுகள் எடுப்பதற்கு ஒரு வருடம் எடுத்துக்கொண்டு அந்தத் தரவுகளை வைத்து தன் கணிப்பை செய்து முடித்தார். பூமியின் எடை 13 x 10^ 21 ராத்தல். காலம் காலமாக விஞ்ஞானிகள் தலைமுடியைப் பிய்த்த ஒரு விடயத்தைத் தன் அறையை விட்டு வெளியே வராமல் காவெண்டிஷ் செய்து முடித்தது பெரிய சாதனை. விஞ்ஞானம் வெகுதூரம் வளர்ந்துவிட்ட இந்தக் காலத்தில் விஞ்ஞானிகள் இந்தக் கணிப்பை பெரிதும் வியக்கிறார்கள். காரணம் அவருடைய கணிப்பில் இன்றுவரை பெரிய மாற்றம் இல்லை.

டைனஸோர் என்ற விலங்குகள் ஒரு காலத்தில் உலகை வலம் வந்தன. ஆனால் அப்படி அவை வாழ்ந்ததற்கான எலும்பு தடயம் ஒன்று 1787ல் கிடைத்தது. அனால் அது டைனஸோர் என்ற தொல்விலங்கினுடையது என்பது ஒருவருக்கும் தெரியவில்லை. முதலில் கிடைத்த எலும்பு முதலில் தொலைந்தும் போனது. இன்னும் பல எலும்புகள் கண்டுபிடிக்கப்பட்டன. ஆனால் அவையும் சரியாக அடையாளம் காணப்படவில்லை.

இங்கிலாந்தில் மருத்துவராகப் பட்டம் பெற்ற மான்ரெல் என்பவரின் மனைவி தொல்லுயிர் பல் ஒன்றைக் கண்டுபிடித்தார். மான்ரெல் அதைப் பாரிஸுக்கு அனுப்பி ஆராய்ந்தபோதும்

அப்போதைய விற்பன்னர்களுக்கு அதன் பெருமை தெரியவில்லை. இதற்குப் பிறகு வந்த ரிச்சர்ட் என்பவர்தான் டைனஸோர் என்ற விலங்கு குடும்பத்தைக் கண்டுபிடித்தார். தகுதியிருந்தும் அந்தப் பெருமை மான்ரெல்லுக்குத் தவறிப் போய்விட்டது.

தன் வாழ்க்கை முழுக்கத் தோல்வியே கிடைக்கும் என்பது தெரியாமல் மான்ரெல் ஒரு வெறியோடு தன் மருத்துவத் தொழிலை மறந்து தொல்லுயிர் எச்சங்களைச் சேகரித்தார். வறுமை அவரைப் பீடித்தது. மான்ரெல்லுடைய அதிதீவிர ஈடுபாடு ரிச்சர்டுக்குப் பிடிக்கவில்லை. மான்ரெல்லுடைய அறிவும், உத்வேகமும் தன் முன்னேற்றத்திற்கு இடைஞ்சலாக இருக்கும் என்று பயந்தார். தன் உத்தியோக பலத்தை பாவித்து மான்ரெல்லை உதாசீனம் செய்தார்; அவமதித்தார், தன் கண்காணிப்பில் வைத்துக்கொண்டார். கேட்டுக் கேள்வியில்லாமல் மான்ரெல் கண்டுபிடித்தவைகளை எல்லாம் அயோக்கியத்தனமான வழிகளில் தன் பெயரில் பதிவு செய்தார். இந்த அநீதிகளைத் தாங்க முடியாமல் மான்ரெல் தற்கொலை செய்தார். மான்ரெல்லுடைய முதுகெலும்பை மியூசியத்தில் வைத்து மரியாதை செய்யவேண்டும் என்று முடிவெடுக்கப்பட்டது. அந்த மியூசியத்துக்கு டைரக்டர் ரிச்சார்ட். இறந்தபின்னும்கூட ரிச்சார்டின் வலுக்கட்டாயமான கண்காணிப்பில் இருந்து மான்ரெல்லின் முதுகெலும்பு தப்ப முடியவில்லை.

இரண்டு தொல்பதிவு ஆய்வாளர்களுக்கு இடையில் ஏற்பட்ட முதல் வன்மமான போர் இது. இதனிலும் மோசமான ஒரு சண்டை அமெரிக்காவிலும் நடந்தது. அந்தக் கதையும் நம்பமுடியாதது. அதில் ஒருவர் பெயர் எட்வர்ட் கோப், மற்றவர் பெயர் கார் மார்ஸ். இருவருமே பணக்காரர்கள். தொல்பதிவு ஆராய்ச்சிக்காகத் தங்கள் வாழ்க்கையை அர்ப்பணித்தவர்கள். இருவரும் பெரும் போட்டி போட்டுக்கொண்டு நூற்றுக்கணக்கான தொல்லுயிர் எச்சங்களை (பெரும்பாலும் டைனஸோர் குடும்ப எச்சங்கள்) ஒரு வெறியுடன் சேகரித்தார்கள். கண்டுபிடித்தவற்றை அடையாளம் காணவோ,

பதிவு செய்யவோ நேரம் இருக்கவில்லை. மற்றவரைப் போட்டியில் முறியடிப்பதுதான் ஒரே குறிக்கோள்.

ஒருவரை ஒருவர் பேச்சிலும் எழுத்திலும் திட்டிக்கொண்டார்கள். ஒருவரின் தொல்லுயிர் எச்சத்தை மற்றவர் களவாடினார். கல்லால்கூட ஒருவரை ஒருவர் அடித்துக்கொண்டார்கள். போட்டி ஆவேசத்தில் ஒரே விலங்கை 22 தரம் திருப்பித் திருப்பிக் கண்டுபிடித்தார்கள்

இவர்களில் முதலில் இறந்துபோன கோப் என்பவருக்கு ஓர் ஆசை இருந்தது. தன் எலும்புக்கூட்டை உத்தியோகபூர்வமாக மனித எலும்புக் கூடு என்று அறிவித்து மியூசியத்தில் வைத்துப் பாதுகாக்கவேண்டும் என்று. அப்படியே உயிலும் எழுதி வைத்தார். 1600 ஆராய்ச்சிக் கட்டுரைகள் எழுதிய அவருடைய அந்தச் சின்ன ஆசைகூட நிறைவேறவில்லை. அவருடைய எலும்பில் மேகநோயின் அறிகுறி இருந்ததால் அந்த எலும்பு நிராகரிக்கப்பட்டது.

எப்படி என்ற எல்லாக் கேள்விகளுக்கும் பதில் கிடைக்கும் என்றில்லை. நைரோபியிலிருந்து நாற்பது மைல் தொலைவில் ஒலர்கஸாலி *(Olorgesailie)* என்ற தொன்மையான சமவெளிப் பிரதேசம் இருக்கிறது. இன்றுவரை விஞ்ஞானிகளுக்குப் புதிராக விளங்கும் இடம். பன்னிரண்டு லட்சம் வருடங்களுக்கு முன்னர் கற்கால மனிதர்கள் இந்தப் பிரதேசத்தில் வாழ்ந்திருக்கிறார்கள். கல்லினால் செய்த ஆயுதங்கள் இங்கே விரவிக்கிடக்கின்றன. ஆனால் ஆயுதங்கள் செய்த கற்கள் 10 கி. மீட்டர் தொலைவில்தான் அகப்பட்டன. எப்படி அந்தக் கற்களை இங்கே நகர்த்தினார்கள். இந்தச் சமவெளி ஒரு கல் ஆயுதங்கள் செய்யும் தொழிற்சாலைபோல 10 லட்சம் வருடங்களாகச் செயல்பட்டிருக்கிறது. ஆனால் மனிதன் வாழ்ந்தான் என்பதற்குத் தடயமாக இங்கே ஒரு மனித எலும்புகூட கிடைக்கவில்லை. விஞ்ஞானிகளால் விடுவிக்க முடியாத புதிர்களில் இதுவும் ஒன்று.

இந்தப் புத்தகத்தில் 30வது அத்தியாயம்தான் இறுதியானது. 1680 ஆண்டுகளில் ஐஸக் நியூட்டன் பிரபஞ்சத்தின் ஆழமான

ரகஸ்யங்களை விடுவிக்கும் விதிகளைக் கண்டுபிடித்த அதே நேரத்தில் இன்னொரு பரிதாபகரமான விஷயமும் இந்த உலகில் நடந்தது. மொரீசியஸ் தீவில் காலம் காலமாக வசித்துவந்த, பறக்கத் தெரியாத டோடோ பறவைகளை மாலுமிகள் விளையாட்டுக்காகச் சுட்டுத் தள்ளினார்கள். இது ஒரு கெடுதலும் செய்யத் தெரியாத பறவை. இதன் இறைச்சியைக்கூட உண்ணமுடியாது. மூளை குறைவான இந்தப் பறவைக்கு பயந்து ஓடி தப்பவும் தெரியாது. ஆகையால் இவை ஒட்டுமொத்தமாகக் கொல்லப்பட்டன. இந்த உலகத்தில் ஒரு பறவைகூட மிச்சம் இல்லை; முட்டை இல்லை; பாடம் செய்த உருவம்கூட இல்லை. முற்று முழுதாக பூமியிலிருந்து அழிக்கப்பட்டுவிட்டன.

இது ஒரு உதாரணம்தான். இன்னும் எத்தனையோ பறவைகளும், மிருகங்களும் அழிந்துபோயின; பெரும் ஆமைகள், ராட்சத ஸ்லொத்துகள். இப்படி மனிதனால் அழிக்கப்பட்ட உயிரினம் மட்டுமே 120,000 என்று விஞ்ஞானிகள் கணக்கு சொல்கிறார்கள்.

உலகத்து ஜீவராசிகள் அனைத்தையும் காவல் காக்க வேண்டுமென்றால் அதற்கு மனிதன் நிச்சயமாகத் தகுதியானவன் அல்ல. ஆனால் இயற்கை மனிதனைத்தான் தேர்வு செய்திருக்கிறது. மனிதன்தான் இருக்கும் உயிரினங்களில் எல்லாம் உயர்வானவன். இவனே கேவலமானவனும். இந்தப் பிரபஞ்சத்தில் உயிர்களைத் தரிக்கும் கிரகம் ஒன்றே ஒன்றுதான். பூமிக் கிரகம். 'ஒரே ஒரு கிரகம். ஒரே ஒரு பரிசோதனை' என்றார் ஒரு ஞானி. மனிதன் ஒருவனால் மட்டுமே அழிக்கமுடியும். அவனால் மட்டுமே காக்கவும் முடியும். மனிதன் எதனைத் தேர்ந்தெடுப்பான் என்பது இனிமேல்தான் தெரியவரும்.

இப்படி சரித்திரமும், உண்மைகளும், அபூர்வமான தகவல்களும் புத்தகம் நிறையக் கிடைக்கின்றன. புத்தகத்தின் கடைசிப் பக்கத்துக்கு வரும்போது இன்னொரு முறை படிக்கவேண்டும் என்ற ஆவல் ஏற்படும். சுவாரஸ்யம் கூடுகிறது. இப்பொழுது எனக்கு முன்னால் 310 பேர் இந்தப் புத்தகத்தைப் படிப்பதற்காகக் காத்துக்கொண்டிருந்த மர்மம் புரிந்தது.

மறுபடியும் அந்த நூலக மேலதிகாரியை (Patricia) சந்தித்து என் நன்றியைச் சொன்னேன். 'புத்தகம் எப்படி இருந்தது?' என்றார். 'மிகவும் அருமை. எல்லோரிடமும் இருக்கவேண்டிய, படிக்க வேண்டிய புத்தகம். நான் ஒரு புத்தகத்தை ஏற்கனவே சொந்தமாக வாங்கிவிட்டேன்,' என்றேன்.

'எல்லோரும் மெச்சுகிறார்கள். நானும் அதைப் படிக்கவேண்டும். என் முறைக்காகக் காத்திருக்கிறேன்,' என்றார் அந்த அதிபர்.

'அப்படியா! என்னுடைய புத்தகத்தை உங்களுக்கு இரவல் தர நான் தயார்' என்றேன்.

பத்து லட்சம் புத்தகங்களுக்கு அதிபதியாக இருக்கும் ஒருவருக்கு புத்தகம் இரவல் கொடுப்பது எவ்வளவு ஒரு பெருமையான விஷயம். அந்தப் பெண் அதிகாரி புன்சிரிப்பு கொஞ்சமும் குறைக்கப்படாமல் என்னைப் பார்த்து 'பார்ப்போம்' என்றார்.

4. கனடா திரைப்பட விழாவில் செவ்வாய் கிரகம்

செந்நிறமான செவ்வாய் கிரகம் செப்டெம்பர் மாதம் வானத்தில் தோன்றும். கனடாவில் இருந்து இது மிகவும் துல்லியமாகத் தெரியும் என்று ஒரு பத்திரிகைச் செய்தி சொன்னது. அதே பத்திரிகையில் கீழே இன்னொரு செய்தியும் பிரசுரமாகியிருந்தது. கனடாவில் வருடா வருடம் நடக்கும் உலகத் திரைப்பட விழா ரொறொன்ரோவில் 2003, செப்டம்பர் 4-14 தேதிகளில் நடைபெறும். இது 28வது திரைப்பட விழா; 3000 விண்ணப்பங்களில் தேர்வுசெய்த 339 படங்கள். 55 நாடுகளிலிருந்து பெறப்பட்ட இவை 21 அரங்குகளில் திரையிடப்படும்.

பத்து நாட்களில் 30 படம் பார்ப்பவர்களும் உண்டு. முழு நாளையும் இதற்காக ஒதுக்கி வைத்து பின் மதியம் ஒன்று, பின்னேரம் ஒன்று, இரவு ஒன்று என்று ஆர்வமாகப் பார்த்து முடிப்பார்கள். நான் அப்படிச் செயல்படவில்லை. ஒரு நாளைக்கு ஒன்று என்று 7 நாட்கள் தொடர்ச்சியாகப் பார்த்தேன். போக வர, கியூவில் நிற்க, படம் பார்க்க என்று நாளுக்கு ஐந்து மணி நேரத்தை செலவழித்தேன். போகும்போது படத்தைப் பற்றிய எதிர்பார்ப்பும், திரும்பும்போது அது பற்றிய சிந்தனையாகவும் இருந்தேன்.

நீண்ட நேரம் கியூவில் நின்றபிறகு முழங்கால்கள் தானாக மடிந்து நான் சொன்ன வேலையைச் செய்ய மறுத்துவிட்ட நிலையில் ஒரு பதின்பருவத்துப் பெண் ஊழியர் வந்தார். தலையிலே வட்டத் தொப்பியும், காதிலே அணிந்த ஒலிவாங்கியும், கையிலே ஏந்திய தாள் அட்டையுமாக என்னிடம் நெருங்கி 'நீங்கள் ஏன் இந்த லைனில் நிற்கிறீர்கள்?' என்று கேட்டார். எங்கள் லைனைப்போல இன்னும் பல லைன்கள் இன்னும் பல திரைப்படங்களுக்கு அங்கே நீண்டு நெளிந்து நின்றன. 'இது என்ன கேள்வி? இந்த லைனின் நீளம் போதவில்லை. அதைக் கூட்டுவதற்காக நிற்கிறேன்' என்றேன். மூன்று மாதம் முன்பாகவே ரிசர்வ் செய்து, இரண்டு நாள் ஆராய்ச்சிக்குப் பிறகு தேர்வு செய்து, முழுக்காசையும் கட்டி டிக்கட்டுகள் எடுத்தபின்பும் இந்தத் தொந்திரவுகளா?

இப்படி இரண்டு மணி நேரம் வரிசையில் நின்று பார்த்த முதல் படம் *Mayor of the Sunset Strip*. டிக்கட் கையில் இருப்பதால் உங்களுக்கு சீட் நிச்சயம். வரிசையில் நிற்பது நல்ல இருக்கை ஒன்று கிடைப்பதற்காகத்தான்.

முன் சீட்டில் இருந்த பெண்மணி இப்படியான ஒரு விழாவுக்கே வளர்த்ததுபோல, தன் தலைமுடியை நீளமாகவும், பளபளப்பாகவும் வளர்த்து அதைக் காசு கொடுத்து தலைக்குமேலே அலங்காரமாக அமைத்திருந்தார். அது நீளமாகவும் அகலமாகவும் இருந்தது. 13 டொலர் கொடுத்து டிக்கட் வாங்கிய நான் அந்தப் பெண்மணியின் தலைக்குப் பின்னால் அகப்பட்டுவிட்டேன். சினிமாவில் பாதியை மட்டுமே என்னால் பார்க்க முடிந்தது. என்னுடைய அளப்பரிய கற்பனை வளத்தால் மீதியை நிரப்பி சமாளித்துவிடலாம் என்று நினைத்தேன்.

Rodney Bingenheimer என்பவர் லாஸ் ஏஞ்சல்ஸ் ரேடியோவில் 30 வருடங்களாகப் பணியாற்றிப் புகழீட்டிய பாடல் தொகுப்பாளர். அவருடைய வாழ்க்கையைச் சொல்லும் விவரணப் படம் இது. அவர் சிறுவனாய் இருந்தபோது அவருடைய தாய் ஒரு வீட்டு வாசலில் அவரை காரிலிருந்து இறக்கிவிடுகிறார். தன்னுடை

டிவி ஆதர்ச நாயகர் வந்து புத்தகத்தில் கையொப்பமிடுவார் என்று சிறுவன் காத்து நிற்கிறான். அந்த நேரத்தில் தாயாரின் கார் விரைவாக ஸ்பீட் எடுத்து மறைந்துவிடுகிறது.

எத்தனையோ புகழ்பெற்ற பாப் இசைப் பாடகர்கள் இவரால் முன்னுக்கு வருகிறார்கள். வாசலில் போட்டிருக்கும் கால் துடைக்கும் பாய் போல எல்லோரும் இவரைத் தாண்டிப் போய்விடுகிறார்கள். அவருடைய சரிதத்தில் ஒரு சிறு சோகம். புகழின் நுழைவாயிலில் நின்றவாறு ஒரு முழு தலைமுறையைக் கழித்துவிட்டார். ஆனால் அந்தப் புகழ் என்பது இவருடைய தாயாரின் கார் சத்தம்போல இவருக்குக் கிட்டாமல் தூரத்தில் போய் மறைந்துவிட்டது.

மிகச் சாதாரணமான இந்த விவரணப் படம் எப்படி சர்வதேசத் திரைப்பட விழாவில் இடம் பெற்றது. ஆனால் அதனிலும் ஆச்சரியம் திரையிடப்படும் 339 படங்களில் நான் எப்படி இந்தப் படத்தைத் தேர்வு செய்தேன் என்பதுதான். என்னைச் சுற்றிப் பார்த்தேன். ஒரு சீட்டும் காலியில்லாமல் தியேட்டர் நிரம்பியிருந்தது. மீண்டும் திரையைப் பார்த்தேன். எனக்குமுன் இருந்த சடாமுனி மிகவும் ரசித்துப் பார்த்துக்கொண்டிருந்தார். திரையில் பாதியே எனக்குத் தெரிந்தது. இன்னும் கொஞ்சம் முடியை வளர்த்து மீதித் திரையையும் மறைத்திருக்கலாமே என்று எனக்குத் தோன்றியது.

ஏழு படங்களில் ஒன்று போய்விட்டது, இனிமேல் வருவதாவது நல்லாக இருக்கவேண்டும் என்று மனது அடித்தது. அடுத்த தேர்வு *Francis Ford Coppola* என்ற இயக்குனருடையது. இவரை ஞாபகம் இருக்கலாம். முப்பது வருடங்களுக்கு முன்பு மூன்று ஒஸ்கார் விருதுகள் பெற்ற *The Godfather* படத்தை இயக்கி உலக பிரபல்யம் அடைந்தவர். இந்த வகையில் கப்போலா ஹொலிவுட்டில் ஒரு சிறு கடவுள்தான். இவர் அரங்கிலே தோன்றி பார்வையாளர்களுடைய கேள்விகளுக்குப் பதிலளிப்பார் என்றார்கள். அன்றைய படத்தின் பெயர் *One from the Heart.*

1982ல் எடுக்கப்பட்ட இந்தப் படத்தை, தூசு தட்டிச்

சில திருத்தங்களுடன் மீண்டும் வெளியிட்டிருக்கிறார். கதை என்று பார்த்தால் எளிமையானது. சூதாட்டத் தலைநகரமான லாஸ்வேகாஸின் பின்னணியில் அமைந்தது. ஐந்து வருடமாக மணமுடித்த தம்பதியினருடைய ஐந்தாவது மண நாளில் அவர்களுக்கிடையில் பிணக்கு ஏற்படுகிறது. அவள் அவனைவிட்டுப் பிரிகிறாள். அவளுக்கு ஒரு காதலன் கிடைக்கிறான். அவனுக்கும் ஒரு காதலி கிடைக்கிறாள். ஆனால் பட முடிவில் கணவனும் மனைவியும் திரும்பவும் ஒன்று சேர்கிறார்கள்.

இது ஒரு இசை நாடகத் தன்மையுடன் எடுக்கப்பட்டிருந்தது. இந்தப் படத்தை இன்னொரு முறை பார்ப்பதாயிருந்தால் ஒரேயொரு சீனை மாத்திரம் நான் பார்ப்பேன். அது மிகவும் கலையம்சத்துடன் எடுக்கப்பட்ட ராங்கோ நடனம். ஆணின் உடம்பு வளைவுகளில் பெண்ணின் வளைவுகள் ஒட்டிக்கொண்டே வருவதுபோன்ற அற்புதமான நடனக் காட்சி. ஆங்கில சினிமாக்களில், சொல்லப்பட்ட அழகோடு ராங்கோ நடனம் இடம்பெறும் படங்கள் மூன்று. மார்லன் பிராண்டோ நடித்த *Last Tango in Paris*. இதில் வந்த நடனத்தில் ஆவேசமும், புதுமையும் இருக்கும். அடுத்தது *The Scent of a Woman*. இதில் ஒரு கண்பார்வையற்ற மனிதர் முன்பின் அறிமுகமில்லாத ஓர் இளம் பெண்ணுடன் ஆடுவார். இதில் அதிர்ச்சியும், அழகும் கலந்திருக்கும். இந்தப் படத்தில் வரும் நடனம் கேளிக்கையும், கலையம்சமும் நிறைந்தது. இதைப் பார்ப்பதற்காகவாவது இந்தப் படத்தை இன்னொரு தடவை பார்க்கலாம்.

இதைத் தவிர இந்தப் படத்தின் அமைப்பில், இயக்கத்தில், வசனத்தில் கப்போலாவின் மேதமையைக் காட்டும் காட்சி ஒன்றுகூட இல்லை. ஒரு சாதாரணமான திரைப்படம்தான்.

படம் முடிந்ததும் கப்போலா மேடையில் தோன்றி கேள்விகளுக்குப் பதில் அளித்தார். இந்தப் படத்தை தான் சொற்ப நாட்களில், குறைந்த பணச்செலவில் எடுத்து முடித்ததாகக் கூறினார். லாஸ்வேகாஸ் காட்சிகள் முழுவதும் தத்ரூபமாக

செயற்கையான செட் போட்டே எடுக்கப்பட்டனவாம். படம் எடுக்கும்போதே டிஜிடல் முறையில் எடிட்டிங் செய்யும் சாத்தியக்கூறுகளை தான் அப்போது, இருபது வருடங்களுக்கு முன்பாகவே, கண்டுபிடித்துவிட்டதாகக் கூறினார்.

அவரிடம் கேட்கப்பட்ட இரண்டு கேள்விகளும், பதில்களும்.

1) பிரிந்த தம்பதியினர் திரும்பவும் ஒன்றுசேர்வதற்கு வலுவான காரணம் காட்டப்படவில்லையே, ஏன்?

காதல் என்பது மிகவும் சிக்கலானது. மனித மனம் காதலை விஞ்ஞானக் கூர்மையுடன் அணுகுவதில்லை. காதல் மனிதர்கள் எடுக்கும் தீர்மானங்களும் அப்படியே. மனித மனத்தின் காணமுடியாத மறுபக்கத்தின் ஒரு கூறைச் சொல்வதுதான் கதை.

2) நீங்கள் நீண்டகாலமாக வெற்றிப் படங்கள் தருகிறீர்கள். வெற்றியின் ரகஸ்யம் என்ன?

நீங்கள் வெற்றி பெறவேண்டுமானால் மணமுடித்திருப்பது அவசியம்.(சிரிப்பு) மணமுடித்தவர்கள் மனது வெகு சீக்கிரத்தில் சம நிலையை அடைகிறது. அவர்களால்தான் ஆழமான சிந்தனையைத் தூண்டும் கலைப்படைப்புகளைத் தரமுடியும். வெளியே வந்தபோது ஒரு நல்ல படம் பார்த்த அமைதி ஏற்படவில்லை. ஆனால் உலகத்தரமான ஓர் இயக்குனரைப் பார்த்த திருப்தி இருந்தது.

அடுத்து *Sofia Coppola* வின் *Lost In Translation* படம்; அதாவது 'மொழிபெயர்ப்பில் இழந்தது' என்ற தலைப்பு. இந்த சோஃபியா மேலே சொன்ன கப்போலாவின் மகள்தான். இது நான் திட்டமிடாமல் தற்செயலாக நடந்த ஏற்பாடு. இன்னொரு விசேஷமும் உண்டு. இது முழுக்க முழுக்க யப்பானில் 27 நாட்களில் மிகக் குறைந்த செலவில் (4 மில்லியன் டொலர்) படமாக்கப்பட்டிருந்தது.

கதாநாயகன் ஹரிஸுக்கு 45 - 50 வயதிருக்கும்; மணமுடித்து 25 வருடங்கள்; அமெரிக்காவின் பெரிய நடிகர். அவர் யப்பானுக்கு

2 மில்லியன் டொலர் சம்பளத்தில் ஒரு விஸ்கி விளம்பரப் படம் நடித்துக் கொடுப்பதற்காக வந்திருந்தார். இவருடைய நடிப்பு வாழ்க்கை சரிவுப் பாதையில் இறங்கிவிட்டது. மனைவியுடனான உறவும் சுமுகமாக இல்லை. ஒரு யப்பானிய ஐந்து நட்சத்திர ஹோட்டலில் ஒருவித அலுப்புடனும், சோர்வுடனும் தங்கியிருப்பவரை யப்பானிய வழிபாட்டாளர்கள் அதீத மரியாதை கொடுத்து எரிச்சலூட்டுகிறார்கள்.

அதே ஹோட்டலில் கதாநாயகி சார்லட் தங்கியிருக்கிறாள். வயது இருபதுக்குள்ளேதான் இருக்கும். சமீபத்தில் ஒரு உலகப் புகழ் புகைப்படக்காரனை மணமுடித்து தொழில் நிமித்தமாக கணவன் அடிக்கடி வெளியே போய்விட ஹோட்டலிலேயே தனிமையில் இருந்து புழுங்குகிறாள்.

எதிர்காலம் பற்றி இருவருக்குமே ஐயம்; மணவாழ்க்கையில் நம்பிக்கையின்மை. இந்தச் சூழ்நிலையில் யதேச்சையாக இருவருக்குமிடையில் ஒரு சிறு பரிச்சயம் ஏற்பட்டு மெதுவாக நகர்ந்து நட்பாகிறது. அந்த நட்பு ஒரு பூவின் இதழ் ஒவ்வொன்றாக விரிவதுபோல விரிந்து காதலாக முகிழ்த்து ஒரு எல்லை வந்ததும் ஸ்தம்பித்து நிற்கிறது. இதை அழகாகச் சொல்வதுதான் கதை.

ஆரம்பத்திலேயே சுவாரஸ்யம் பிடித்துவிடுகிறது. விளம்பரப் படம் எடுக்கும் காட்சி. ஒருவர் ஹரிஸுக்கு மொழிபெயர்க்கிறார். இயக்குநர் இரண்டு நிமிடமாக எப்படித் திரும்பவேண்டும், எப்படி விஸ்கி கிளாஸைக் கையிலே பிடிக்கவேண்டும் என்று விளக்குகிறார். மொழிபெயர்ப்பாளினி ஒரு வரியிலே அதைச் சொல்கிறாள். இப்பொழுது ஹரிஸ் ஒரு சின்னக் கேள்வி கேட்கிறான். எப்படித் திரும்புவது, இடமிருந்து வலமா அல்லது வலமிருந்து இடமா. அந்தக் கேள்வியை மொழிபெயர்க்க அந்தப் பெண்ணுக்கு இரண்டு நிமிடம் எடுக்கிறது. யப்பானிய மொழியில் நிறுத்தாமல் பொழிந்து தள்ளுகிறாள். ஹரிஸின் புருவம் உயர்கிறது. சிரிப்பலை. இப்படிப் பல காட்சிகள்.

யப்பானியர்களை கேலி செய்யும் சீன்களுக்கும் குறைவில்லை. யப்பானியர் குள்ளர்கள் - உயரமான ஹரிஸ் லிப்டில்

நிற்கும்போது மற்றவர்கள் அவர் தோள்மூட்டுக்குக் கூட எட்டவில்லை. பாத்ரூமில் குளிப்பதற்கு உயரம் போதாமல் ஷவரில் குனிந்துகொண்டு ஹரிஸ் குளிக்கிறார். யப்பானியர்கள் *L* வார்த்தைகளையும், *R* வார்த்தைகளையும் மாறிப்போட்டுக் குழப்பியடிப்பது போன்ற வேடிக்கைக் காட்சிகள். யப்பானியர்களுடைய தொழில்நுட்ப முன்னேற்றத்தையும் காட்டத் தவறவில்லை. அதிகாலையில் படுக்கையறை யன்னல் திரைச்சீலைகள் தானாகவே நகர்ந்து வெளிச்சத்தை உள்ளே விடுகின்றன. அறையில் உள்ள தொலைநகல் மெசின் தகவல்களை சுருள்சுருளாக பகலிலும் இரவிலும் கொண்டுவந்து சேர்க்கிறது.

டோக்கியோவின் தகதகக்கும் நியோன் விளக்கு இரவுகளில் ஹரிஸும் சார்லட்டும் உல்லாசமாகத் திரிகிறார்கள். பல கேளிக்கை நடனங்கள். பல காட்சிகள் கிரிகொறி பெக்கும், ஓட்றி ஹொப்பெர்னும் நடித்த *Roman Holiday* படத்தை நினைவுக்குக் கொண்டுவருகின்றன. அதைப்போல இவர்களிடையே ஒரு வரம்பு மீறாத நெருக்கமும் உண்டாகிறது.

ஹரிஸுக்கு விரக்தியான முகம்; அதில் சிரிப்பு வருவது அபூர்வம். சார்லட் பேசும் முழு வசனங்களும் ஒரு பக்கத்துக்குள் அடங்கும். ஆனால் அவள் கண்கள் பத்துப் பக்க வசனங்களைப் பேசிவிடுகின்றன. அவள் முகமும், உடலும், அதன் கோணமும் அந்தக் காட்சிக்கு என்ன உணர்ச்சி தேவையோ அதை அசங்காமல் வெளியே விட்டபடியே இருந்தது. அலட்டல் இல்லாத நடிப்பு என்பார்கள், அது இதுதான்.

எப்படி நட்பு உண்டாகியதோ அதே மாதிரி கலை அழகுடன் பிரிவும் சொல்லப்படுகிறது. இருவர் மனதுக்குள்ளும் பூட்டி வைத்த ஏதோ ஒன்றை அவர்கள் பரிமாறிக்கொள்ளவில்லை; தங்களுடனேயே திருப்பி எடுத்துப் போகிறார்கள்.

இந்தப் படம் *Sofia Coppola* வுக்கு பணத்தையும் புகழையும் கொட்டிக் குவிக்கும். இந்த இளம் வயதில் உலகத்துச் சிறந்த இயக்குநர் வரிசையில் இடம் பிடித்துவிடுவார். ஒன்றிரண்டு ஒஸ்கார் பரிசுகளும் நிச்சயம். மொழிபெயர்ப்பில் எப்படி ஒரு

பகுதியை இழந்துவிடுகிறோமோ அதேபோல வாழ்க்கையிலும் ஒரு பகுதியை நாம் இழந்துவிடுகிறோம். அது முழுமை பெறுவதே இல்லை; அதைத் தேடி ஓடுவதுதான் விதிக்கப்பட்டது என்ற செய்தி துலக்கமாகவே கிடைக்கிறது.

கலையம்சம் என்று பார்த்தால் இந்தப் படம் பூரணம் பெற்றுவிட்டதாகச் சொல்லமுடியாது; மொழிபெயர்ப்பில் இழந்தது போல அதிலும் ஏதோ ஒன்று இழந்துபோய்த்தான் தெரிந்தது.

Good Bye, Dragon Inn என்ற தாய்வான் படத்தை இயக்கியவரும் ஓர் இளைஞரே. பெயர் சோய் மிங்லியாங். இவருடைய பல படங்கள் உலகத் திரைப்பட விழாக்களில் விருதுகள் பெற்றிருக்கின்றன. இவருக்கு ஒரு பேர் இருக்கிறது. காமிராவை எடுத்து ஒரு கோணத்தில் வைத்தால் அதை அவசரப்பட்டு மீண்டும் தொடமாட்டார். மற்றவர்கள் குளோசப், தூரக் காட்சி, இடைக்காட்சி என்று ஒவ்வொரு நாலு செக்கண்டும் வெட்டி எடுக்கும்போது இவர் இரண்டு நிமிடக் காட்சிகளை விடாப்பிடியாக எடுப்பார். இவை மனிதர்களின் பொறுமையை சோதித்து எரிச்சல் ஊட்டக்கூடியன.

படம் தொடங்குமுன் இயக்குனர் மேடையில் தோன்றிப் பேசினார். 'இங்கே இப்பொழுது அரங்கம் நிறைந்திருக்கிறது. படம் முடியும்போது என்னுடைய நீண்ட காட்சிகளில் அலுத்துப்போய் பாதிப்பேர் ஓடிவிடுவீர்கள். அப்படி ஓடவேண்டாம். முக்கியமானது கடைசிக்காட்சி, அதையும் பார்த்துவிடுங்கள்' என்று கூறினார். அரங்கம் சிரித்தது.

அவருடைய பேச்சு சுருக்கமாக இருந்தது. அவருடைய ஒரு காட்சியின் நீளம்கூட இருக்கவில்லை.

நீண்ட காட்சிகள் மட்டுமல்ல; அவருடைய படத்தில் இன்னும் பல புதுமைகள் இருந்தன. இது மௌனப் படம்போல (ஒன்றிரண்டு வசனங்கள்தவிர) வசனம் இல்லாமலே ஓடியது.

ஒரு காலத்தில் பிரபலமாக இருந்த ஒரு தியேட்டரைப் பற்றியது படம். அந்த தியேட்டரில் ஓடும் படத்தைப் பார்க்க வரும்

சனத்தொகை வரவர குறைகிறது. அந்த தியேட்டரையும், அதைப் பார்க்கவரும் ஒன்றிரண்டு பார்வையாளர்களையும், அதில் ஓடும் படத்தையும் காட்டுவதுதான் படம். அந்த தியேட்டர் படத்தில் வரும் பின்னணி இசையும், டயலாக்கும், நிஜ படச் சம்பவங்களுக்குப் பொருந்தும்படி அமைத்திருப்பதுதான் சிறப்பு.

கதாநாயகி கால் ஊனமான ஓர் இளம்பெண். படம் முழுக்க இந்தப் பெண் பெரும் சத்தம் போடும் ஊனக்காலை நகர்த்திவைத்துப் போகும் ஒலி நிறைந்திருக்கும். நீண்ட காட்சிகள். இந்தப் பெண் கீழிருந்து மூன்று மாடிப்படிகளை ஏறி முடிக்கும்வரை காமிரா அசையாமல் தொடர்ந்து காட்டிக்கொண்டே இருக்கிறது. பயங்கரமான டக் டக் ஒலிதான் பின்னணி. படத்தின் முடிவு வரை இந்தப் பெண் ஒரு வார்த்தை பேசவில்லை.

படத்தின் தொடக்கத்தில் ஊனப்பெண்மணி நீண்ட படிக்கட்டுகளைக் கடந்துவந்து நீராவியில் ஏதோ உணவை வேகவைக்கிறார். பிறகு ஆற அமர உட்கார்ந்து அதைப் பாதியாக வெட்டிச் சாப்பிடுகிறார். பிறகு மீதியை மூடி பத்திரமாக வைக்கிறார். இந்தக் காட்சி ஒரு பத்து நிமிட நேரம் ஓடுகிறது.

தியேட்டரில் பல சம்பவங்கள் நடக்கின்றன. ஒருபால் புணர்ச்சியாளர்கள் ஒருவரை ஒருவர் தேடுவது. விலைமாது வாடிக்கையாளரைப் பிடிக்கும் நோக்கத்தில் தியேட்டருக்கு வருவது. மிகப் பெரிய சத்தத்துடன் தியேட்டரில் வத்தகப்பழ விதைகளை உடைத்து உண்பது. அடுத்து ஏதோ முக்கியமான காட்சி வரப்போகிறது என்பதுபோல பல எதிர்பார்ப்புகள்.

கதாநாயகியின் நடமாட்டம்தான் படம் முழுக்க வியாபித்திருக்கிறது. நடு இரவு நேரங்களில் பல மாடிகள் கொண்ட அந்த ஆளரவம் இல்லாத தியேட்டரில் அவள் தோன்றுமுன்னரே கடூரமான காலடிச்சத்தங்கள் ஒலிக்கத் தொடங்கும். பிறகு அவள் தோன்றுவாள். அவளே டிக்கட் கொடுப்பவள். அவளே தியேட்டரின் பாதுகாப்புக்குப் பொறுப்பானவள். அவளே இருக்கைகளைச் சுத்தமாக வைக்கக் கடமைப்பட்டவள். அவளே ஆண்கள், பெண்கள்

கழிப்பறைகளையும் சுத்தம் செய்பவள். தனியாக அந்தப் பிரம்மாண்டமான தியேட்டரின் முழு அலுவல்களையும் வெறுப்பில்லாமல் செய்கிறாள். அவள் முகத்தில் பார்க்கக்கூடிய ஒரே உணர்ச்சி ஏக்கம்தான்.

படம் முடிவதற்கு இரண்டு நிமிடம் வரைக்கும் சம்பவக் கோர்வையில் ஒரு கதையும் தென்படவில்லை. எல்லாமே போக்கு காட்டும், கதைக்குத் தொடர்பில்லாத காட்சிகள்தான். திடீரென்று ஒரு நாள் அந்த தியேட்டரை மூடிவிட முடிவு எடுக்கிறார்கள். அப்பொழுதுதான் படத்தின் கதாநாயகன் முதன்முறையாகத் தோன்றுகிறான். இவன்தான் தியேட்டரில் படம் ஓட்டி. இவன்கூட அவனுக்குக் கொடுத்த அந்த ஐந்து நிமிடங்களில் ஒரு வார்த்தைதானும் பேசவில்லை.

கடைசி நாள். இந்தப் பெண் மிகப் பொறுப்பாக எல்லாக் கதவுகளையும் மூடுகிறாள். தியேட்டரின் இருக்கைகளைச் சரிபார்க்கிறாள். ஆண்களின் நீண்ட கழிவறைக்குப் போய் அங்கே ஒவ்வொரு கழிவறையாகத் தண்ணீர் ஊற்றிக் கழுவி சுத்தம் செய்து அவற்றைச் சரிவர மூடுகிறாள். தன்னுடைய சொந்தப் பொருட்களைப் பையிலே வைத்து மூடி சரி பார்க்கிறாள். அப்பொழுதும் அவளுக்குத் திருப்தியில்லை. பையைத் தூக்கிக்கொண்டு திரும்பித் திரும்பிப் பார்த்தவாறே தியேட்டரை விட்டு வெளியேறுகிறாள்.

கதாநாயகனும் புறப்படுவதற்கு ஆயத்தங்கள் செய்கிறான். திடீரென்று ஏதோ ஞாபகம் வந்து இவளுடைய அறைக்குப் போகிறான். அங்கே அவள் மீதம்விட்ட பாதி உணவு இருக்கிறது. அதைக் கண்டு திடுக்கிடுகிறான். அதைப் பாதுகாப்பாக எடுத்துக்கொண்டு போய் அவளிடம் கொடுக்கவேண்டும் என்பதுபோல விரைந்து ஹெல்மட்டை மாட்டி மோட்டார் சைக்கிளில் ஏறி சீறிக்கொண்டு பறக்கிறான்.

அவன் போன பிறகு மறைவிடத்தில் இருந்து நொண்டியபடியே பெண் வெளிப்படுகிறாள். அவன் போவதை நம்பமுடியாமல் வெறித்துப் பார்த்தபடி நிற்கிறாள். அவள் முகத்திலே வழக்கமான உணர்ச்சி ஏக்கம்தான்; ஆனால் இப்போது ஆசை, ஏக்கம், ஏமாற்றம்.

அவளைத் தேடித்தான் அவன் போவது அவளுக்குத் தெரியாது. அப்படியே படம் முடிகிறது.

கடைசி இரண்டு நிமிடங்கள் தவிர மீதி நேரம் எல்லாம் பார்வையாளர்களுக்குப் போக்குக் காட்டும் வேலைதான் நடக்கிறது. கதை நடப்பது கடைசி இரண்டு நிமிட நேரத்தில்தான். மீதி நேரம் இந்த உச்சக் கட்டத்துக்குத் தயார் செய்யும் முயற்சிதான். பத்து செக்கண்ட் நடக்கும் சுமோ மல்யுத்தத்திற்கு பத்து நிமிட நேரம் தயார்செய்வதுபோலத்தான் இதுவும்.

ஆனால் இந்தப் படத்தில் ஏதோ இருக்கிறது. இரண்டு நாட்களாக இது மனதைப்போட்டு அலைக்கழித்தது. பல இடங்களில் எரிச்சல்கூட வந்தது. ஆனாலும் இது முடிந்தபோது ஆழ்மனதில் போய் எதையோ கலக்கிவிட்டது. அந்தக் காலடி ஓசைகள் இன்னும் என்னைத் துரத்திக்கொண்டே இருக்கின்றன.

Since Otar Left ஒரு பிரெஞ்சுத் திரைப்படமாக இருந்தாலும், அது ஜோர்ஜீயா நாட்டின் பின்னணியில் எடுக்கப்பட்டது. மூன்று தலைமுறைப் பெண்களின் கதை - *90* வயதான ஏக்கா, *55* வயதான விதவை மகள் மரீனா, ஏக்காவின் பேத்தி *16* வயது அடா - இவர்கள்தான் நாயகிகள்.

ஜோர்ஜீயாவின் ஒரு நகரத்தின் சின்ன வீட்டிலே இவர்கள் வசிக்கிறார்கள். இரண்டொரு காட்சிகளில் இவர்களுடைய வறுமை நிலை சொல்லப்பட்டுவிடுகிறது. மூன்று பெண்கள் வாழும் ஒரு வீடு எப்படி இருக்கும். எப்போதும் பிக்கல், பிடுங்கல், சச்சரவுகள்தான். ஆனால் அது வெளித்தோற்றத்திற்கு. அதை ஊடுருவி ஆழமான அன்பும் தியாகமும் சேவையும் நிறைந்திருக்கிறது.

ஒட்டார் திரையிலே தோன்றாத கதாநாயகன். அவனைச் சுற்றித்தான் கதை நகர்கிறது. பாரிஸ் நகரத்தில் வசதிகள் மறுக்கப்பட்ட ஒரு மலிவு அறையில் அவன் வாழ்கிறான். அங்கேதான் அவனுடைய பிழைப்பு.

ஏக்காதான் குடும்பத்தலைவி. அவள் சொல்லுக்கு மறுப்பு கிடையாது. இருப்பினும் சிறு சிறு பிணக்குகள் அவ்வப்போது

ஏற்படும். ஆனாலும் முக்கியமான விடயங்களில் அவள் சொல்லுக்கு மதிப்பு இருக்கிறது. ஒரு முறை நடு இரவில் அவளை மருத்துவமனை அவசரப் பிரிவுக்கு இட்டுச் செல்கிறார்கள். அப்பொழுது அவளிடம் குடும்பத்தினர் காட்டும் பரிவும் அன்பும் வெளிப்படுகிறது. ஏக்காவுக்கும் அவள் பேத்தி அடாவுக்கும் இடையில் மெல்லிய ஒரு பாசம் இறுக்கமாக உருவாகிறது.

ஏக்கா தன் மகன் ஒட்டாரின் கடிதங்களுக்கும், டெலிபோன் அழைப்புகளுக்கும் காத்திருப்பதுதான் படத்தில் பிரதானமான காட்சி. கடிதம் வந்தால் அதைத் திருப்பித் திருப்பிப் படிப்பாள். டெலிபோன் என்றால் மாறிமாறிப் பேசுவார்கள். அவன் குரலைக் கேட்கும்போது ஏக்காவின் சுருங்கிய முகம் ஒரு பூ மலர்வதுபோல விரிவது மறக்க முடியாதது. அன்று மிகவும் சந்தோஷமான நாள். குதூகலம் ஓடி வழியும். இவர்கள் வாழ்வது அந்தத் தொலைபேசி மணி அடிப்பதற்காக. அது அடித்து முடிந்தபின் அடுத்த மணி அடிப்பதற்காக.

இளம் பெண் அடாவின் பாத்திரம் அருமையாக அமைந்தது. ஓர் இளம்பெண்ணுக்குரிய ஒன்றையும் அவள் செய்வதில்லை. காதலன் இல்லை. நடனங்களுக்கும் போவதில்லை. எதிர்காலம் பற்றிய அக்கறை இல்லை. வேலை இல்லை. இந்தப் பெண்கள் மத்தியில் அவள் வாழ்நாள் கரைந்துகொண்டு போகிறது. அவளைப்பற்றிய கவலை இப்போது கிழவிக்கும் பிடித்துவிடுகிறது.

ஒரு நாள் இடிபோலச் செய்தி வருகிறது. ஒட்டார் ஒரு விபத்தில் இறந்துவிடுகிறான். இதைக் கிழவியிடம் யார் சொல்வது. அவள் உயிரைப் பிடித்துக்கொண்டிருப்பது ஒட்டாருக்காகத்தான். அவள் இறந்தாலும் இறந்துபோவாள். அந்தச் செய்தியை அப்படியே மறைத்துவிடுகிறார்கள். டெலிபோனும் கடிதமும் இப்போது இல்லை. கிழவி வருத்தம் அடைகிறாள். பிடிவாதமாக பாரிஸ் போகவேண்டும் என்று சொல்கிறாள். வேறு வழியில்லாமல் சம்மதிக்கிறார்கள்.

ஆனால் அங்கே போனதும் நாம் எதிர்பார்க்காத ஒரு விஷயம் நடந்துவிடுகிறது. தன்னுடைய மகன் இறந்துபோன விஷயத்தைக்

கிழவி தானாகவே கண்டுபிடித்துவிடுகிறாள். அந்த இடத்தில் அவள் அதிர்ந்துபோய் அலறவில்லை. மிக அமைதியான திடசித்தத்துடன் அந்த மரணத்தை ஏற்றுக்கொள்கிறாள். அது மாத்திரமல்ல, மற்றவர்களிடம் இருந்து இதை மறைத்து விடுகிறாள். ஒட்டார் திடீரென்று அமெரிக்கா போய்விட்டான் என்று பொய் சொல்கிறாள். ஒட்டார் இறந்துவிட்டது தெரிந்திருந்தாலும் கிழவி சொன்ன பொய்யை நம்புவதுபோல மற்றவர்களும் நடிக்கிறார்கள்.

படம் முடிவதற்கு இன்னும் சில நிமிடங்களே இருக்கின்றன. மூன்று பெண்களும் பாரிஸ் விமான நிலையத்தில் ஜோர்ஜீயா விமானத்துக்காகக் காத்திருக்கிறார்கள். விமானத்தில் ஏறுவதற்கான கடைசி அழைப்பு. திடீரென்று இளம் பெண் அடா காணாமல் போய்விடுகிறாள். கண்ணாடித் தடுப்புக்கு அப்பால் நின்று கைகாட்டுகிறாள். பாரிஸில் நின்றுவிட அவள் தீர்மானித்துவிட்டாள். தாய் திடுக்கிட்டுப் போய் அழுகிறாள். ஆனால் ஏக்கா அதே திடசித்தத்துடன் இதை ஏற்கனவே எதிர் பார்த்ததுபோல மரீனாவை அணைத்துத் தேற்றிக்கொண்டு விமானத்தை நோக்கிப் புறப்படுகிறாள்.

மூன்று பெண்களை மட்டும் வைத்து எடுத்த, மூன்று தலைமுறைகளைக் காட்டும், ஆடம்பரமில்லாத, அலட்டல் இல்லாத படம். காமிரா படம் எடுப்பதே தெரியவில்லை. ஒரு குடும்பத்தினுள்ளே அவர்களுக்குத் தெரியாமல் நுழைந்து விட்டதுபோன்ற ஓர் உணர்வுதான். நாம் பார்வையாளர் என்பதே அடிக்கடி மறந்துபோய்விடுகிறது.

மூன்று பெண்கள் வாழ்ந்த வீட்டில் இப்பொழுது இரு பெண்கள் வாழ்வார்கள். அவர்கள் குடும்பத்தில் ஒருவர் சம்பாதிக்கத் தொடங்கிவிட்டார். அவர்கள் இப்போது அடாவின் டெலிபோன் அழைப்புக்காகக் காத்திருப்பார்கள்.

படம் முடிந்த பிறகுதான் அவ்வளவும் நடிப்பு என்ற திடுக்கிடல் ஏற்படுகிறது. மிகத் தூரத்தில் இருந்து வரும் ஒரு டெலிபோன் அழைப்புக்காக மூன்று பெண்கள் காத்திருப்பது அடிக்கடி படத்திலே வரும் ஒரு காட்சி. அந்தப் பெண்கள்

காத்திருப்பதுபோல படம் முடிந்த பிற்பாடும் மனம் ஏதோ ஒன்றுக்காகக் காத்திருந்தது. தியேட்டரை விட்டு வெளியே வர நேரம் எடுக்கிறது.

The Matchstick Men என்ற படத்தில் நடித்தவர் அடிக்கடி சினிமா போகிறவர்களுக்கு பரிச்சயமான நிக்கலஸ் கேஜ் என்ற தேர்ந்த நடிகர். இதை இயக்கியவர் *Gladiator* படத்தைத் தந்த அதே ஸ்கொட் என்பவர்தான்.

ரோய் (Nicolas Cage) ஒரு கம்பனி நடத்துகிறார். அதிலே அவருடைய பார்ட்னராகவும், அவரிடம் தொழில் பழகுபவராகவும் ப்ராங் என்ற இளைஞர் வேலை பார்க்கிறார். இவர்களுடைய தொழில் ஆட்களை ஏமாற்றுவதுதான். பெரிய தர ஏமாற்றாக இல்லாமல் மிகக் கவனமாக, பொலீஸில் பிடிபடாமல் சிறு சிறு தொகைகளாக ஏமாற்றிப் பறிப்பார்கள். அவர்களுக்கு பலியாவது தனியாக வசிக்கும் பெண்கள், ஓய்வு பெற்று வாழ்பவர்கள், இப்படி. இதில் கிடைக்கும் பணத்தை அவர்கள் பங்குபோட்டுக்கொள்வார்கள். ரோய் தன் பணத்தை வங்கி லொக்கரில் கட்டுக்கட்டாக அடுக்கிவைத்துப் பாதுகாக்கிறான்.

ரோயுக்கு ஒரு அபூர்வமான நரம்பு வியாதி. அவனால் வெளியே அதிக நேரம் இருக்கமுடியாது. சூரியனைப் பார்க்க இயலாது. வீட்டிலே தூசு துரும்பு இருக்கக்கூடாது. அதுவும் கார்ப்பெட் எப்பவும் அப்பழுக்கில்லாமல் பளிச்சென்று இருக்கவேண்டும். மனநல மருத்துவரிடம் கிரமமாகப் போய் அவர் கொடுக்கும் மாத்திரையை தினமும் எடுப்பான். அல்லாவிடில் வாய் கோணி, கண் வெட்டி இழுக்கத்தொடங்கிவிடும். ரோயினுடைய புது மனநல மருத்துவர், மனைவியுடன் பிரிந்து போன அவனுடைய மகளைச் சந்திக்கச் சொல்கிறார். அவளுக்கு இப்ப வயது பதினாலு. அந்தச் சந்திப்பு பெரிய மருந்தாக இருக்கும் என்ற நம்பிக்கை அவருக்கு.

பதினாலு வயது அஞ்சலா சில்லுப்பலகையை வேகமாக உருட்டியபடி ஒரு வெளிச்ச தேவதைபோல வந்து இறங்குகிறாள். அந்த வயதுப் பெண் குழந்தைக்கு உரிய சிரிப்பு, சினம்,

துணிச்சல் எல்லாம் அவளிடம் இருக்கிறது. ஒரு நாள் தாயுடன் கோபித்துக்கொண்டு இவனுடைய வீட்டுக்கு வந்துவிடுகிறாள். ஆடம்பரமான வீட்டைப் பார்த்து அப்படியே அசந்துபோய் நிற்கிறாள். தகப்பன் உதவாக்கரை என்று அவள் தாய் போதித்திருக்கிறாள்.

அஞ்சலா வந்த இரண்டு நிமிடங்களில் வீடு தலைகீழாகிறது. ரோய் ஒழுங்காக ஒருவித வெறித்தன்மையுடன் அடுக்கிவைத்த பொருள்கள் எல்லாம் சிதறிப்போய் காட்சியளிக்கின்றன. பசியில்லை என்று சொல்வாள்; அடுத்த நிமிடம் பெட்டி பெட்டியாக பீட்ஸா ஓடர் பண்ணி, பளபளக்கும் விலை உயர்ந்த வெள்ளை கார்ப்பட்டில் சிந்தியபடியே சாப்பிடுவாள். அவளுடைய உற்சாகம், அலட்சியம் எல்லாம் இவனுக்கும் தொற்றிவிடுகிறது. முன்பின் அறிந்திராத ஒரு தகப்பன் மகள் உறவு சிறிது சிறிதாக நெருக்கமாகிறது. ரோய் இப்பொழுது மருந்துகள்கூட எடுப்பதில்லை. மகளைப்போல அவனும் சப்பாத்துகளைக் கழற்றி, கழற்றிய இடத்திலேயே எறிந்துவிட்டு, வாழ்க்கையைச் சுதந்திரமாக அனுபவிக்கக் கற்றுக்கொள்கிறான்.

அஞ்சலா வரும் காட்சிகள் எல்லாம் ஒளி வெள்ளம் பாய்ந்து மற்றவர்களுடைய நடிப்பை அமுக்கிவிடுகிறது. அவள் சிரிக்கும்போது நாமும் சிரிக்கிறோம்; துள்ளும்போது எமக்கும் துள்ளத் தோன்றுகிறது. அவள் அழும்போது எமக்கும் அழுகை வருகிறது. அப்படியான பிரசன்னம்.

ஒரு நாள் அஞ்சலா தகப்பனுடைய உண்மையான தொழிலைக் கண்டுபிடித்துவிடுகிறாள். அதுமட்டும் அவன் நேர்மையானவன் என்று அவள் நம்பியிருந்தாள்.

'எதற்காக இந்தத் தொழிலைச் செய்கிறாய்?'

அதற்கு அவன் சொல்கிறான். 'இதில் நான் திறமையுள்ளவனாக இருக்கிறேன்.'

அவன் பணத்திற்காக என்று சொல்லவில்லை. தனக்குப் பிடித்த தொழில் என்றும் கூறவில்லை. தனக்கு திறமை இருப்பதால் செய்வதாகச் சொல்கிறான். மிகவும் நேர்மையான பதில்.

ரோயும், பிராங்கும் அவர்கள் வழக்கத்திற்கு மாறாக பெரிய ஏமாற்று வேலை ஒன்றைச் செய்வதற்குத் திட்டமிடுகிறார்கள். ரோய் ஒவ்வொரு சிறு விபரத்தையும் சேகரித்து அணு பிசகாமல், நுணுக்கமாக பிளான் பண்ணுகிறான். அவன் இதுவரை பொலீஸில் பிடிபட்டது கிடையாது. பிராங்கும் அப்படியே. கடைசி நிமிடத்தில் சந்தர்ப்பவசத்தால் அஞ்சலாவையும் சேர்த்துக்கொள்ளவேண்டிய கட்டாயம் ஏற்படுகிறது. அஞ்சலா துணிச்சல்காரி. விமானக்கூடத்தில் ஒரு கட்டத்தில் கவனத்தைத் திருப்புவது அவள் வேலை. சனங்கள் நிரம்பிய ஒரு பாரிலே வசை சங்கிலியை அவிழவிட்டு எல்லோரையும் அதிர வைக்கிறாள்.

ஆனால் ஒரு சின்னத் தவறு நடந்துவிடுகிறது. அஞ்சலா எற்கனவே பொலீஸில் பிடிபட்டவள். அவள் பதிவு பொலீஸில் இருக்கிறது. தகப்பனுடைய தியாகத்தில் மகள் தப்புகிறாள். கதையின் சிதிலமான நுனிகள் எல்லாம் முடியப்பட்டு படம் முடிகிறது.

சரியாக இரண்டு மணிநேரம் ஓடும் இந்தப் படத்தில் இருக்கையின் கைப்பிடிகளை இறுக்கிப் பிடிக்கவைக்கும் காட்சிகள் அதிகம். அஞ்சலாவாக வரும் அலிஸன் லோமனின் நடிப்பு பிரமாதம். ஒரு இடத்தில் கூட தொய்வு வராமல் இயக்குநர் சீன்களை நெருக்கமாக அமைத்திருக்கிறார்.

தகப்பனும் மகளும் சந்திக்கும் இறுதிக்காட்சி எதிர்பார்த்த நெகிழ்ச்சியை ஏற்படுத்தவில்லை. முக்கியமான இந்தக் காட்சி மட்டும் சரியாக அமைந்திருந்தால் இந்தப் படம் அடுத்த லெவலுக்குப் போயிருக்கும். இதைப் பார்த்தபோது ஒஸ்கார் பரிசு பெற்ற ரெயின்மான் (Rainman) படக்காட்சிகள் அடிக்கடி ஞாபகத்துக்கு வந்தன. The Matchstick Men இந்தப் படம் அளவுக்கு உயர்ந்திருக்கவேண்டியது; எங்கோ கதையிலோ, இயக்கத்திலோ, நடிப்பிலோ ஏற்பட்ட யோக்கியத்தன்மையின் சறுக்கலில் அதைத் தவறவிட்டிருக்கிறது.

தியேட்டரைவிட்டு வெளியே வரும்போது ‘அட, மிக உன்னதமாக வந்திருக்கவேண்டிய படம்’ என்ற எண்ணமே வலுத்திருந்தது.

At Five In The Afternoon (பின் மதியம் ஐந்து மணியானபோது) என்று ஓர் ஈரானியப் படம். இதை இயக்கியவர் ஸமீரா மக்மல்பவ் என்ற 23 வயது ஈரானியப் பெண்மணி. கான் திரைப்படவிழாவில் காட்டப் பெற்ற இரண்டு படங்களில் இதுவும் ஒன்று. இரண்டுமே ஜூரி பரிசு பெற்றவை. இவருடைய தகப்பனார் சமீபத்தில் கண்டஹார் படத்தை இயக்கியவர். இந்தப் படம் அதன் தொடர்ச்சி என்றுகூட ஒருவகையில் சொல்லலாம்.

ஆப்கானிஸ்தானில் தாலிபான்களின் வீழ்ச்சிக்குப் பிறகு பெண்கள் பள்ளிக்கூடங்களில் அனுமதிக்கப்படுகிறார்கள். ஆனால் நோக்ரே என்ற இளம் பெண்ணின் வண்டியோட்டும் தகப்பனுக்கு இந்த மாற்றங்கள் பிடிக்கவில்லை. முகம் மூடாத பெண்ணைக் கண்டால் கண்ணை மூடி பிரார்த்திக்கிறார். நோக்ரே கறுப்பு முழு பர்தா அணியவேண்டும் என்று நிர்ப்பந்திக்கிறார். அந்நியருடன் பேசும்போது பெண்கள் வாயிலே விரலை விட்டு குரலை மாற்றவேண்டும் என்று உத்தரவிடுகிறார். இறை நிந்தனை பெருகிவிட்டது என்று வருந்துகிறார்.

ஆனால் நோக்ரேயை குர்ரான் வகுப்புக்கு அனுப்ப சம்மதிக்கிறார். குர்ரான் வகுப்பில் இருந்து நோக்ரே தப்பி பின்வழியால் பெண்கள் பள்ளிக்கூடத்துக்குச் செல்கிறாள். வழியிலே பர்தாவைக் கழற்றிவிடுகிறாள். அதேபோல பழைய காலணியையும் நீக்கிவிட்டு, புதிய குதிச்சப்பாத்தை அணிந்துகொள்கிறாள். வகுப்பிலே காரசாரமான விவாதங்கள் நடக்கின்றன. ஆசிரியை மாணவிகளின் எதிர்கால லட்சியத்தைக் கேட்கிறார். நோக்ரே துணிச்சலாக தான் எதிர்கால ஆப்கானிஸ்தானின் ஜனாதிபதியாக வர விரும்புவதாகச் சொல்கிறாள். எல்லோரும் சிரிக்கிறார்கள். ஒரு மாணவி எழும்பி 'நீ ஒரு இஸ்லாமியப் பெண் மறந்துவிடாதே. உன் கடமை வீட்டில் பிள்ளைகளைப் பார்ப்பதும், கணவருக்கு அடங்கி நடப்பதுவும்தான்.' அவள், 'அது எப்படி. பாகிஸ்தான் ஒரு முஸ்லிம் நாடு. நான் பெனாசிர் பூட்டோ போல வருவேன்' என்று ஆவேசத்தோடு சொல்கிறாள்.

வண்டியோட்டி, நோக்ரே, அவளுடைய அக்கா, அவள் கைக்குழந்தை எல்லோரும் ஓர் உடைந்துபோன பிளேனில் வசிக்கிறார்கள். நோக்ரேயின் அக்கா தினமும் பஸ் தரிப்பிடத்துக்குச் சென்று பாகிஸ்தானில் இருந்துவரும் அகதிகளிடம் தொலைந்துபோன தன் கணவனைப் பற்றித் தகவல் விசாரிப்பாள். வறுமை அவர்களைப் பிடுங்கியது. குழந்தை எப்பொழுது பார்த்தாலும் பாலுக்காக அழுதது. தினம் தினம் தண்ணீரைத் தேடுவது நோக்ரேக்கு இன்னொரு பிரச்சினை.

நோக்ரே ஒரு கவிஞனைச் சந்திக்கிறாள். அவனிடம் கேட்கிறாள் பெனாசிர் பூட்டோ கூட்டங்களில் என்ன பேசினார் என்று. சனங்கள் அவருக்கு எப்படி வோட்டுப் போட்டார்கள். அவருடைய பேச்சின் நகல் தனக்கு வேண்டும் என்று கேட்கிறார். அவர்களுக்கிடையில் ஒரு மெல்லிய காதல் வளர்கிறது. அவன் ஒரு கவிதையை அவளுக்குச் சொல்லித் தருகிறான். பழைய ஸ்பானியக் கவிதை அது. இக்னாஸியா என்ற இளைஞன் காளைச் சண்டையில் பலியாகிறான். அவனுடைய நண்பர், பெரும் கவிஞர், இறந்த இளைஞனுக்கு அஞ்சலி செய்து ஒரு கவிதை படைக்கிறார். அந்தக் கவிதை 'பின் மதியம் ஐந்து மணி' என்று தொடங்கும். அதை நோக்ரே பாடமாக்குகிறாள்.

ஒரு நாள் நோக்ரே தண்ணீர் தேடி அலைந்தபோது காவல் நிற்கும் ஒரு பிரெஞ்சுப் படைவீரனைத் 'தற்செயலாகச் சந்திக்கிறாள். அவனிடம் அவள் கேட்கும் முதல் கேள்வி, 'உங்கள் நாட்டு ஜனாதிபதி யார்?' என்பதுதான். அவன் சொல்கிறான். அடுத்து அவள் கேட்கிறாள், 'உங்கள் ஜனாதிபதி தேர்தலில் என்ன பேசினார்?' அவன் தனக்குத் தெரியாது என்று சொல்கிறான்.

'நீ அவருக்கு வாக்குப் போட்டாயல்லவா? அவர் என்ன சொன்னார். எனக்கு அது தெரியவேண்டும்' என்று பிடிவாதமாகக் கேட்கிறாள். 'என்னுடைய ஜனாதிபதியின் பேச்சு உனக்கு எதற்கு?'

அவள் சொன்னாள், 'நான் என் நாட்டுக்கு ஜனாதிபதியாகப் போகிறேன்.'

உடனே போர்வீரன் பயந்து ஒடுங்கி சல்யூட் செய்கிறான். இந்தக் காட்சி மிக ஆழமாகவும், நகைச்சுவை ததும்பவும் படமாக்கப்பட்டிருக்கிறது.

நோக்ரே அடிக்கடி தனிமையில் தன் குதிச் சப்பாத்துகளைப் போட்டு ஒரு ஜனாதிபதிக்குரிய கம்பீரத்தோடு நடைபோட்டுப் பழகுகிறாள். கவிஞன் அவளுடைய படத்தை போஸ்டர்களாகத் தயாரித்து அவளைச் சுற்றி, சுவர்களில் ஒட்டிவைக்கிறான். நோக்ரே தனிமையில் பெரும் பேச்சுக்களைத் தயார் செய்கிறாள்.

நோக்ரேயின் தமக்கையின் கணவன் இறந்துவிட்டதாகச் செய்தி வருகிறது. வண்டியோட்டி இந்தத் தகவலை மகளிடமிருந்து மறைத்துவிடுகிறார். அவருக்கு மேலும் அங்கே இருக்கப் பிடிக்கவில்லை. அகதிகள் புது நாகரிகத்தைக் கொண்டுவருகிறார்கள். பெண்கள் பர்தா அணிவதில்லை. ரேடியோவில் இசை கேட்கிறார்கள். எங்கும் இறை நிந்தனை பெருகிவிட்டது என்று வெறுக்கிறார். எல்லோரையும் கூட்டிக்கொண்டு பாலைவனத்தைக் கடந்து கண்டஹார் போக முடிவு செய்கிறார். பாதி வழியிலேயே குதிரை இறந்துவிட நடந்து கடக்க முடிவு செய்கிறார்கள்.

மாலை நேரம். தங்குவதற்கு இடம் தேடி அலைகிறார்கள். அப்போது ஒரு வழிப்போக்கன் இறந்துபோன தன் கழுதைக்குப் பக்கத்தில் குந்திக்கொண்டு இருக்கிறான். வண்டியோட்டி குழந்தையைத் தலைப்பா துணியில் சுற்றி எடுத்துக்கொண்டு இரு மகள்களையும் பார்த்து 'போங்கள், போய் தண்ணீர் கொண்டுவாருங்கள்' என்று கட்டளையிடுகிறார். அவர்கள் மறுப்புக் கூறாமல் மாலை சூரியனை நோக்கி நடக்கிறார்கள்.

வண்டியோட்டிக்கும், வழிப்போக்கருக்கும் இடையில் சம்பாஷணை நடக்கிறது. வண்டியோட்டி ஒரு கூரான கல்லை எடுத்து ஆவேசமாக மணலிலே குழிபறித்தபடி பேசுகிறான்.

'எல்லாம் இறை நிந்தனை. எங்கும் இறை நிந்தனை. உலகம் எங்கே போகிறது. இங்கே இனி வாழமுடியாது. அல்லாவை நிம்மதியாகத் தொழும் இடம் ஒன்று எனக்கு வேண்டும்.'

குழிபறித்து முடிந்ததும் தலைப்பா துணியில் சுற்றப்பட்டு இறந்துபோன குழந்தையை அப்படியே மண்போட்டு மூடிப் புதைத்துவிடுகிறான்.

இது ஒன்றும் தெரியாமல் நோக்ரே தன் அக்காவுடன் முடிவில்லாத பாலைவனத்தில் தண்ணீர் தேடி அலைகிறாள், தன் காதலன் சொல்லித் தந்த பாடலைப் பாடியபடி.

பின் மதியம் ஒரு நாள்
ஐந்து மணி
மிகச் சரியாக
ஐந்து மணி
எல்லா மணிக்கூடுகளிலும்
ஐந்து மணி
வெயிலிலே
ஐந்து மணி
நிழலிலே
ஐந்து மணி
... ...
... ...

இந்தக் காட்சியோடு படம் முடிகிறது. இசையின் கூர்மையான கதிர்கள் வனாந்திர எல்லைகளைத் தாண்டிச் செல்கின்றன.

பச்சைக் குழந்தையை அந்தத் தாயின் அனுமதிகூட இல்லாமல் புதைக்கும் ஒரு நாட்டில் நோக்ரேயின் கனவுகளும் புதைக்கப்படுகின்றன. 'காளை மட்டுமே நிற்கிறது, வெற்றிக் களிப்பில்' என்று கவிதை முடியும்போது காளையின் வெற்றியை மட்டும் அது கூறவில்லை.

திரைப்பட விழாவின் ஆரம்பம் மோசமாக இருந்தாலும், பல படங்கள் மன நிறைவைத் தந்தன. ஏழு படங்களில் ஐந்து படங்களை இளம் இயக்குனர்கள் இயக்கியிருக்கிறார்கள். அதிலும் மூன்றுபேர் இளம் பெண்கள். பெருமைப்பட வேண்டிய விஷயம். வழக்கமாக நண்பர்களுடன்தான் படங்களைப் பார்க்கச் செல்வேன். இம்முறை முழுக் கவனமும் இருக்கவேண்டும்

என்பதற்காக, தனிமையில் அவற்றைப் பார்த்தேன். அது ஒரு துக்கம்.

என்றாலும் இந்த ஏழு நாட்களும் படம் முடிந்து நான் வெளியே வந்தபோது, கடந்த *60,000* வருடங்களில் பூமிக்கு மிக அண்மித்து வந்து விட்ட சிவப்பு ஒளி வீசும் செவ்வாய் கிரகம் வானத்தின் தென் மேற்கு மூலையில் எனக்காகப் பெரும் பொறுமையோடு காத்துக்கொண்டிருந்தது. நான் வீடு வந்து சேரும் வரைக்கும் என்னுடனேயே வந்தது.

அனுபவக் கதை

1. அங்கே இப்போ என்ன நேரம்?

சூடானுக்கு நான் மாற்றலாகிப் போனபோது, என் மனைவியும் கூடவே வந்தாள். வழக்கமாக நான் முதலில் போய் வீடு வசதிகள் எல்லாம் ஏற்பாடு செய்தபிறகே அவள் வருவாள். ஆனால் அந்த முறை பிடிவாதமாக அவளும் என்னுடனேயே வந்துவிட முடிவு செய்தாள்.

நாங்கள் போய் இறங்கிய சில வாரங்களிலேயே எங்கள் சாமான்களும் வந்து சேர்ந்தன. பெரிய லொறியொன்றில் நடுச்சாமத்தில் பிரம்மாண்டமான பெட்டிகளில் அவை வந்து இறங்கின. லொறி வேலையாட்கள் நாங்கள் முன்கூட்டியே அடையாளமிட்ட இடங்களில் அந்த பாரமான பெட்டிகளை இறக்கிவைத்துவிட்டுப் போனார்கள்.

நாங்கள் வாடகைக்கு எடுத்த வீட்டில் பதினொரு கயிற்றுக் கட்டில்கள் இருந்தன. வீட்டின் சொந்தக்காரர் இன்னும் மூன்று கட்டில்கள் தருவதற்கு ஆர்வமாக இருந்தார். நான் கெஞ்சிக் கூத்தாடி அவற்றைத் திருப்பிவிட்டேன். அவர் கருணையுடன் தந்த நீண்ட புத்தக ஷெல்ஃபை மாத்திரம் ஏற்றுக்கொண்டேன். என் புத்தகங்கள் மாத்திரம் இரண்டு பெரிய பெட்டிகளில் வந்து இறங்கியிருந்தன. என் மனைவி

அவற்றை, தான் அடுக்கிவிடுவதாகச் சொன்னாள். இப்படி எதிர்பாராத திசைகளில் இருந்து வரும் உதவிகளை யாராவது மறுப்பார்களா? என்றாலும் உள்ளர்த்தம் வேறு ஒன்றும் இல்லை என்பதை நன்றாக உறுதி செய்து கொண்டு அதற்குச் சம்மதித்தேன்.

உலகத்து நூலகங்களுக்கு எல்லாம் பிதாமகரான ஸெனோடோரஸ், 2300 வருடங்களுக்கு முன்பு அலெக்ஸாந்திரியாவில் 500,000 சுவடிகளைப் பரப்பி வைத்துக்கொண்டு ஆலோசித்ததுபோல என் மனைவியும் கடும் யோசனையில் ஆழ்ந்தாள். எனக்கு மனம் திக்கென்றது. கடைசியில் ஒரு பௌர்ணமி இரவில் புத்தகம் அடுக்கும் ஒரு புதுமையான முறையைக் கண்டுபிடித்தாள். உலகத்து திறம் நூலகங்களில் எல்லாம் இப்படியான வகைப்படுத்தலைக் காணமுடியாது. அமெரிக்க முறை, பிரிட்டிஷ் முறை என்று பல உண்டு. இலக்கியம், விஞ்ஞானம், தத்துவம், வரலாறு என்று பிரித்து அடுக்குவது ஒரு வகை. இன்னும் சில நூலகங்களில் எண் முறையையோ, அகரவரிசை எழுத்து முறையையோ பயன்படுத்தி அடுக்குவார்கள். இன்னும் சில நூலகங்களில் ஆசிரியரின் பெயரின் பிரகாரம் ஒழுங்கு பண்ணியிருப்பார்கள். ஒரு புத்தகம் தேவையென்றால் அதை எழுதிய ஆசிரியரின் பெயரின் கீழ் தேடினால் பட்டென்று கிடைத்துவிடும்.

என் மனைவிக்கு இப்படியான நுணுக்கங்களில் எள்ளளவும் நம்பிக்கை கிடையாது. அவளுக்கு புத்தகங்களின் அட்டையும், தடிப்பும், கனமும்தான் முக்கியம். தொக்கையான புத்தகங்களை எல்லாம் அடி செல்பிலும், பாரம் குறைந்தவற்றை மேல் தட்டிலுமாக அடுக்கினாள். அதாவது எடையே முக்கியம். எடை குறையக் குறைய அவை மேல்நோக்கி நகரும். நான் எவ்வளவு மன்றாடியும் ஒரு தேர்ந்த நூலக அதிபரின் கடும் தோரணையோடு இந்தக் காரியத்தைச் சிரத்தையாக, ஒருநாள் முழுவதும் முழங்காலில் நின்றபடி, செய்து முடித்தாள்.

புத்தகத்தைத் தட்டிலே அடுக்கும் வேலையை ஒரு மூன்று வயதுக் குழந்தைகூட செய்துமுடித்துவிடும். ஆனால் அந்தப்

புத்தகத்தைத் திருப்பி எடுப்பது அல்லவா சிரமம்! உதாரணமாக தி. ஜானகிராமனின் 'மோக முள்' தேவை என்றால் முதலில் ஒரு தியான நிலைக்குப் போய் அந்தப் புத்தகத்தின் அட்டை, வடிவம், எடை முதலியவற்றை நினைவுக்குக் கொண்டுவரவேண்டும். அதன் பிறகு எடைவாரியாக அதைத் தேடிக் கொண்டேபோய் பிடித்துவிடவேண்டும். இன்னும் சி.சு.செல்லப்பாவின் 'சுதந்திர தாகம்' எடைப் பிரகாரம் முதலாம் பாகம் கடைசித் தட்டிலும், இரண்டாம் பாகம் நாலாம் தட்டிலும் மூன்றாம் பாகம் முதல் தட்டிலும் இருக்கும். இதை எல்லாம் தேடி எடுப்பதற்கிடையில் தண்ணீர் தாகம் எடுத்துவிடும். இது எவ்வளவு பிரயாசையான சங்கதி என்பதை நான் அவளுக்கு விளக்கிக்கொண்டு வந்தேன். பத்து நிமிட விளக்கத்துக்குப் பிறகு மனைவி பதில் கூறினாள், சமையலறையில் இருந்து. ஒன்பது நிமிடங்கள் முன்பாகவே அவள் அங்கே போய்விட்டாள்.

இன்னும் ஒரு கஷ்டம் இருந்தது. என் மனைவி செங்கல்களைச் செங்குத்தாக அடுக்கிவைப்பதுபோல புத்தகங்களை நெருக்கமாக அடுக்கிவைத்திருந்தாள். 'ஈக்கிடை புகா' என்று சொல்வார்களே, அப்படி. ஒரு புத்தகத்தைக் கண்டுபிடித்து இழுத்து எடுப்பதற்கு, திறமையான தியானமும் கொஞ்சம் புத்தியும், நிறைய தந்திரமும் விரல் நுனிகளில் போதிய பலமும் இருக்கவேண்டும். இப்படியெல்லாம் பெரும் ஆயத்தம் செய்து புத்தகத்தை இழுத்தெடுத்தால் அது போனவாரம் நீங்கள் தேடிய ஒரு புத்தகமாக அமைந்துவிடும்.

சூடானில் இருக்கும்போதுதான் நாங்கள் தொட்டிகளில் மீன் வளர்க்கத் தொடங்கினோம். இதற்குப் பெரிய காரணம் ஒன்றுமில்லை. இங்கே எல்லோரும் மீன் வளர்த்தார்கள். இருபத்து நாலு மணிநேரமும் காற்றுக் குமிழ்களை உற்பத்தியாக்கும் கருவிகளைப் பூட்டி, பெரிய பெரிய கண்ணாடித் தொட்டிகளை நிறுத்திவைத்து, அதற்குள் மீன்கள் சுற்றிச் சுற்றிவரும் அழகைப் பார்த்து ரசித்தார்கள். வீட்டிற்கு வருபவர்கள் முதலில் தொட்டியையே வந்து பார்ப்பார்கள். ஆனபடியால் நாங்களும் பெரிய மீன் வளர்ப்புக்காரர்களாக மாறியிருந்தோம்.

இதில் பல மீன்கள் நைல் நதியில் கிடைத்தவை. பார்வோன் மன்னன் காலத்தில் இருந்து வாழும் மீன்கள். அதிலே 'சிக்லிட்' என்றொரு மீன் தன் குஞ்சுகள் புடைசூழ நகர்ந்துகொண்டிருக்கும். ஏதாவது ஆபத்துபோலத் தோன்றினால் அது வாயை ஆவென்று திறக்கும். குஞ்சுகள் எல்லாம் ஒன்றன்பின் ஒன்றாக தாயின் வாய்க்குள் நுழைந்துவிடும். நாங்கள் நினைப்போம் சில நாய்கள் செய்வதுபோல தாய் குஞ்சுகளை விழுங்கிவிடும் என்று. ஆனால் சிறிது நேரத்தில் அது வாயைத் திறந்ததும், மீன் குஞ்சுகள் வெளியே வந்து நீந்தும்.

இது தவிர தங்க மீன், புலி வால் மீன், பெரிய செதில்கள் வைத்த ராட்சத மீன், இப்படிப் பல. நண்பர் ஒருவர் சொன்னார் மீன் வளர்ப்பில் பல வசதிகள் என்று. நாயைப் போல உலாத்த அழைத்துப்போகத் தேவையில்லை. வீட்டிலும், மெத்தையிலும் மயிர் கொட்டி வைக்காது. அதன் அழுக்குகளைக் கூட்டி அள்ளத் தேவை இல்லை. மிருகவைத்தியரும் தேவைப்படாது. இப்படிச் சொல்லிக்கொண்டே போனார்.

இவருடைய பெயர் அலி. என்னுடன் அலுவலகத்தில் வேலை செய்தார். பங்களாதேஷ்காரர். பம்பரமாகச் சுழன்று ஓயாமல் வேலை செய்தபடியே இருப்பார். இவருக்கு ஒரு மனைவியும், ஐந்து வயது மகளும். மகள் துடிதுடியென்று இருப்பாள். பெயர் நுஸ்ரத்.

அலியின் மனைவி சிறு உடல் கொண்ட அழகி. எப்பொழுது பார்த்தாலும் புது மெழுகிலே செய்த பதுமைபோல அசையாமல் இருப்பார். இவரைப்போல ஒரு சோம்பல் பெண்ணை நான் பார்த்தது கிடையாது. அந்தக் காலத்து சரோஜாதேவிபோல தன் சொந்த மயிரையும், இன்னும் யார் தலையிலோ முளைத்த வேறு மயிரையும் பந்துபந்தாகச் சுருட்டி ஒரு கோபுரம்போல தலையை அலங்காரம் செய்திருப்பார். கால் மேல் கால் போட்டுக்கொண்டு தன் கை நகங்களைக் கூராக்குவார். அது முடிந்ததும், அந்த நகங்களுக்குப் பூச்சு பூசுவார். பிறகு அந்தக் கலர் பிடிக்காமல் போகவே அதை அழித்துவிட்டு வேறு கலர் பூசுவார். இப்படி அவரும் நாள் முழுக்க உழைத்தபடியேதான் இருந்தார்.

அலிக்கு அடிக்கடி வெளிநாடுகளுக்குப் பயணம் செய்யும் உத்தி யோகம். தான் போகும் நாடுகளில் இருந்து தினமும் ஏதாவது தகவல் அனுப்பாமல் இருக்கமாட்டார். அந்தக் காலத்தில் எல்லாம் ஈ மெயில் கிடையாது. ஆகையால் சுருண்டு சுருண்டு வரும் டெலெக்ஸ் காகிதங்களில் பைபிள் வசனங்களுக்கு நம்பர் போட்டதுபோல 1,2,3 என்று ஒவ்வொரு வாக்கியத்துக்கும் நம்பர்போட்டு அனுப்புவார்.

சில வேளைகளில் தொலைபேசியில் அழைப்பார். அது அநேகமாக ஒரு நடுச்சாமமாக இருக்கும். சுழட்டி டயல் பண்ணும் அந்த டெலிபோன் கைப்பிடியைத் தூக்கிக் காதில் வைத்ததும் முதல் கேள்வியாக அங்கே என்ன நேரம் என்று விசாரிப்பார். எங்கே இருந்து பேசுகிறீர்கள் என்று நான் கேட்பேன். அவர் நியூயோர்க் என்பார்; அல்லது டோக்கியோ என்பார். எவ்வளவுதான் விபரம் தெரிந்தவராக இருந்தாலும் அலிக்கு இந்த 'நேர வித்தியாசம்' என்பது பிடிபடாத பொருளாகவே இருந்தது. இரவு இரண்டு மணிக்கு அழைத்துவிட்டு மிகச் சாதாரணமாக 'அப்படியா, மன்னித்துக்கொள்ளுங்கள்' என்று கூறிவிட்டு சம்பாஷணையைத் தொடர்வார். அடுத்த முறையாவது அதைத் திருத்திக்கொள்வார் என்று எதிர்பார்ப்பேன். நடக்காது.

ஒரு முறை அலியிடம் சொன்னேன். 'அலி, சூரியன் கிழக்கே உதிக்கிறது. ஆகவே நீங்கள் கிழக்கில் இருக்கும்போது உங்களுக்கு சூரியன் முதலில் உதயமாகிவிடும். அப்போது மேற்கில் இருக்கும் எனக்கு இன்னும் விடியாமல் நடுச்சாமமாக இருக்கும். ஆகையால் உங்கள் நேரத்தில் இருந்து சில மணித்தியாலங்களைக் கழித்தபிறகே என் நேரம் வரும். நீளக்கோடு 15 பாகை வித்தியாசத்துக்கு ஒரு மணித்தியாலம் என்ற கணக்கு.'

பிறகு சர்வதேசத் தேதிக்கோடு எப்போது பிறந்தது, அது எப்படி ஒரு தேசத்தையும் கிழிக்காமல் போகிறது என்று பாடம் எடுத்தேன். அவர் தலை ஆட்டும்போதே அவருக்கு ஒன்றும் புரியவில்லை என்று எனக்குத் தெரிந்துவிட்டது. பல தேசத்து அதிகாரிகளைச் சந்தித்து, சிக்கலான விஷயங்களுக்குத்

தீர்வுகாணும் தகுதி படைத்த ஒருவருக்கு, இந்தச் சிறு விஷயம் கடைசிவரை எட்டாதது எனக்கு ஆச்சரியத்தைக் கொடுத்தது.

எங்கள் சம்பாஷணை நடந்த சில நாட்களிலேயே மீண்டும் எனக்கு ஒரு தொலைபேசி வந்தது. இரவு ஒரு மணி. மனைவி டெலிபோனுக்குப் பக்கத்தில் இருந்தாலும் அதைத் தொடவில்லை. புன்னகையுடன் என்னைப் பார்த்தாள். அலி இல்லாமல் வேறு யார் இப்படிச் சரியாக ஒரு மணிக்கு அழைப்பார்கள்.

ஆனால் இந்தமுறை அங்கே என்ன நேரம் என்று அலி ஆரம்பிக்கவில்லை. மன்னிப்பும் கேட்கவில்லை. 'எனக்கு திடீரென்று யப்பானுக்கு மாற்றலாகி விட்டது. நான் வீட்டைக் காலிசெய்வதற்கு வீட்டுக்காரருக்கு ஒரு மாதம் நோட்டீஸ் கொடுக்கவேண்டும். என் காரியதரிசியிடம் விபரங்கள் இருக்கின்றன. நாளைதான் கடைசி நாள். கெடு முடிவதற்குள் தயவுசெய்து நோட்டீஸைக் கொடுத்துவிடுங்கள்' என்றார். நானும் 'சரி' என்றேன்.

எங்கள் தொழிலில் இப்படி அடிக்கடி நாடுவிட்டு நாடு மாறுவது ஒன்றும் புதிதல்ல. ஆனால் அலியின் திடீர் மாற்றல் என்னைக் கொஞ்சம் நிலைகுலைய வைத்தது. மாதக் கடைசியில் வீட்டைக் காலிசெய்துவிட்டு அலி முதலில் யப்பான் சென்றுவிட்டார். மனைவிக்கும், நுஸ்ரத்துக்கும் விமான டிக்கட் ஒரு வாரத்தில் வந்து அவர்களும் கிளம்பிவிடுவார்கள். இந்த ஒரு வாரமும் அவர்கள் எங்கள் வீட்டில் தங்குவதாக ஏற்பாடு.

நுஸ்ரத்தின் கைகளும் கால்களும் சும்மா இரா. எப்பவும் சிவப்பு சொக்ஸ் அணிந்த கால்களில், சில்லுப் பூட்டி வைத்ததுபோல அவசரம் காட்டுவாள். எங்கள் வீட்டிலே ஏற்படும் அழிவுகளை வைத்து அவள் போன பாதையை கரெக்டாகச் சொல்லிவிடலாம். அவளைப் பார்க்கும் போதெல்லாம் எனக்குள் ஒரு துயரம் பொங்கும். நுஸ்ரத்தின் தாயார் அவளைக் கொஞ்சுவது கிடையாது. அவளுக்கு உடுப்பு அணிவித்து சரிபார்த்ததையோ, தலை சீவி விட்டதையோ நாங்கள் பார்க்கவில்லை. ஆனால் நுஸ்ரத் ஏவிய வேலைகளைச்

செய்வதற்கு நாங்கள் இருவரும் எப்பவும் தயார்நிலையில் இருந்தோம். எங்களுக்கு சலிப்பு ஏற்படாமல் அவளும் புதிய வேலைகளை உண்டாக்கினாள்.

நுஸ்ரத்துக்கு புத்தகங்கள் என்றால் பிரியம். புத்தக அடித்தட்டில் ஹாம்லின் பதிப்பில் நாற்பது வருடத்துக்குமுன் வெளியான உலக சரித்திர புத்தகம் ஒன்று உண்டு. தொக்கையான இந்தப் புத்தகம் நான் சிறுவனாக இருந்தபோது பரிசாகக் கிடைத்தது. இப்பொழுது பதிப்பில் இல்லாத பொக்கிஷம். இதில் இருக்கும் வர்ணப்படங்கள் புகழ்பெற்ற சைத்ரிகர் ஒருவரால் வரையப்பட்டவை. அந்தப் புத்தகத்தை இந்தக் குழந்தை எடுத்துவைத்து மணிக்கணக்காகப் பார்த்துக்கொண்டே இருக்கும். இன்னும் வாசிக்கப் பழகாத சொற்களுக்கு மேல் தலையை வைத்தபடி சில நேரங்களில் உறங்கிவிடும். என் மனைவி என்ன வேலையில் இருந்தாலும் அதை விட்டுவிட்டு ஓடிவந்து அந்தப் புத்தகத்தை எடுத்து சரியான ஓட்டையில் திரும்பவும் அடுக்கி வைத்துவிடுவாள்.

இவர்கள் இருந்த அந்த ஒரு வாரமும் எங்கள் வீட்டில் பலத்த சேதம். ஒரு புயல்காற்று அடித்து முடிந்ததுபோல என் மனைவி வீட்டை சுத்தம் செய்தபடியே இருக்கவேண்டும். அபூர்வமாக வளர்த்த பெரிய செதிள் மீன்கள் இறந்துபோய் தரையிலே கிடந்தன. பாத்ரூமில் தகுந்த பாதுகாப்போடு இருந்த வாசனைத் திரவிய போத்தல்கள் இரண்டு ஒரேநாளில் உடைந்துபோயின. மணிக்கூடுகள் நேரத்தை மாற்றி மாற்றிக் காட்டின. அந்த முள்கள் டோக்கியோ நேரத்தையோ, நியூயோர்க் நேரத்தையோ இன்னும் உலகத்தின் நீளக்கோட்டில் உள்ள வேறு ஏதோ ஒரு தேசத்தின் நேரத்தையோ காட்டின.

அவர்கள் புறப்படும் இரவு எதிர்பாராத தடங்கல் ஒன்று ஏற்பட்டது. அன்று பின்மதியம் தொடங்கிய மணல்புயல் விடாமல் அடித்து நடுச் சாமம் வரைக்கும் இழுத்து, பிறகு மெல்ல மெல்ல ஓய்ந்தது. இந்த மணல், பவுடர்போல இருப்பதால் கதவு நீக்கல்கள், ஜன்னல் வெடிப்பு என்று எங்கே சிறு கீறல் இருந்தாலும் அதன் வழியாக உள்ளே புகுந்து விடும். நாங்கள்

வாசல் கதவுகளையும், ஜன்னல்களையும் ஈரத்துணி போட்டு அடைத்திருந்தோம். அப்படியும் மெல்லிய தூசிப்படலம் வீட்டின் பளிங்குத் தரை முழுக்கப் படர்ந்துவிட்டது.

காரின் உடல் முழுவதும் கூடைபோல மூடி மணல் மேடாகிவிட்டது. ஒரு துடைப்பத்தால் மணலை அகற்றி, துணியால் துடைத்து காரை மீட்பதற்கு சரியாக அரைமணி நேரம் பிடித்தது. நானும் மனைவியுமாக அவர்களை விமானத்தில் ஏற்றிவிடப் புறப்பட்டோம். பச்சை நிறத்து சந்திரனின் சிறிய ஒளியில் ஊர்ந்து போனபோது ஒரு புது தேசத்துக்கு வந்துவிட்டது போன்ற உணர்வுதான் எஞ்சியது.

பிளேன் அறிவிப்பு வந்தபோது அந்தக் குழந்தை செய்த காரியம் திடுக்கிட வைத்தது. என் கழுத்தைக் கட்டிப்பிடித்து அழுதது. பிறகு என் மனைவியை இறுக்கிப்பிடித்து விட மறுத்தது. தன்னிலும் உயரமான ஒரு கண்ணாடியைத் துடைப்பதுபோல கையைக் காட்டியபடி போனது. இந்தக் குழந்தைக்கு நாங்கள் என்ன செய்தோம். திறமான இரண்டு வேலைக்காரர்போல செயல்பட்டது தவிர வேறு ஒன்றுமே செய்யவில்லை. அது எப்படியோ தன் நுண்ணுணர்வினால் அன்பின் ஊற்றுக் காலைக் கண்டுபிடித்துவிட்டது.

திரும்பும்போது ரோடு எங்கே தொடங்குகிறது, எங்கே முடிகிறது என்று ஒன்றுமே தெரியவில்லை. எல்லாமே மணல் பரப்பு. லைட் கம்பங்கள் மட்டுமே எல்லைகளை நினைவூட்டின. பாதை நெடுக வேறு உயிரினமே இல்லை. வீட்டிற்குக் கிட்ட வந்தபோது அந்த அதிகாலையிலே, தலையிலே உறுமால் கட்டிய ஒரு பால்காரன் 20 லிட்டர் அலுமினியப் பால் பாத்திரங்களைப் கழுதையின் இரண்டு பக்கமும் தொங்கவிட்டபடி அதன்மேல் வந்துகொண்டிருந்தான். அவனுடைய தலை தூக்கத்தில் கவிழ்ந்திருந்தது. அந்தக் காட்சி அந்த நேரத்துக்கு என் மனதில் எதையோ அசைத்துவிட்டது.

காலை நாலு மணி. நித்திரைக் கலக்கத்தில் நாங்கள் அப்படியே விழுந்து படுத்துவிட்டதால் ஒன்றைக் கவனிக்கத் தவறிவிட்டோம். புத்தகத் தட்டில் உலக சரித்திர புத்தகத்தைக் காணவில்லை.

அது உண்டாக்கிய நீள்சதுர ஓட்டை மாத்திரம் அப்படியே இருந்தது. வீட்டில் ஒரு மூலை தவறாமல் எவ்வளவு தேடியும் புத்தகம் அகப்படவில்லை. அப்பொழுது ஒன்றைக் கவனித்தேன். மணல்புயலால் வீடு முழுக்க மெல்லிய வெண்புழுதிப் படலம் மூடியிருந்தது. அந்த மெல்லிய தூசியில் புத்தகத் தட்டுக்கு முன் சிறு பாதச் சுவடுகள் வந்து, திரும்பிப் போன தடங்கள். நான் பிரமித்துப்போய் நின்றேன். மனைவி வாயைத் திறந்து அதே வேகத்தில் கைகளால் பொத்திக்கொண்டாள். எனக்கு பொக்கிஷமான புத்தகம். மனம் பதறியது. அந்தச் சிறுமி அதைத் திருடியிருப்பாள் என்பதை என்னால் நினைத்துக்கூட பார்க்க முடியவில்லை.

இரண்டாம் நாள் இரவு நடுநிசியில் தொலைபேசி வந்தது. அலிதான் பேசினார். அங்கே என்ன நேரம் என்று கேட்டார். பிறகு பேசிக்கொண்டே போனார். அந்தப் புத்தகத்தைத் தவறுதலாக எடுத்துக் கொண்டு போய்விட்டதைப் பற்றிச் சொல்லுவார், சொல்லுவார் என்று காத்திருந்தேன். கடைசிவரை அவர் ஒன்றுமே சொல்லவில்லை. அந்தக் குழந்தை திருடியது இப்போது நிச்சயமாகிவிட்டது.

இந்த விஷயத்தை இப்படியே விட்டுவிடவேண்டும் என்றுதான் என் மனம் விரும்பியது. புத்தகம் போனதில் நிரம்பிய துக்கம்தான். ஆனால் அந்தக் குழந்தையைக் குற்றம் சொல்ல யாருக்கு மனது வரும்.

என் மனைவி வேறுமாதிரி நினைத்தாள். ஓர் ஐந்து வயதுக் குழந்தை நடுநிசியில் யாருக்கும் தெரியாமல் புத்தகத்தைக் களவெடுக்கிறது. பாதுகாப்புடனும், எச்சரிக்கையுடனும் இன்னொரு நாட்டுக்குக் கடத்துகிறது. குழந்தையின் பெற்றோருக்கு இதுபற்றி ஒன்றுமே தெரியாது. அந்தக் குழந்தை மிகப் பெரிய திருடியாக மாறிவிடும் வாய்ப்பிருக்கிறது. அதனுடைய எதிர்காலத்தை உத்தேசித்தாவது பெற்றோருக்கு இதைத் தெரியப்படுத்தவேண்டும். இது மனைவியின் பிடிவாதம்.

இப்படியே ஆறுமாதங்கள் கழிந்தன. ஒரு நாள் விடிந்த பிறகு அலியிடமிருந்து தொலைபேசி வந்தது. நான் துளியும்

நினைத்துப் பார்த்திராத ஒரு செய்தியைத் தாங்கிக்கொண்டு. நான் அங்கே என்ன நேரம் என்று ஆரம்பித்தேன். ஆனால் மறுபக்கத்தில் இருந்து பேச்சு வரவில்லை. என் மனைவியோ சைகை செய்யத் தொடங்கிவிட்டாள். புத்தகம் களவுபோனதைச் சொல்லவேண்டும் என்பதைப் பல சங்கேதக் குறிப்புகளால் உணர்த்தினாள். இதில் அவள் பிடிவாதமாக இருந்தாள். ஆனால் எனக்கு ஏதோ விபரீதம் என்று பட்டது. அலியின் குரல் அடைத்துப்போய் கரகரத்தது.

'அலி, அலி என்ன நடந்தது?' என்று கத்தினேன். ஏதோ பிழை.

'எல்லாம் முடிஞ்சுபோட்டுது' என்றார்.

'என்ன? என்ன?'

'நுஸ்ரத்தை இப்போதுதான் அடக்கம் செய்துவிட்டு வருகிறோம்.'

பிறகு ஒரு விக்கல். மீண்டும் நீண்ட மௌனம். மெல்ல மெல்ல அவர் முழுவதையும் சொன்னார். அன்று காலை நுஸ்ரத் பள்ளிக்கூடம் போனபோது சாதாரணமாகத்தான் இருந்தாளாம். மயக்கம்போட்டு விழுந்த உடனே மருத்துவமனை அவசரப்பிரிவுக்குக் கொண்டு போயிருக்கிறார்கள். மருத்துவர் *aneurysm* என்றாராம். மூளையிலேயே ரத்தநாளம் வெடித்துவிட்டது.

டெலிபோனை வைத்த பிறகும் அதை அமத்திப் பிடித்தபடியே இருந்தேன்.

ஒன்றுமே நடக்காததுபோல அன்றும் வழக்கம்போல வெளிக்கிட்டு அலுவலகம் போனேன். வழிநெடுக அந்தச் சிறுமியின் நினைவே. நான் எடுத்த படம் ஒன்று இருக்கிறது. நுஸ்ரத் சூரியனைப் பார்த்தபடி கண்களைச் சரித்துக்கொண்டு நிற்கிறாள். பள்ளிக்கூட பழுப்பு மஞ்சள் ஆடையில், முதுகுப் பையுடன் நிற்பது. என்னுடைய நிழல் அவள்மேல் விழுந்து அந்தப் படத்தில் அவளுடன் இருக்கிறது. நான் இரவு உணவு சாப்பிட்டபோது அவள் அங்கே பாத்ரூமில் நுனிக்காலில் நின்று பிரஷ் பண்ணி, கோணல்மாணலாகத் தலை சீவி, ஒரு

புதிய நாளைத் தொடங்கியிருக்கிறாள். பின்னிரவில் ஒவ்வொரு இலையாக நிலா பட்டு என்னிடம் வந்து சேர்ந்தபோது, அவள் சீருடை போட்டு, சிவப்பு சொக்ஸ் அணிந்து, பள்ளிக்கூடம் போயிருக்கிறாள். நான் நிம்மதியான நித்திரைக் கனவுகளில் திளைத்தபோது அவள் இறந்துவிட்டிருக்கிறாள்.

அதன் பிறகு, ஒரு தேசத்தையும் தீண்டாத சர்வதேச தேதிக்கோடு இடையிலே விழுந்ததுபோல எங்களுக்குள் பெரும் மௌனம் இறங்கிவிட்டது. அலியின் நடுநிசித் தொலைபேசிகள் நின்றன. திருட்டுப்போன அதே சைஸ் மொத்தையான வேறு ஒரு புத்தகத்தை என் மனைவியால் கண்டுபிடிக்க முடியவில்லை. ஆனபடியால், என்னுடைய புத்தக ஷெல்ஃபில் செவ்வக வடிவமான ஓட்டையொன்று, நாங்கள் சூடானை விடும்வரைக்கும், அப்படியே நிரப்பப்படாமல் இருந்தது. உதிர்ந்துபோன கிழவரின் முன் பல்லைப்போல, எப்பவும் ஞாபகப்படுத்தியபடி.

2. ரோறோ போறா சமையல்காரன்

எனக்கு ஒரு சமையல்காரர் தேவை. அப்படி ஒருவர் கிடைத்தால் அவருடைய வேலை மிகவும் சுலபமானதாக இருக்கும் என்று என்னால் உத்தரவாதம் தர முடியும். அவர் சமைக்க வேண்டியது என் ஒருவனுக்கு மட்டுமே. அதுவும் காலை உணவை நானே தயாரிக்கும் வல்லமை பெற்றிருந்தேன். ரோஸ்டரில் அமத்தி துள்ளிவிழும் ரொட்டியில் வெண்ணெய் தடவி உண்பதற்கு நான் சரியாக நாலு நிமிடம் எடுத்துக்கொள்வேன். மதிய உணவும், இரவு உணவும்தான் பிரச்சினை.

பாகிஸ்தானின் வடமேற்கு மூலையில் இருக்கும் பெஷாவரில்தான் நான் அப்போது வசித்தேன். மனைவி வருவதற்கு ஆறு மாத கால அவகாசம் இருந்தது. அதற்கிடையில் நான் எப்படியும் ஒரு சமையல்காரரை ஏற்பாடு செய்தாக வேண்டும். இங்கே சமையல்காரர் தேவை என்று யாரும் விளம்பரம் செய்வதில்லை. வாய் வழியாக விசாரித்துத்தான் ஒருவரைப் பிடிக்க முடியும்.

பெஷாவர் வாழ்க்கையில் பல நூறு வருடங்களைப் பின்னோக்கித் தள்ளிவிட்டது போன்ற உணர்வே எனக்குத் தோன்றும். அதிகாலை நேரங்களில் குதிரைக் குளம்படிச் சத்தம் கேட்டுத்தான் எனக்கு விழிப்பு ஏற்படும். டக்குடக்கென்று இந்தக் குதிரைகள் நடந்து செல்லும்போது நான் ஐந்து

நூற்றாண்டுகளைக் கற்பனையில் கடந்துவிடுவேன். இன்னும் சில நேரங்களில் வேகமாக ஓடும் குதிரையின் குளம்படிகள் என் சன்னலின் கீழ் கேட்கும். பக்கத்து நாட்டு அரசனிடம் இருந்து ஒரு தூதுவன் அவசர ஓலை கொண்டு வருகிறான் என்று எண்ணிக்கொள்வேன்.

மணநாளில் பெண் தன் கணவன் வீட்டுக்குப் பல்லக்கில் வந்து இறங்குவதையும் நான் மேல் மாடியில் நின்றவாறு பார்த்திருக்கிறேன். இனசனம் புடை சூழ, மங்கல வாத்தியங்கள் முழங்க, நாலு தடியான பேர்வழிகள் பல்லக்கைத் தூக்கி வருவார்கள். ஒரு வெள்ளையான கால் முதலில் வெளியே தெரியும். பிறகு சரிகை வைத்த முகத்திரை அணிந்த பெண் ஒருத்தி வெளிப்படுவாள். சிறு அசைவிலேயே அவள் பெரும் அழகி என்பது எனக்குத் தெரிந்துவிடும்.

காலை நேரங்களில் ரோடுகளில் அலுவலகப் போக்குவரத்து கனத்து விடும். அப்பொழுதுகூட ஒற்றைக் குதிரை பூட்டிய தட்டை வண்டி ஆசனத்தில் நின்றுகொண்டு குதிரை ஓட்டும் வாலிபர்கள் பென்ஹர் படத்து ரதப் போட்டியை என் ஞாபகத்துக்குக் கொண்டு வருவார்கள். இன்னும் பலவிதமான புதிய மொடல் கார்களும், ஓட்டோக்களும், ஸ்கூட்டர்களும், வண்ணச் சித்திரங்கள் வரைந்த பஸ்களும், சைக்கிள்களுமாக சாலை நெருக்கியடிக்கும். ஷட்டில்கொக்கை கவிழ்த்து வைத்ததுபோல கறுப்பு பர்தா அணிந்த பெண்களும், வெள்ளை உடை ஆண்களும் நடைபாதையை நிறைப்பார்கள்.

பெரும் வசதிகள் கொண்ட நகரமாக பெஷாவார் இருந்தாலும் எனக்கு ஒரு சமையல்காரர் கிடைப்பது வரவர சிரமமாகிவிட்டது. அலுவலகத்திலும் பல பேரிடம் சொல்லி வைத்திருந்தேன். என் வீட்டுச் சொந்தக்காரரிடம் முறையிட்டபோது அவருடைய புத்திமதி ரஷ்யப் போரில் இடம் பெயர்ந்து வரும் ஆப்கானியர்களில் அருமையான சமையல்காரர்கள் இருப்பார்கள், அவர்களில் ஒருவரைப் பிடிக்க வேண்டும் என்பதாக இருந்தது.

ஒருநாள் காலை என் வீட்டு மாடியில் நின்று பார்த்தபோது

சற்று தூரத்தில் வெள்ளம் பாய்ந்து வந்த கால்வாயில் சிறுவர்கள் எருமைகளைக் கழுவிக்கொண்டிருந்தார்கள். ஒரு சிறுவன் பெரிய கறுத்த எருமை ஒன்றின் கழுத்தைக் கட்டிப்பிடித்தபடி தலைகீழாகத் தொங்க மற்றவர்கள் அவனையும் சேர்த்துக் குளிப்பாட்டினார்கள். இதைச் சற்றும் பொருட் படுத்தாமல் அதே நீரில் பெரிய அலகுகள் கொண்ட, உடல் சிறுத்த நீர்ப் பறவைகள் மேலே பறப்பதும் டைவ் அடித்துக் கீழே இறங்குவதுமாக இருந்தன.

அந்த நேரம் பார்த்து வீட்டு அழைப்பு மணி அடித்தது. வந்தது மும்தாஜ். (உங்களுக்கு மும்தாஜ் என்று ஒரு சினிமா நடிகையைத்தான் தெரியும். ஆனால், பெஷாவரில் மும்தாஜ் என்பது ஆண் பெயர்). மும்தாஜ் என்னுடன் வேலை செய்பவன். அவன் உடல் அலுவலகத்தில் இருந்தாலும் உள்ளம் ஆயிரம் அடி உயரத்தில் பறந்து கொண்டிருக்கும். இராசாளிகளைப் பிடித்து வருடாவருடம் வரும் அராபிய வணிகர்களிடம் விற்பது தான் அவன் முக்கியத் தொழில். கறுப்புத் தொப்பி போட்டுப் பழக்கிய ஒரு பெண் இராசாளியை விற்றால் அந்த லாபம் ஒரு வருடத்துச் சம்பளத்துக்கு ஈடாகிவிடும் என்று சொல்வான்.

மும்தாஜுக்குப் பக்கத்தில் ஒரு கிழவர் செங்குத்தாக நின்று கொண்டிருந்தார். முரட்டுத் துணியில் செய்த சால்வார் கமிஸ் அணிந்து, அதனிலும் முரடான ஒரு சால்வையினால் போர்த்தி அதன் நுனியைப் பின்னால் எறிந்திருந்தார். கொய்யாப் பழம் பழுப்பதுபோல அவர் கண்கள் மஞ்சளாகிக்கொண்டு வந்தன. ஒரு சமையல்காரருக்கான தோற்றம் அவரிடம் இல்லை. என்னைக் கண்டதும் அவர் ஒரு பட்டாளக்காரனைப் போல காலை உதைத்து விறைப்பாக நின்று ஒரு சல்யூட் அடித்தார். அடித்துவிட்டு சிவத்த முரசு தெரிய பளீரென்று சிரித்தார்.

நேர்முகக் கேள்விகள் ஆரம்பமாயின. பதில்கள் ஒரு வார்த்தை அல்லது இரண்டு வார்த்தைகளில் மட்டுமே வந்தன. அவரிடம் இருப்பில் இருந்த 15 ஆங்கில வார்த்தைகளில் பதில் சொல்லக்கூடிய கேள்விகளையே நான் கேட்கவேண்டும் என்று

எதிர்பார்த்தார். அவருடைய கிராமம் ஆப்கானிஸ்தானிலுள்ள ரோறா போறா. பின்னொரு காலத்தில் இந்த ஊர் உலகப் புகழ் பெறும் என்பதோ, அமெரிக்க வல்லரசின் *B- 52* விமானங்கள் இந்தச் சிறு கிராமத்தின்மீது ஆயிரக்கணக்கான குண்டுகளை வீசி அதைத் தரைமட்டமாக்கும் என்பதோ அப்போது கிழவருக்குத் தெரியாது. நானும் யூகித்திருக்க வாய்ப்பில்லை. அவருடைய இரு மகன்களும் ரஷ்யப் போரில் இறந்துவிட்டனர். அவர் எஞ்சி இருக்கும் ஒரு மகளுடன் தங்குவதற்காக பெஷாவர் வந்திருந்தார்.

அப்பொழுதுதான் அவர் கொண்டு வந்திருந்த சாக்கு மூட்டையைப் பார்த்தேன். அதற்குள்ளிருந்து ஒரு வத்தகப் பழத்தை எடுத்து என்னிடம் கொடுத்து அது தன்னுடைய தோட்டத்தில் விளைந்தது என்று சொன்னார். அது சாடையாக வெடித்து உள்ளே இருந்த சிவப்பு தெரிந்தது. பெஷாவரில் இருந்து ரோறா போறா எண்பது மைல் தூரத்தில் இருந்தது. என் வீட்டிலிருந்து இரண்டே நிமிட நேர தூரத்தில் இருந்த சந்தையில் இந்தப் பழங்கள் மலைபோலக் குவிந்து, மலிவு விலைக்குக் கிடைத்தன. இந்த மனிதர் என்றால் தன் தோட்டத்தில் விளைந்த பழத்தை இத்தனை மைல் தூரம் சுமந்து வந்திருந்தார்.

'உங்களுக்கு என்ன சமைக்கத் தெரியும்?' என்று கேட்டேன். அதற்கு அவர் 'எல்லாம் தெரியும்' என்று பதில் கூறினார். அந்தப் பதிலின் நீளம் போதாது என்றோ என்னவோ அவர் சொல்லாமல் விட்ட மீதியைச் சிரிப்பாக வெளிப்படுத்தினார்.

மும்தாஜ் பல மொழிகளில் தேர்ச்சி பெற்றவன். கிழவருடைய சில வாசகங்களை எனக்கு மொழிபெயர்த்தான். திடீர் திடீர் என்று தன் பங்குக்கும் சில வேண்டுகோள்களை வைத்தான். ஒரு கட்டத்தில் எனக்கு எது மும்தாஜ் சொல்வது, எது கிழவர் சொல்வது என்று தெரியாமல் போய் குழப்பமானது. இந்தக் கிழவருக்கு நான் வேலை கொடுக்க வேண்டிய அவசியத்தையும், அவர் படும் துயரத்தையும், இன்னும் ரகஸ்யமான சில குடும்ப நிலவரங்களையும் பகிரங்கப்படுத்தினான். அந்த விவரங்களுக்கும் இந்தக் கிழவருடைய சமைக்கும் திறனுக்கும் என்ன தொடர்பு

என்பதுதான் எனக்குத் தெரியவில்லை.

நேர்முகப் பரீட்சை முடிவுக்கு வந்தது. அவர் பதில்கள் சுருக்கமாக இருந்தன. சிரிப்புகள் நீளமானதாக அமைந்தன. நான் ஏதோ பட்டாளத்துக்கு ஆள் சேர்க்கிறேன் என்று அவரிடம் யாரோ தவறுதலாகச் சொன்னதுபோல அவர் இன்னும் விறைப்பாகவே என் முன்னால் நின்றார். அவருடைய சமைக்கும் திறன் பற்றிய என் அறிவு நேர்முகப் பரீட்சையின் ஆரம்பத்தில் இருந்ததுபோலவே அதன் முடிவிலும் இருந்தது. இன்னொருமுறை ‘உங்களுக்கு என்ன சமைக்கத் தெரியும்?’ என்று கேட்டேன். அவர் ‘எல்லாம் தெரியும்’ என்றார். இந்த வசனம் ஒன்றையே அவர் ரோறா போறாவில் இருந்து பயணம் செய்ய எடுத்துக்கொண்ட அத்தனை மணித்தியாலங்களிலும் மனனம் செய்திருந்தார் போலப் பட்டது.

என் மனம் இரண்டாகப் பிளந்து ஒரு பாதி மற்றொரு பாதியுடன் மோதிக்கொண்டது. என்னுடைய முகக் குறிப்பில் இருந்து காரியம் நல்லாகப் போகவில்லை என்பதைக் கிழவர் எப்படியோ ஊகித்துக்கொண்டார். இந்த விவகாரத்தை ஒரு சுபமான முடிவுக்குக் கொண்டு வருவதற்கான ஒரு யுக்தி திடீரென்று தோன்றி அவர் முகத்தில் ஓர் ஒளி அடித்தது. ஆறில் நின்ற கடிகார முள் சட்டென்று ஒன்பதுக்கு நகர்ந்தது போல கிழவர் விறைப்பாக பக்கவாட்டில் திரும்பினார். குனிந்து தன் கமிசின் ஓரத்தைப் பிடித்து உருட்டி உருட்டி வயிற்றுக்கு மேலே கொண்டு வந்து நிறுத்திவிட்டு, சால்வாருக்குள் கையை நுழைத்து எதையோ இழுத்து எடுத்தார். வியப்பின் அடுத்த நிலைக்குச் செல்ல நான் என்னைத் தயாராக்கிக்கொண்டேன். தண்ணீரிலும், வியர்வையிலும், இன்னும் வேறு திரவத்திலும் நனைந்துவிடாமல் பாதுகாப்பதற்காக, கண்ணாடித் தாளில் சுற்றிவைத்த ஒரு கடித உறையை பத்திரமாக எடுத்து என்னிடம் தந்தார்.

அந்தக் கடிதம் மிகப் பழசாக இருந்தது. உறையைத் திறந்து கடிதத்தை மெதுவாக இழுத்தால் அது எட்டாக மடிக்கப்பட்டு எந்த நேரமும் தனித் தனியாகப் பிரிந்து பறந்துவிடும் ஆபத்தில்

இருந்தது. மடிப்புகளைப் பக்குவமாக நீவி விரித்தேன். முழுக்கடிதமும் என் கையில் ஓர் உயிர்ப் பிராணிபோலத் துடித்தபடி கிடந்தது. தேதியைப் பார்த்தேன். நான் பிறந்த அதே வருடம். கிழவர் இளைஞனாக இருந்தபோது சேவை செய்த ஆங்கில துரை எழுதியது. தன்னிடம் பணியாற்றிய ஒருவரின் விசுவாசத் திற்கும், திறமைக்கும் அத்தாட்சி தருவதற்காகப் பல ஆண்டுகளுக்கு முன்பு ஒரு வெள்ளைக்காரர் டைப்ரைட்டர் முன் உட்கார்ந்து அச்சடித்த கடிதம். *To whom it may concern* என்று அது ஆரம்பித்தது.

'இதனால் சகலருக்கும் அறியத்தருவது,

இந்தக் கடிதத்தை நீங்கள் படிக்கிறீர்கள் என்றால் குலாம் முகம்மது நிஸாருதீன் உங்களிடம் வேலைக்கு விண்ணப்பித்திருக்கிறார் என்று அர்த்தம். இவர் என்னிடம் இரண்டு வருடகாலம் சமையல்காரராக வேலை பார்த்தார். இவருக்கு சமைக்கத் தெரியாது. மிகவும் நல்லவர். மற்ற என்ன வேலை கொடுத்தாலும் செய்வார் என்றே நினைக்கிறேன்.

வில்பிரெட் ஸ்மித் (ஒப்பம்)'

ரத்தினச் சுருக்கம் என்று சொல்வார்களே அப்படி இருந்தது. கடிதத்தை இருந்த மாதிரியே ஒடிந்துவிடாமல் மடித்து கவருக்குள் வைத்து அவரிடம் நீட்டினேன். உலகத்தில் புழங்கும் அத்தனை மொழிகளிலும் ஒன்றைக்கூட படிப்பதற்கோ, எழுதுவதற்கோ வேண்டிய திறமை பெற்றவர் அல்ல கிழவர் என்பது பளிச்சென்று தெரிந்தது. அதில் என்ன எழுதியிருக்கிறது என்று அறிய சிறு முயற்சிகூட எடுக்காமல் இத்தனை வருடங்களாகப் பாதுகாத்து வந்த கடிதத்தை, வலக்கையின் கீழ் இடது கையை பொருத்தியபடி திரும்பவும் பெற்றுக்கொண்டார். பெரும் எதிர்பார்ப்போடு என் முகத்தை நோக்கினார். இருபது செக்கண்டுகளுக்குள் வேலையைத் தனக்கென்று எடுத்துக்கொள்ளும் உத்தேசம் அவர் கண்களில் தெரிந்தது. முகத்தில் வென்றுவிட்ட மகிழ்ச்சி. வாயின் அகலத்தை இரண்டு இன்ச் அதிகமாக்கிச் சிரித்தார். அவர் சுமந்து வந்த வத்தகப் பழம் வெடித்ததுபோல அந்தச் சிரிப்பு சிவப்பாக இருந்தது.

3. அண்ணனின் புகைப்படம்

அமைதியாக இருந்த எங்கள் கிராமத்தைக் கெடுக்கும் விதமாக ஒருநாள் புகைப்படக்காரர் ஒருவர் அங்கே நுழைந்தார். ஏதோ தும்பு மிட்டாய் விற்க வந்தவரைப்போல சிறுவர்கள் அவரைச் சூழ்ந்துகொண்டார்கள். மூன்று கால்கள் வைத்த பெட்டியைத் தூக்கிக்கொண்டு, தலையோடு ஒட்டிய ஒரு தொப்பியை அணிந்த அந்தப் புகைப்படக்காரர், ஒரு பறவை நடப்பதுபோல மெதுவாக வழி விசாரித்துக்கொண்டு எங்கள் பக்கத்து வீட்டிற்குள் புகுந்தார். எல்லோரும் அவர் பின்னால் போனார்கள். எனக்கு அப்போது மூன்று வயதுகூட நிரம்பவில்லை. ஆனாலும் நான் நுழையவில்லை. ஏனென்றால் அந்தச் சிறுவயதிலேயே, அந்த வீட்டுக்காரர் எங்கள் எதிரி என்ற விஷயம் எனக்கு எப்படியோ அறிவுறுத்தப்பட்டிருந்தது.

நான் அவர்கள் வீட்டுப் படலைக்கு வெளியே நின்று ஏக்கத்துடன் பார்த்தேன். எனக்கு ஒரு அண்ணன் இருந்தான். ஒரு கம்பு எழுந்து நடப்பதுபோல நடப்பான். முழங்காலில் இருந்து பாதம்வரை ஒரு இடம் மிச்சமில்லாமல் சிரங்கு போட்டிருக்கும். அதன் காரணமாகக் கொஞ்சம் நொண்டுவான். என்னிலும் ஐந்து வயது மூத்தவன். ஆர்வமும் ஐந்து மடங்கு அதிகம். ஆசையைக் கட்டுப்படுத்தி அவனும் எனக்குத் துணையாக வெளியே நின்றுவிட்டான்.

எங்கள் கிராமத்துக்கு வந்த முதல் புகைப்படக்காரர் அவர்தான். பக்கத்து வீட்டு கிட்ணனைப் படம் பிடிப்பதற்காக வந்திருந்தார். கிட்ணனுக்கும் என்னளவு வயதுதான். இந்தப் படம் எடுக்கும் வைபவத்தைப் பார்ப்பதற்காகச் சிறுவர்கள் மட்டுமல்லாமல், பெரியவர்களும் அந்த வீட்டில் குழுமிவிட்டார்கள்.

சமயங்களில் என் அண்ணனின் மூளை அசத்தலாக வேலை செய்யும். எங்கள் வீட்டு வேலியிலே பெரிய ஓட்டை போட்டு கிட்ணன் படம் பிடிக்கப்படுவதைப் பார்ப்பதற்கு வசதி செய்து தந்தான். கிட்ணன் மேல் சூரியனின் சதுரமான கட்டங்கள் விழுந்தன. ஒரு கொலர் வைத்த மேல் சட்டையும், வார் வைத்த கால் சட்டையும் அணிந்திருந்தான். அவன் தலை எண்ணெய் வைத்து இழுத்து கறுப்பு ஒளி வீசியது. புகைப்படக்காரர் வெகு நேரம் காமிரா ஓட்டை வழியாகப் பார்த்தார். பிறகு சூரியனை அதிருப்தியாக நிமிர்ந்து நோக்கினார். இன்னும் பல நிமிடங்கள் அப்படி வளைந்தபடியே இருந்தார். படம் எடுப்பது எவ்வளவு சிரமமான காரியம் என்பது எல்லோருக்கும் உறைக்கும்வரை அவர் நிமிரவில்லை. கடைசியில் பெரும் ஆரவாரம் கிளம்பியபோது படம் எடுத்து முடிந்துவிட்டது என்று தெரிந்தது.

நானும் அண்ணனும் புகைப்படச் சம்பவத்தை வீட்டிலே வந்து வர்ணித்தபோது அதே கதை இன்னும் பல ரூபங்களில் எங்கள் வீட்டை ஏற்கனவே அடைந்துவிட்டது. அப்பாவுக்கும் அம்மாவுக்கும் அதைத் தாங்க முடியவில்லை என்பது பள்ளிக்கூடம் போகும் வயதை எட்டாத எனக்குக்கூட அப்பட்டமாகத் தெரிந்தது. ஆனால், அதிர்ஷ்டம் கிட்ணனுடைய வயதில் நான் வீட்டில் இருந்ததுதான். எப்படியும் என்னை நிற்க வைத்து அதேமாதிரி ஒரு படம் எடுத்து ஊரிலே சரிந்திருந்த மதிப்பைத் திரும்பவும் நிறுத்திவிட வேண்டும் என்று அப்பா தீர்மானித்தார்.

எங்கள் வீட்டுக்கும், அயல் வீட்டுக்கும் சண்டை ஒரு சாதாரணமான விவகாரத்தில்தான் ஆரம்பித்தது. காரணம் ஒரு புளியமரம். எங்கள் வீட்டிலே மரம் நின்றாலும் அதன்

பெரிய கொப்புகள் பக்கத்து வீட்டிலே போய் காய்த்துக் கொட்டின. எங்கள் பக்கமிருந்த கொப்புகளோ காய்க்க மறுத்தன. அப்பாவுக்கு கிரமமாக புத்திமதி வழங்கும் சொந்தக்காரர்கள் அடுத்த வீட்டுக் கொப்புகளை வெட்டிவிட்டால் எங்கள் பக்கம் காய்க்கும் என்று கூறினார்கள். அப்பா மனதிலே ஏற்கனவே சிந்தித்து வைத்திருந்ததைத்தான் அவர்கள் சொல்லியிருக்க வேண்டும். அன்றே அப்பா கோபம் மிகுதியாகி இரண்டு கொப்புகளை வெட்டிவிட்டார். தீராத பகையும் அன்றுதான் ஆரம்பித்தது. மூன்று கால் காமிராவினால் கிட்ணனைப் படம் பிடித்தபோது ஊர் முழுக்க அதை ஒரு விழாபோல கண்டுகளித்தது. அந்தக் காட்சி எங்களுக்கு மறுக்கப்பட்டதும் அதனால்தான்.

அப்பாவுக்கு இந்தப் புகைப்படச் சம்பவம் பொறுக்க முடியாமல் போனதில் ஆச்சரியமில்லை. அம்மாவுக்கும் முதன்முதலாக ஒரு புகைப்படக்காரரை எங்கள் வீட்டுக்கு அழைத்துப் படம் எடுக்கும் சந்தர்ப்பம் தவறிப்போனதில் நிரம்பவும் துயரம் இருந்தது. என் எஞ்சிய வாழ்நாள் முழுக்க நான் மறக்க முடியாத ஒரு காட்சி எனக்கு அப்போதுதான் கிடைத்தது. அம்மாவின் மூக்கு நுனியில் ஒரு துளி கண்ணீர் தொங்கியது. ஆனால் அது எப்படி அங்கே உண்டாகியது என்பது ஒருவருக்கும் தெரியவில்லை. ஒரு சனிக்கிழமை பின்மதியம் மூன்று மணிக்கு புகைப்படக்காரர் வருவதாக ஏற்பாடு. அப்பா போய்ச் சொல்லிவைத்து அச்சாரமும் கொடுத்திருந்தார். எங்களுக்கு நேர்ந்த அவமானத்தை நேராக்குவதற்கு நான் தயாராக இருந்தேன். என்னுடைய புகைப்படம் பக்கத்து வீட்டில் எடுத்ததிலும் பார்க்க ஏதோ ஒருவிதத்தில் உயர்ந்ததாக இருக்கவேண்டும் என்பதில் முடிவாக இருந்தார்கள்.

எங்களுடைய இந்தத் தீவிரமான ஏற்பாடுகளுக்கு எதிர்பாராத இடத்திலிருந்து இடைஞ்சல் ஒன்று வந்தது.

என்னுடைய அண்ணனுக்கு எட்டு வயது. வழக்கமாக பத்து மணிவரை தூங்குபவன் அந்தப் பிரதானமான சனிக்கிழமை அதிகாலையிலேயே எழும்பிவிட்டான். தனக்கு

என்ன சட்டை அணிவது என்று அம்மாவைத் தொந்திரவு பண்ணத் தொடங்கினான். போட்டி எனக்கும் கிட்ணனுக்கும் இடையில்தான். அது அண்ணனுக்கு நல்லாகத் தெரியும். ஆனால் அவனும் படத்தில் இருக்கவேண்டும் என்று அடம் பிடித்தான்.

அம்மா அவனை சட்டை செய்யவில்லை. என்னைக் குளிக்க வார்ப்பதிலேயே கவனமாக இருந்தாள். பிறகு தலையை அழுத்தி வாரி இழுத்து ஒரு இடத்தில் என்னைப் பேசாமல் உட்காரவைத்தாள். அண்ணன் விடுவதாயில்லை. அம்மாவையே சுற்றிச் சுற்றி வந்து தனக்கும் தலையை இழுத்துவிடச் சொல்லிக் கெஞ்சினான். அம்மாவின் முந்தானையை விரல்களால் இறுக்கப் பிடித்தபடியே இழுபட்டான். இந்த விவகாரத்தில் யாருக்கு வெற்றி கிடைக்கும் என்பதை என் இடத்தில் இருந்தபடியே நான் அசையாமல் அவதானித்தேன்.

ஒரு சமயத்தில் பொறுக்காமல் போய் அம்மா முந்தானையைப் பறித்துக்கொண்டு ‘என்ன இளவுக்கு அழுறாய். உன்ரை தம்பியைத்தான் போட்டோக்காரன் படம் எடுக்க வாறான். நீ ஏன் அவதிப்படுகிறாய்’ என்றாள். அண்ணன் அப்படியே நின்றான். அவன் வாய் திறந்து கிடந்தது. நான் ஏதோ பாடப்போகிறான் என்று முதலில் நினைத்தேன். அவன் ஓவென்று அழத்தொடங்கினான். அவனுடைய திறந்த வாயில் குடத்தில் நீர் நிறைவதுபோல கண்ணீர் நிறைந்துகொண்டு வந்தது.

திடீரென்று அண்ணன் தன் யுக்தியை மாற்றினான். குருடர்கள் செய்வதுபோல தன் இரண்டு கைகளையும் நீட்டிப் பிடித்து அதற்கு மேலே சலவை செய்து வந்த தன் வெள்ளை சேர்ட்டையும், நீலக் கால்சட்டையையும் வைத்துக் கொண்டான். அம்மா போகும் இடமெல்லாம் அவனுக்கும் ஏதோ வேலை அங்கே இருப்பதுபோலப் போனான். அம்மா திரும்பியும் பார்க்கவில்லை.

அப்பா வந்தபோது அவர் ஏதாவது செய்வார் என்று எதிர்பார்த்தால் அவர் தன் பங்குக்கு அவன் வயிற்றுடன்

சேர்த்து சட்டையைப் பிடித்துக் கொண்டு ஒரு அடி கொடுத்தார். அண்ணன் நிலத்திலே விழுந்து கழுத்தை முறிப்பதுபோல உருளத் தொடங்கினான். புழுதியை எல்லாம் பூசிக்கொண்டு பெரிதாகக் கத்தினான். அப்படி அலறியபோதெல்லாம் தன்னையும் படம் எடுக்க வேண்டும் என்பதை ஞாபகமாகச் சொல்லிச் சொல்லி வந்தான். அப்பா என்ன நினைத்தாரோ சரி சரி நிறுத்து, உன்னையும் சேர்த்து எடுப்பம் என்று கடைசியில் சொல்லிவிட்டார். ஒரு சுவிட்ச் போட்டதுபோல அவன் அழுகை நின்றது. சிரித்துக்கொண்டே எழும்பினான். சேர்ட் கொலரைக் கைகளால் இழுத்து கண்ணைத் துடைத்துக்கொண்டான். அப்படியும் கண் இமைகள் நனைந்து கிடந்தன. நிமிடத்திலே அழவும், அழுகையை நிற்பாட்டவும், உடனேயே சிரிக்கவும் அவன் தன்னுடைய முகத்துத் தசைகளைப் பழக்கியிருந்தான்.

அண்ணனுடைய சந்தோசம் சொல்லமுடியாது. வதவதவென்று குளித்தான். அம்மா, அவன் சொக்கையை அமத்திப் பிடித்தபடி தலையை வாரி விட்டாள். குட்டிக்கூரா பவுடரைக் கையிலே கொட்டி கன்னத்தில் நிறையப் பூசினான். அவ்வளவு நேரமும் காவித் திரிந்த பொத்தான் வைத்த நீலக் கால்சட்டையை ஒருவர் உதவியில்லாமல் தானாகவே அணிந்துகொண்டான். சலவை வெள்ளை சேர்ட்டை விரித்து இரண்டு பெருவிரல்களாலும் தூக்கிப் பிடித்தான். அது கஞ்சிபோட்டு மொரமொரவென்று, சிரட்டைக் கரியால் நெருப்பு மூட்டி சூடாக்கிய பெட்டியால் இஸ்திரி செய்யப்பட்டிருந்தது. சேர்ட்டின் முன்பக்கமும் பின்பக்கமும் ஒட்டிப்போயிருந்தது. அதைப் பிரித்தபோது நல்ல வாசனையும், ஒரு பேப்பரைக் கிழிக்கும் ஓசையும் எழுந்தது. அப்படியும் அதன் மடிப்புகள் முழுவதும் குலையாமல் கவனமாக அதை அணிந்தான். சேர்ட்டின் கைகளை வேண்டிய அளவுக்கு மட்டுமே பிரித்து தன் கைகளை உள்ளே நுழைத்தான். கையிலே செட்டை முளைத்ததுபோல மீதி மடிப்பு ஒட்டுப் பட்டுப்போய் விறைப்பாகவே நின்றது. இந்த சேர்ட்டின் அடிப்பாகத்தைக் கால்சட்டைக்குள் சுருக்கிவிட்டுக் கொண்டான். அத்துடன் முடியவில்லை. அரைத்த சந்தனத்தை உருட்டி எடுத்து நடு நெற்றியில் அமத்தினான். இப்பொழுது அலங்காரம்

பூர்த்தியாகிவிட்டது. ஏதோ தான்தான் பிரதானமான ஆள் என்பது போன்ற பாவனையுடன் எனக்குப் பக்கத்தில் தூணைப் பிடித்துக்கொண்டு ஆடாமல் அசையாமல் புகைப்படக் காரருக்கு காத்திருக்கத் தொடங்கினான்.

சொன்ன நேரத்துக்கு புகைப்படக்காரர் வரவில்லை. ஒரு மணி நேரம் தாமதமாகிவிட்டது. அவரோடு சேர்ந்து முன்னும் பின்னுமாக சிறுவர்களும் வந்தார்கள். சூரியனுடைய வெளிச்சம் நல்லாகப் படும் விதமாக ஒரு சுவருக்கு முன்னால் என்னை நிற்பாட்டினார்கள். ஒரு பக்கத்தில் செம்பருத்தி மரமும், மறுபக்கத்தில் அண்ணனுமாக நான் சரி நடுவில் அசைவில்லாமல் நின்றேன். நாலு மணித்தியாலமாக வெளிக் குந்தில், எவ்வளவு முடியுமோ அவ்வளவு அமைதியாகக் காத்திருந்த அண்ணன், காமிரா முன்னாலும் அதைத் தொடர்ந்தான். அசைவின்மை அவனுக்கு என்னிலும் பார்க்க நல்லாக வந்தது.

புகைப்படக்காரர் காமிராவை மூன்று காலில் நிற்பாட்டினார். பிறகு முன்னுக்குப் பின்னுக்கு என்று அதை நகர்த்தி ஒரு இடத்தைத் தேர்வு செய்தார். ஒரு பெரும் கறுப்புப் போர்வையால் தன்னையும் காமிராவையும் சேர்த்து மூடிக்கொண்டார். துணிக் கூடாரத்திற்குள் தலையை நுழைத்து வெகு நேரம் பார்த்தார். நாங்கள் எல்லாம் முடிந்துவிட்டது என்று எங்களைத் தளர்த்திய நேரம் கறுப்புத் துணியை விலக்கிக்கொண்டு வெளியே வந்தார். ஒரு வார்த்தை பேசாமல் காமிராவுக்குள் பிலிம்மை போட்டு, மரச்சட்டத்தை ஓசையுடன் மூடினார். சட்டையின் மடிப்பு கலையாமல் இருப்பதற்காக, கைகளை அகலித்து விறைப்பாக வைத்திருந்த எங்களுக்கு நோவு எடுத்தது.

புகைப்படக்காரர் இறுதிச் சரிபார்த்தலில் அண்ணனைச் சற்று விலத்தி நிற்கச் சொன்னார். அவனும் எங்கள் இடைவெளியை அதிகமாக்கினான். காமிராக்காரர் இன்னும் கொஞ்சம் என்றார். மீண்டும் தள்ளி நின்றான். சரி ரெடி என்றார். நாங்கள் வயிறுகளை எங்களால் முடிந்தமட்டும் எக்கிக்கொண்டு, என்ன நடக்கப்போகிறது என்ற ஊகம் சிறிதும் இல்லாமல் நின்றோம். கறுப்புப் போர்வைக்குள் இருந்து மெதுவாக ஒரு கை பாம்பு

போல வெளியே வந்தது. அந்தக் கையையே பார்த்தோம். அது சடக்கென்று காமிரா மூடியை அகற்றி அதே வேகத்தில் திரும்பவும் மூடியது. படம் எடுத்து முடிந்தது என்றார்கள்.

என்னுடைய அண்ணனுக்குச் சின்ன மூளை; அப்பாவுக்குப் பெரிய மூளை. அந்தப் பெரிய மூளை பெரிய வேலை செய்யும் என்பது புகைப்படம் வந்தபோதுதான் தெரிந்தது. அதிலே நான் நடுவில் கண்களைச் சற்றுக் கூசிக்கொண்டு காமிராவுக்கு பக்கத்தில் இருந்த ஏதோ ஒன்றைக் கொஞ்சம் பீதியுடன் பார்த்தபடி நின்றேன். என் மூக்கிலே இருந்து விழுந்த நிழல் என் சொண்டுக்கு மேலே சிறு கறுப்பாகத் தெரிந்தது. சற்றுப் பழுதுபட்ட பின் சுவர் தெரிந்தது. செம்பருத்தி தெரிந்தது. கால்சட்டை பொத்தான்கூட தெரிந்தது. அண்ணனைக் காணவில்லை. பதிலாக அண்ணனின் இடது முழங்கையும், விறைப்பாக நின்ற சேர்ட் விளிம்பும் மட்டுமே படத்தில் பதிந்திருந்தது.

இரண்டு மணிநேரம் புழுதியில் புரண்டு, நாலு மணிநேரம் வெளித் திண்ணையில் காத்திருந்து எடுத்த படம் இப்படி வந்ததில் அவனுக்கிருந்த மனவருத்தத்தை விவரிக்க முடியாது. ஒரு வாரம் கழித்து அப்பா அந்தப் படத்தை பிரேம் போடுவதற்காகத் தேடினார். எவ்வளவு தேடியும் படம் கிடைக்கவில்லை. எப்படியோ இந்தச் சம்பவத்தை நாளடைவில் வீட்டில் எல்லோரும் மறந்துவிட்டனர்.

எஸ்.எஸ்.சி., சோதனைக்கு நான் படித்துக்கொண்டிருந்த காலத்தில், சில வருடங்களுக்கு முன் வீட்டைவிட்டு ஓடிப்போன அண்ணன் பாவித்த தைலாப் பெட்டி என் சொத்தாக மாறியிருந்தது. ஒருநாள் அதைக் குடைந்துகொண்டிருந்தபோது, கள்ளறை ஒன்றில் பாதுகாப்பாக மறைத்துவைத்த ஒரு பழைய காலத்து அப்பியாசக் கொப்பி அகப்பட்டது. அதை இழுத்து எடுத்துத் திறந்து பார்த்தேன். சந்திரகுப்த மன்னனைப் பற்றிய சரித்திரக் குறிப்புகள் அண்ணனுடைய சதுரமான கையெழுத்தில் இருந்தன.

சந்திரகுப்தன் மௌரிய வம்சத்தைச் சேர்ந்தவன். அவனுடைய

மதி மந்திரியின் பெயர் கௌடில்யன். பல எதிரிகளைப் போரிலே தோற்கடித்து, பரந்த இந்திய தேசத்தை ஒரு குடையின்கீழ் கொண்டு வந்த முதல் அரசன் இவன். போரில் தோற்ற எதிரிக்கு 500 யானைகளைப் பரிசாக அளித்தான். தான் பாடுபட்டுக் கட்டி எழுப்பிய ராச்சியத்தைத் தன் மகன் பிந்துசாரனுக்குத் தந்துவிட்டு நாட்டை விட்டு வெளியேறினான். அப்படியே பட்டினி கிடந்து செத்துப்போனான்.

ஒவ்வொரு பக்கமாகப் புரட்டிக்கொண்டு வந்தால் பல வருடங்களுக்கு முன் தொலைந்துபோன என்னுடைய புகைப்படம் கடைசி அட்டையில் ஒட்டப்பட்டிருந்தது. ஒரு வித்தியாசம். என்னுடைய உருவம் அதிலே இல்லை. சரி பாதியாக அது வெட்டப்பட்டுவிட்டது. எஞ்சிய படத்தில் ஒரு சிறுவனின் முழங்கையும், விறைப்பாக நிற்கும் அரைக்கை சேர்ட்டும் மட்டுமே தெரிந்தன. வேறு ஒன்றுமே இல்லை.

அதைப் பார்த்ததும் எனக்குப் பல வருடங்களுக்கு முந்திய அந்தச் சனிக்கிழமை மாலை ஞாபகம் வந்தது. சிரங்குக் காலும், பொத்தான் போட்ட கால் சட்டையும், நெற்றியிலே உருட்டி வைத்த சந்தனமும், கஞ்சி போட்டு விறைப்பாக நிற்கும் அரைக்கை வெள்ளை சேர்ட்டுமாக வயிற்றை எக்கிக்கொண்டு நின்ற என் அண்ணனின் பயந்த முகம் உயிர் உள்ளவரை என் மனத்தில் நிற்கும்.

இந்த முகத்தை ஞாபகத்துக்குக் கொண்டுவர எனக்கு மூன்றுகால் வைத்த காமிராப் பெட்டியோ, அதை மூடும் கறுப்புப் போர்வையோ, கறுப்புத் துணிக்கு உள்ளே இருந்து பாம்புபோலப் புறப்பட்டு வரும் கையோ தேவையாக இருக்காது.

4. நான் பாடகன் ஆனது

என் பள்ளிப் பருவத்தில் பல பாடசாலைகளில், பல வகுப்புகளில், பல ஆசிரியர்களிடம் படித்திருக்கிறேன். பல மாணவர்களைப் பரிச்சயம் செய்துகொண்டு பல வாங்குகளைத் தேய்த்திருக்கிறேன். பல வகைப்பட்ட வண்ண மைகளில் தோய்த்துத் தோய்த்துத் தொட்டெழுதும் பேனாவினால் ஊறும் தாள் கொப்பிகளை நிரப்பியிருக்கிறேன். ஊறாமல் தேங்கி நிற்கும் எழுத்துகளை ஒற்றுத்தாள்களில் ஒற்றி எடுத்திருக்கிறேன். ஆனால் ஒரு கிளாஸை மட்டும் என்னால் மறக்க முடியாது. அதற்குப் பல காரணங்கள். சில மகிழ்வானவை; சில துக்கமானவை. அதைப்பற்றித்தான் இப்போது சொல்லப் போகிறேன்.

நாளையிலிருந்து புது வகுப்புக்குப் போகவேண்டும் என்று அம்மா சொன்னபோதே எனக்கு வயிற்றில் நடுக்கம் பிடித்தது. புது வகுப்பு என்றால் புது டீச்சர். பக்கத்து வீட்டு ஜெயராசசிங்கம் மேசை பிடிக்கப் போய்விட்டான். இந்த மேலதிகத் தகவலையும் அம்மாவே சொன்னார். திங்கள் புது வகுப்பு தொடங்குவதால் ஞாயிறு மாலையே இந்த வேலையை நாங்கள் செய்தாகவேண்டும்.

அந்த ஞாயிறு என்னுடன் சேர்ந்து இன்னும் சில பொடியன்களும்

'மேசை பிடிக்க' வந்திருந்தார்கள். மேசைகள் என்ன மாடுகள் போல ஓடுகின்றனவா? நல்ல மேசையைப் பிடிப்பதுதான் நோக்கம். நான் ஒரு மேசையைத் தெரிவு செய்தேன். மைப் போத்தல் வைப்பதற்கு விளிம்பிலே வெட்டி வைத்த வட்டமான துவாரம் உடையாமல் இருக்கிறதா என்று சோதித்துப் பார்த்தேன். கடுதாசி மடித்து வைத்து சமன் செய்யும் அவசியம் இல்லாமல் நாலு கால்களும் ஒரே உயரத்தில் இருக்கின்றனவா என்று அளவு பார்த்தேன். 'கமலா' என்றோ 'புவனேஸ்வரி' என்றோ எழுதியிருந்ததைக் கை தேயும்வரை அழிஅழியென்று அழித்துக் கழுவி, முதலாம் வரிசையில் நாலாவது இடத்தில் மேசையை நிறுத்தி, சாட்சி வைத்து உறுதிசெய்தேன்.

சுகிர்தம் டீச்சர்தான் எங்கள் வகுப்பு ஆசிரியை. எங்களுக்கு சரித்திரப் பாடம் எடுத்தவர். எங்கள் வகுப்பு தரையிலிருந்து உயரத்தில் இருந்தது. படிகள் இல்லை. சுகிர்தம் டீச்சர் ஒரு மான் குட்டிபோலத் துள்ளிக்கொண்டு பாய்ந்து ஏறுவார்; இறங்குவார். அவருக்கு அரைத்தாவணிக்குத் தகுதியான முகம். ஆனாலும் பூப்போடாத, கோடு போடாத பிளைன் பருத்திச் சேலையை உடுத்தி வருவார். அது அவர் உடம்பைச் சுற்றி இருக்க, ஒவ்வொரு மடிப்பும் அது அதற்கு விதித்த இடத்தில் அசையாமல் பள்ளி விடுமட்டும் காத்திருக்கும். இது எப்படி என்று எங்களுக்கு விநோதமாகப்படும். எங்களில் பலர் அவர் சாரியை உடம்பில் உடுத்திவிட்டு இஸ்திரி பண்ணுகிறார் என்பதை பலமாக நம்பினோம்.

இவர் வகுப்பில் தண்டிப்பதே இல்லை. குழப்படி மிஞ்சினால் அடிமட்டத்தை எடுத்து கூர்ப் பக்கத்தால் சிறு தட்டு தட்டுவார். அப்படித் தட்டிவிட்டு அவர் முகத்தில் தோன்றும் வேதனையைப் பார்த்தால் அவர் மனதை இப்படிக் காயப்படுத்திவிட்டோமே என்ற வருத்தம்தான் எங்களுக்கு ஏற்படும்.

சுப்பிரமணியம் மாஸ்டர்தான் எங்களுக்கு பூமிசாஸ்திரம் எடுத்தவர். எவ்வளவுதான் உண்மையை நீட்டினாலும் இவருடைய உயரம் 5 அடி 3 அங்குலத்தைத் தாண்டாது. 20 வயதானதும் இவர் உயரமாக வளர்வதை நிறுத்திவிட்டார்;

ஆனால் அகலமாக வளர்வதை நிறுத்தவில்லை. வயது கூடக்கூட அகலமும் கூடியது. நான் பள்ளிக்கூடத்தை விடும் வரைக்கும் அவர் வகுப்பு வாசல்களுக்குள்ளால் வரும்படியான சைஸில்தான் இருந்தார்.

முதல் நாள் வகுப்பில் ‘பிள்ளைகளே’ என்று ஆரம்பித்து பூமி சாஸ்திரப் பாடத்துக்கு நாங்கள் என்ன என்ன வாங்கவேண்டும் என்று ஒரு பட்டியல் தந்தார். ஒரு சிறு ராஜகுமாரனாக இருந்தால் ஒழிய அவர் சொன்ன அவ்வளவு சாமான்களையும் வாங்கும் வசதி பெற்றவர் அந்தக் கிராமத்தில் ஒருவர்கூட இல்லை. அவர் சொன்ன பொருள்களில் ஒன்று 160 பக்கச் சிவப்பு மட்டை மொனிட்டர்ஸ் கொப்பி. இதை எப்படியும் வாங்கிவிடவேண்டும் என்று நான் பிடிவாதமாக நின்றேன். என் அண்ணனும் அக்காவும் எதிரிகளாக மாறி அம்மாவின் மனதைக் குழப்பப் பார்த்தார்கள். நான் கெஞ்சிக்கூத்தாடி எப்படியோ கொப்பியை வாங்கிவிட்டேன்.

முதல் நாள் அவர் சொன்ன வசனத்தை கொப்பியின் முதல் பக்கத்தில், முதல் லைனில் எழுதினேன். ‘உலகத்திலேயே மிகப் பெரியது சைபீரியா சமவெளிப் பிரதேசம்.’ அதற்குப் பிறகு அடுத்த வரி நிரப்பப்படவில்லை; அடுத்த பக்கமும் நிரப்பப்படவில்லை. வருடம் முழுக்க அந்தக் கொப்பி அப்படியே புல்பூண்டு ஒன்றும் முளைக்காத சைபீரியப் பெருவெளிபோல ஓவென்றுபோய்க் கிடந்தது.

எனக்குப் பக்கத்தில் இருந்து சோதனை எழுதினவன் ராஜகோபால். சுகிர்தம் டீச்சர் சரித்திரத்தில் பத்துக் கேள்விகளில் ஒன்று வலகம்பாகு என்று சொல்லியிருந்ததால் இவன் எல்லாக் கேள்விகளுக்கும் ‘வலகம் பாகு’ ‘வலகம் பாகு’ என்று ஒரே விடையை எழுதி பத்து மார்க் சம்பாதித்துவிட்டான். இவன் பிற்காலத்தில் படித்துப் பெரிய டொக்டராக வந்தான். எல்லா வியாதிகளுக்கும் ஒரே இஞ்செக்ஷன் போட்டிருப்பானோ தெரியாது.

ஆனால் அம்பிகைபாகன் இன்னும் நுட்பம் கூடியவன்.

இனி இல்லையென்ற புத்திசாலி. எந்தக் கட்டுரையையும் நீட்டிவிடுவான். பராக்கிரமபாகு 33 வருடம் ஆட்சி புரிந்தான் என்று நேராக எழுத மாட்டான். ‘பராக்கிரமபாகு பாண்டியனைத் தோற்கடித்தான். பத்து வருடங்கள் ஆட்சி செய்தான். பொலநறுவையை ராசதானியாக்கினான். இன்னும் பத்து வருடங்கள் ஆண்டான். புத்தருடைய தந்தத்தைத் திருப்பிக் கொண்டு வந்தான். மேலும் 13 வருடம் ஆட்சி நடத்தினான். தன் மகன் விஜயபாகுவுக்குப் பட்டம் சூட்டினான்.’ இப்படி எழுதுவான். சுகிர்தம் டீச்சரின் தயாள குணத்தினால் அவனுக்கு எப்படியோ முழு மார்க் கிடைத்துவிடும்.

அப்பொழுது எங்கள் பள்ளிக்கூடத்தில் ஒரு ரூல் இருந்தது. பள்ளிக்கூடம் விட்டதும் ஒவ்வொரு வகுப்பும் அவரவர் வகுப்பில் தேவாரம் பாடிய பிறகே வீட்டுக்குப் போகவேண்டும். இது கண்டிப்பான சட்டம்.

இந்த தேவாரம் பாடுவதற்கு எங்கள் வகுப்பில் மூன்று தகுதியானவர்கள் இருந்தோம். சபாரத்தினம், குணவதி, நான். ஞானசம்பந்தர் பாண்டிய நாட்டுக்குப் புறப்பட்டபோது எல்லோரும் அவரை எச்சரித்தார்கள். சமண நாடு ஆபத்தானது, போகவேண்டாம் என்றார்கள். சம்பந்தர் ‘எனக்கு என்ன பயம்’ என்று பாடிய பதிகம்தான் ‘வேயுறு தோளி பங்கன்.’ சம்பந்தர் பாடியது சரி. ஆனால் சபாரத்தினம் பாடத் தொடங்கியபோது மொத்த வகுப்புமே பயத்தில் நடுங்கும். அதில் ‘அ’ வரும் இடத்தில் ‘ஆ ஆ ஆ’ என்று ஆலாபனை செய்தும், ‘எ’ வரும் இடத்தில் ‘ஏ ஏ ஏ’ என்று நீட்டியும் சும்மா கிடந்த பாட்டை பத்து நிமிடத்துக்கு இழுத்துவிடுவான்.

இவன் பிற்காலத்தில் தேவாரம் பாடுவதை நிறுத்திவிட்டு உதை பந்தாட்டத்தில் பிரபல்யம் அடைந்தவன். அவனுடைய லட்சியம் எல்லாம் எவ்வளவு பலம் உண்டோ அவ்வளவையும் பிரயோகித்து பந்தை உயரத்துக்கு அடிப்பது. அது சூரியனிடம் போகவேண்டும்; குறைந்தபட்சம் அதை மறைக்கவேண்டும். பார்வையாளர்கள் எல்லாம் கழுத்தை முறித்து இரண்டு நிமிடம்

மேலே பார்க்கவேண்டும். எதிர் சைட்டில் கவிழ்த்து வைத்த ப வடிவத்தில் ஒரு கோல் போஸ்ட் இருப்பதோ, அதற்குள் பந்தை அடித்தால் ஒரு கோல் கிடைக்கும் என்பதோ, கோல்களை எண்ணியே வெற்றி நிச்சயிக்கப்படுகிறது என்பதோ அவனுக்குப் பொருட்டில்லை. பந்து காலில் பட்டால் அது உயரத்துக்கு எழும்பவேண்டும் என்பதே முக்கியம்.

குணவதி குணமானவள். திருநீறு பூசி அதற்குமேல் சந்தனப் பொட்டு வைத்து அதற்குமேல் ஒரு துளி குங்குமம் வைத்துக்கொண்டு வருவாள். பாவாடை பின்பக்கத்தை இழுத்து இழுத்து குதிக்காலை மறைத்தபடியே இருப்பாள். ஏதோ அதில்தான் உயிர் நிலையம் இருக்கு என்றமாதிரி. லம்போதரா வரைக்கும் சங்கீதம் கற்றிருந்தாள். இவள் தெரிவு செய்யும் பாடல் 'ஆயகலைகள்' என்று தொடங்கும். சரியான ராகத்தில், சரியான தாளத்தில் பாடுவேன் என்று அடம் பிடிப்பாள். இது பெரிய குற்றம் என்று சொல்லமுடியாது. ஆனால் குற்றம் என்னவென்றால் ஒவ்வொரு வரியையும் இரண்டு தரம் அல்லது மூன்று தரம் பாடுவதுதான். இப்படி அவள் லயித்துப் பாடி முடிக்கும்போது மற்ற வகுப்பு மாணவர்கள் எல்லாம் வீடுபோய்ச் சேர்ந்துவிடுவார்கள்.

என்னுடையது 'பாலும் தெளிதேனும்' என்று தொடங்கும். எனக்காகவே அவ்வையார் பாடி வைத்ததுபோல நாலே நாலு மணியான வரிகள். கொக்குவில் ஸ்டேசனில் நிற்காமல் போகும் எக்ஸ்பிரஸ் ரயில் வண்டிபோல ஸ்பீட் எடுத்துப் பாடுவேன். முழுப்பாடலையும் பத்து செக்கண்டுகளுக்குள் பாடி முடித்துவிடுவேன். கடைசி அடியில் 'சங்கத் தமிழ் மூன்றும்' என்ற இடம் வரும்போது வகுப்பில் மூன்று பேர்தான் மிச்சம் இருப்போம். நான், குணவதி, சுகிர்தம் டீச்சர்.

இந்தக் காரணத்தினால் வகுப்பில் எனக்கு நல்ல புகழ் இருந்தது. கடைசி மணி அடித்தவுடன் எங்கே குணவதியோ, சபாரத்தினமோ பாடத் தொடங்கிவிடுவார்களோ என்று கிளாஸ் அஞ்சும். கடைசி மணி அடிக்கச் சில நிமிடங்கள் இருக்கும்போதே பெடியன்கள் பின்னுக்கு இருந்து என் உட்காரும் பகுதியில்

கிள்ளத் தொடங்குவார்கள். நான் கரும்பலகையைப் பார்த்தபடி நெளிவேன். மணி அடித்து அந்த ரீங்காரம் அடங்குவதற் கிடையில் என் பாடல் முடிந்துவிடும்.

இன்றுவரை பிடிபடாத ஒரு மர்மமாக இருப்பது, சுகிர்தம் டீச்சர் என்னை ஒரு பாட்டுக்காரனாக எப்படித் தெரிவு செய்தார் என்பது. என்னுடைய குரல் வளம் அந்தக் காலத்து டி.ஆர். மகாலிங்கத்தின் குரலுக்கு சவாலாக எதிர்காலத்தில் வரும் என்ற நம்பிக்கையில் இருக்கலாம். அல்லது கிரமமாக வகுப்பில் தேவாரம் பாடியதற்காக இருக்கலாம். அல்லது எவ்வளவு ஸ்பீடில் பாடினாலும் சங்கீதத்தின் ஒரு நுனி அந்தப் பாடலில் தென்பட்டதால் இருக்கலாம்.

அந்த வருடம் கொழும்பு, கண்டி, மாத்தளை என்று பிரதானமான நகரங்களில் எல்லாம் நாடகம் போடவேண்டும் என்று எங்கள் பள்ளிக்கூடம் முடிவெடுத்தது. இதில் வரும் லாபம் கட்டிட நிதிக்குப் பயன்படும். அந்த நாடகத்தில் இடம் பெற்ற பிரதானமான பாடகர்களில் நானும் ஒருவன்.

கொழும்புக்கு நாடகக் குழுவோடு போவதென்பது நினைத்துக்கூட பார்க்க முடியாத பெரிய விஷயம். 'பாலும் தெளிதேனும்' பாடிச் சேர்த்து வைத்த என் புகழ் என் வகுப்பர்களிடம் சரிந்து பொறாமையாக உருவெடுத்தது. அதை நான் பொருட்படுத்தவில்லை. ஆனால் நாடகக் குழுவில் போவதற்கு இருந்த ஒரு நிபந்தனை என்னைத் தடுமாற வைத்தது. கறுப்பு சப்பாத்து அணியவேண்டும் என்று சொல்லிவிட்டார்கள். என்னிடம் இருந்தது முன்பக்கம் கொஞ்சம் நிமிர்ந்த பிரவுன் சப்பாத்து. புதுச் சப்பாத்து என்றால் பக்கத்து வீட்டைக் கொள்ளை அடிக்க வேண்டும் என்று அம்மா சொல்லிவிட்டார். பிரவுன் சப்பாத்துக்கு கறுப்பு பொலிஷ் பூசி அதைக் கறுப்பாக்கினேன். லேசை பெருக்கல் குறிபோல மாறி மாறி பின்னிக் கட்டினேன். ஒருவரும் கண்டுபிடிக்கவில்லை. இன்றுதான் முதல் முதலாக ஒப்புக்கொள்கிறேன்.

கொழும்பிலே நாடகங்கள் எல்லாம் குறைவின்றி அரங்கேறின. ஒவ்வொரு நாடகத்துக்கும் டிக்கட்டுகள் விற்றுத் தீர்த்தன.

அதிலே 'சங்கு கொண்டே வெற்றி ஊதுவோமே' என்று உச்சத்தில் எடுத்து பிறகு சடாரென்று கீழே போய் 'ஆடுவோமே' என்று பாடி அசத்திய என் சாதனை பெரும் பங்கு வகித்தது. இந்தக் கொழும்பு பயணத்தில் நாலு மறக்கமுடியாத சம்பவங்கள் நடந்தன; அதிலே ஒன்று இங்கே சொல்ல முடியாதது.

முதல்முதலாகக் கழிவறையைப் பார்த்தேன். காலைக்கடன் முடித்து விட்டு மேலே தொங்கும் சங்கிலியை எட்டி இழுத்தால் தண்ணீர் எங்கிருந்தோ குபுகுபுவென்று பெரும் ஓசை எழுப்பி வந்து அடித்துக்கொண்டு போனது. நான் திகைத்துப் போய் வந்த காரியத்தை மறந்து சுவரோடு நின்றேன். வெளியே வந்து ஒருவரிடம் இந்தத் தண்ணீர் எங்கே போகிறது என்று கேட்டால் 'இந்து சமுத்திரம்' என்று சொன்னார். எங்களுக்கு பூமி சாஸ்திரம் படிப்பித்த சுப்பிரமணியம் மாஸ்டர் இதுபற்றி ஒன்றுமே சொல்லித்தரவில்லை. அவர் சைபீரியா சமவெளியைப் பற்றியே பேசினார். அதுவும் ஒரு வரி. இந்து சமுத்திரத்தின் இந்தப் பெரிய வேலையை நான் அன்று அறிந்துகொண்டேன். இந்து சமுத்திரத்துடன் எனக்கான உறவு இப்படித்தான் ஆரம்பித்தது.

நாடக ஒத்திகையின்போது சபாபதி மாஸ்டர் என்னைப் போட்டு உருட்டி எடுத்துவிடுவார். இவருக்கும் எனக்கும் ஒரு தொடர்பும் இல்லை. பெரிய கிளாசுக்குப் படிப்பித்தவர். இவர் தலையில் ஒரு பகுதி முடி முளைப்பதை நிறுத்திவிட்டது. சைக்கிளைப் பிடித்து பத்தடி தூரம் ஓடிய பிறகு ஏறுவார். சில நேரங்களில் அவர் ஏறுமுன்னரே அவர் போகவேண்டிய இடம் வந்துவிடும். என்னை இல்லாமல் செய்வதற்குத் தீர்மானித்தவர் போல திருப்பித் திருப்பிப் பாடச் சொல்லுவார். மற்றவர் கண்களுக்குப் பிடிபடாத நுணுக்கமான பிழைகள் இவர் கண்களில் படும். சுகிர்தம் டீச்சர் வந்து காப்பாற்றுவார். அவருடன் பேசும்போதுமட்டும் அடிக்கடி சிரிப்பார். சிரிப்பு நின்றபிறகும் தொண்டைக்குள் இருந்து களுக்களுக் என்று சத்தம் அவருக்கு வரும்.

குதியால் தரையைக் குத்திக்கொண்டு பின்பாகத்தைக் குலுக்கி,

பலவித நெளிவுகளை உடலில் காட்டியபடி, அந்தப் பெண் தோன்றுவாள். கையிலே ஏந்திய மாலை இருக்கும். அப்படியே கொண்டுவந்து என் கழுத்தில் சூட்டுவாள். அவள் பாடிய பாட்டு 'மகான், காந்தி மகான்.' அது நான்தான். ஒத்திகையின் போது சிலையாக நான் நடிக்கவேண்டும். சிலையாவது கொஞ்சம் அசைந்திருக்கும். ஓட்டுக்குள் அடங்கிய ஆமைபோல நான் அசையாமல் இருப்பேன். நாடகம் நடந்த அன்று எப்படியோ ஒரு காந்தி சிலையைக் கண்டுபிடித்துக்கொண்டு வந்ததால் நான் தப்பினேன். புதிய கட்டிடத்துக்குப் போதிய பணம் சம்பாதித்துக்கொண்டு நாங்கள் திரும்பினோம். புழுதித்தரை சிமெந்தாக மாறியது. ஓலைக்கூரை ஓட்டுக் கூரை ஆகியது. பெரிய அட்டைப் பெட்டிகளில் அடைத்து வைத்த விஞ்ஞானக் கருவிகள் எல்லாம் சோதனைக்கூடத்தில் அடுக்கப்பட்டன. இந்தப் புதிய மஞ்சள் கட்டிடத்தின் ஒரு சுவரிலோ, ஒரு செங்கல்லிலோ, ஒரு தூணிலோ என் பாட்டு சாதனைக்கான அத்தாட்சி இன்றுவரை ஒளிந்திருக்கும்.

நான் கொழும்பிலிருந்து திரும்பி வந்தபோது செலவுக்குக் கொண்டு போன காசில் 25 சதம் மிச்சம் இருந்தது. பதினைந்து சதத்துக்குப் பழுக்க ஆரம்பித்த ஆனை வாழைப்பழம் ஒரு சீப்பு ஐயாவுக்கு வாங்கினேன். இது எங்கள் கிராமத்தில் கிடைக்காது. ஐயா விருப்பமாக வைத்து வைத்துச் சாப்பிடுவார். அவருக்கு அதைச் சாப்பிட்டு ஜீரணிப்பதில் சங்கடம் இருந்தால் நான் உதவி செய்யலாம்.

மிகவும் யோசித்து, ஆலோசனைகள் கேட்டு, அம்மாவுக்கு பத்து சதத்திற்கு, கொழும்பு வெற்றிலை வாங்கினேன். இந்த வெற்றிலை நாட்டு வெற்றிலையைப்போல கடும்பச்சையில், முரடாக இருக்காது. சுண்ணாம்பு வெள்ளையாக, சத்தமே போடாமல் கிழியும். நரம்புகூட கிள்ளத் தேவையில்லை. அப்படி மெத்தென்று இருக்கும். அந்த வெற்றிலைக் கட்டை அம்மா தண்ணீர் தெளித்துத் தெளித்துப் பாதுகாத்து ஒரு வாரகாலம் சாப்பிட்டுத் தீர்த்தார். வீட்டுக்கு வருபவர்களிடமும், வராமல் ரோட்டால் போனவர்களிடமும் 'என்ரை பிள்ளை

கொழும்பில் இருந்து கொண்டு வந்தது' என்று கைகளால் அளவைக் காட்டியபடி சொன்னார். நாள் போகப் போக இந்த அளவு கூடிக்கொண்டே வந்தது. ஒரு நாள் பருந்து பறப்பதுபோல கைகளை அப்படி விரித்துக் காட்டினார்.

சுற்றுப் பயணம் முடிந்து திரும்பிய ஒரு மாதத்தில் வருடச் சோதனை நடந்தது. அடுத்த வகுப்புக்கு புரமோஷன் கிடைத்தபோது அம்மா இல்லை. இறந்துபோனார். விடுமுறை முடிந்து பள்ளிக்கூடம் தொடங்கும் நாள் வந்தது. எங்கள் புது வகுப்புக்கு சுகிர்தம் டீச்சர் இல்லை என்று சொன்னார்கள். ஞாயிற்றுக்கிழமை பின்னேரம் வழக்கம்போல மேசை பிடிக்க எல்லோரும் போனார்கள். அந்தக் கூட்டத்தில் நான் இல்லை.

5. ஐந்தொகை

சங்க இலக்கியங்களைச் சேர்ந்தது பத்துப்பாட்டு, எட்டுத்தொகை என்பது எல்லோருக்கும் தெரியும். இந்த எட்டுத் தொகையில் குறுந்தொகை, கலித்தொகை போன்றவை அடங்கும். இதில் ஐந்தொகையும் ஒன்று என்று நான் பல நாட்களாக நினைத்திருந்தேன். நான் வேலையில் சேர்ந்த முதல் நாள் இந்தச் சந்தேகம் எனக்குத் தீர்ந்தது.

பட்டப்படிப்பு முடிந்த பிறகு என்ன செய்வது என்ற கேள்வி எழுந்தது. சாட்டர்ட் அக்கவுண்டன்ட் சோதனைக்குப் படிக்கவேண்டும் என்பது என் ஆசை. ஆனால் அதற்குப் பல இடைஞ்சல்கள் இருந்தன. மூன்று வருடப் பயிற்சி; வேலை செய்தபடியே படிக்கவேண்டும். இது தவிர ரூ2000 நிறுவனத்துக்குக் கட்டவேண்டும். இது திருப்பிக் கிடைக்காத பணம். லஞ்சம் அல்ல; பயிற்சி எடுப்பவர் அதற்குத் தரும் கட்டணம் என்று சொன்னார்கள்.

என் அக்காவின் காணியை விற்று வந்த பணம் முழுவதையும் கட்டி முதல் நாள் நான் வேலையில் சேர்ந்தேன். இது ஒரு கணக்கு ஆய்வு நிறுவனம். இங்கே அறுபது பேர் வேலை செய்தார்கள். பார்த்த உடனேயே அங்கே இட நெருக்கடி

இருப்பது தெரிந்தது. ஒரு மேசையில் இரண்டு பேர், நாலு பேர் என்று வேலை செய்தார்கள். என்னைத் தவிர இன்னும் பல பயிற்சியர் இருந்தனர். அவர்கள் எல்லாம் சீனியர். நானே கடைக்குட்டி. நோவல் என்பவன் என்னை அழைத்துப்போய் ஒரு மேசையில் உட்காரவைத்தான். அதில் ஏற்கனவே ஒரு பெண் அமர்ந்து வேகமாகத் தட்டச்சு செய்துகொண்டிருந்தாள். மேசையிலே முக்கால்வாசியைப் பிடிக்கும் நீளமான தட்டச்சு மெசின் அது. ஒவ்வொரு வரி முடியும்போதும் டைப்ரைட்டரின் உருளை வந்து என் தோளைத் தொட்டு மீளும். நானும் மனதைத் தளரவிடாமல் அந்த மேசையில் ஒரு மூலையைக் கைப்பற்றி என்னுடைய சாம்ராஜ்யத்தை நிலைநாட்டினேன். நோவல் இரண்டு தொக்கையான லெட்ஜர்களை மேசையிலே எறிந்து அவற்றைக் கூட்டச் சொன்னான். என்னுடைய ஆட்சியில் முதல் மூன்று மாத காலம் எனக்குக் கூட்டல் பயிற்சிதான். அதற்கு அப்பாலும் தப்பிப் பிழைத்தால் வேறு வேலை கிடைக்கக்கூடும். இந்த நிறுவனத்துக்கு மூன்று பார்ட்னர்கள் இருந்தார்கள். மூத்த கூட்டுநரின் பெயர் விஜயரட்னா. கூடிய எலும்பும் குறைந்த சதையும் கொண்ட அவர் காலையிலே தன் அறையில் போய் குந்தினார் என்றால் மதிய உணவு நேரம் வரைக்கும் அசையமாட்டார். மாறி மாறி சிகரட் பிடிப்பதால் ஒரு நிமிட நேரம்கூட புகை இல்லாமல் அந்த அறை இருந்ததில்லை. கடும்பிடியான மனிதர். அவர் அறைக்குள் காலடி எடுத்து வைக்க நடுங்குவார்கள். தான் நினைத்த பதில் வரும் வரைக்கும் ஒரே கேள்வியைத் திருப்பித் திருப்பிக் கேட்பார்.

‘நோவல், வங்கியில் பணம் கட்டினாயா?’

‘இன்று காலை நான்...’

‘நோவல், வங்கியில் பணம் கட்டினாயா?’

‘வாடிக்கையாளரின் இரண்டு காசோலைகள்....’

‘நோவல், வங்கியில் பணம் கட்டினாயா?’

‘எப்படியும் மதியம் வங்கி மூடமுன்...’

இப்படியே போகும். ஆம் அல்லது இல்லை என்பதுதான் அவருக்குப் பிடித்த பதில். விஜயரட்னா திருந்துவதாகத் தெரியவில்லை. நான் அந்த நிறுவனத்தை விடும்வரை நோவலும் திருந்தவில்லை. இரண்டாவது கூட்டுநர் பெயர் அலெஸ். இவருடைய சிறப்பியல்புகள் மர்மம் நிறைந்தவை. தூர நாட்டில் இருந்து தகரக் குழாய் வழியாகக் கதைப்பதுபோல அவர் குரல் வளம் இருக்கும். எப்பொழுதும் அவர் அறையில் யாராவது ஒரு பயிற்சியர் மாட்டிப்போய் இருப்பர். அவர் தலைக்குப் பின்னால் இருந்த கரும்பலகையில் அன்றைய சூரிய உதய அஸ்தமன நேரங்களைக் குறித்து வைத்திருப்பார். இவர் செய்த வேலைக்கும் சூரியனுடைய வேலைக்கும் என்ன சம்பந்தம் என்பது ஒருவருக்கும் தெரியாது. நான் பயிற்சியிலிருந்த மூன்று வருடத்திலும் ஒரு நாளாவது அவர் அறிவு கொழுந்துவிட்டதை நான் காணவில்லை. கடைசிக் கூட்டுநர் மார்ட்டின். இவரும் மற்ற இருவரையும்போல இங்கிலாந்தில் படித்தவர். அதி புத்திசாலி. தானாகவே தேதி போட்டுப் படம் எடுக்கும் காமிரா போல இவர் ஒவ்வொரு சம்பவத்தையும் தேதியோடு ஞாபகம் வைத்திருப்பார். நாலு வருடத்துக்கு முன் இன்ன தேதியில் இந்த வாடிக்கையாளர் ரூ.1540.37 பணம் கட்டினார் என்று சொல்வார். பழைய லெட்ஜர்களில் போய்த் தேடிப்பார்த்தால் அப்படியே இருக்கும். ஐந்து மணிக்கு அலுவலகம் மூடினாலும் இரவு பத்து மணி வரை அங்கேயிருந்து ரேஸ் புத்தகங்களை ஆராய்வார். இலங்கை குதிரைகளில் பணம் கட்டமாட்டார். எங்கேயோ இங்கிலாந்து தேசத்துக் குளிரில் ஓடும் குதிரைகள் மீது இங்கிருந்தபடி பந்தயம் கட்டுவார். ரேஸால் பணம் போட்டுப் பணக்காரர் ஆனவரை அப்பொழுதுதான் முதன்முறை பார்த்தேன். அதுதான் கடைசியும்.

எனக்கு முன்னால் இருந்து மேசையின் முக்கால் பாகத்தை ஆக்கிரமித்து தட்டச்சு செய்த பெண்ணின் பெயர் ஈனா. கண்டிச் சிங்களவர் உடுத்தும் பாணியில் சேலை கட்டியிருந்தாள். வலது வயிற்றில் ஒரு சிறு கொய்யகம் வைத்து அதே பக்கத்துத் தோளில் மடித்து மடித்து தாவணியை நீட்டாக விட்டிருந்தாள். வேலைக்கு இடைஞ்சல் ஏற்படுத்தாமல் பதினெட்டு ஊசிகளால்

சாரியையும், பிளவுஸையும் அந்தந்த இடங்களில் குத்தி வைத்திருந்தபடியால் அவள் உடம்பை ஊகிப்பது சிரமமாக இல்லை. ஒரு சிரிப்பை வெளியே விடாமல் கொடுப்புக்குள் அடக்கி வைத்திருந்தாள். அங்கே இருந்த மற்ற பெண்களுடன் ஒப்பிடும்போது அவள் மிகவும் சாதாரணம். மெல்லிய சங்கிலி ஒன்றுகூட அலங்கரிக்கும் வாய்ப்புப் பெறாத அந்த நீண்ட கழுத்து மெல்ல மெல்ல இறங்கி அவளுடைய தொண்டைக் குழியைக் கடந்து பிளவுசுக்குள் சென்று மறைந்தது. அப்படி மறைந்த பிறகும் எஞ்சியிருந்த கழுத்து தன் வசீகரத்தைக் குறைக்கவில்லை. அவளுக்கு முன்னால் மூலையில் ஒடுங்கியிருந்த என்னை அவள் நிமிர்ந்து பார்க்கவில்லை. ஒரு முனைப்புடன் டைப் அடித்துக்கொண்டிருந்த, இரண்டு கைகளாலும் விரித்துப் பிடிக்க வேண்டிய அகலமான கணக்கை, அவள் *balance sheet* என்றாள். தமிழில் அதற்குப் பெயர் ஐந்தொகை. இது ஒரு நிறுவனத்தின் அன்றைய நிதி நிலவரத்தைக் காட்டும். வலது பக்கத்தில் சொத்துக்களையும், இடது பக்கத்தில் முதலீட்டையும், லாபத்தையும், கொடுக்கவேண்டிய கடன்களையும் சொல்வது. இடது பக்கக் கூட்டுத் தொகை வலது பக்கக் கூட்டுத் தொகைக்குச் சமனாக இருக்கும். இது எப்படி என்று ஈனாவைக் கேட்டேன். அவளுக்கு மூளை மட்டு மட்டாகத்தான் வேலை செய்தது. தெரியவில்லை. அந்த முதல் நாள் அவ்வளவு விளங்கியது போதும் என்று என்னை நான் சமாதானப்படுத்திக்கொண்டேன். ஆனால் இந்த ஐந்தொகைக் கணக்கின் சூட்சுமத்தைப் பல மாதங்கள் கழிந்த பிறகுகூட புரிந்துகொள்வது எனக்கு சிரமமாகத்தான் இருந்தது.

முகம் தெரியாத யாரோ ஒருவர் தொட்டெழுதும் பேனாவினால் இரவிலோ, பகலிலோ பாடுபட்டு எழுதி வைத்த லெட்ஜர் கணக்குகளை அன்று முழுக்க கூட்டிக் கூட்டி சரிபார்த்தேன். மற்றவர்கள் செய்வது போல ஒரு கூரான பென்சிலை வலது கையில் பிடித்திருந்தேன். எவ்வளவு பாடுபட்டும் கூட்டுத் தொகைகள் மாறவில்லை; ஐந்தும் மூன்றும் எட்டுத்தான். இரண்டும் ஏழும் ஒன்பதாகத்தான் வந்தது. ஈனா கவனம்

குலையாமல் விரல்களைத் தலைக்கு மேல் தூக்கித் தூக்கி டைப் அடித்த வண்ணம் இருந்தாள். நான் அவளைப் பார்க்கவில்லை. அவளும் என்னைப் பார்க்கவில்லை.

எங்கள் இரண்டு பேருக்குமான உறவு டைப்ரைட்டர் உருளை அடிக்கடி வந்து என் தோளை இடிப்பதோடு நின்றுபோனது. மதியச் சாப்பாட்டின்போது எல்லோரும் கூட்டமாக மேசைகளைச் சுற்றி உட்கார்ந்து உணவருந்தினார்கள். பலர் வீட்டிலே இருந்துகொண்டு வந்திருந்தார்கள். இன்னும் சிலர் கடைகளிலே இருந்து எடுத்து வைத்துச் சாப்பிட்டார்கள். நான் இருந்த மேசையில் துணைக்கு ஒருவரும் இல்லை. என்ன நினைத்தாளோ அங்குமிங்கும் ஒரு முறை பார்த்துவிட்டு ஈனா என் பக்கத்தில் வந்து அமர்ந்தாள். என்னுடைய உணவு வீட்டிலே இருந்து சாப்பாட்டுக்காரனால் கொண்டுவரப்பட்டது. என் வீட்டிலே போய் எடுக்கும் சாப்பாட்டுக்காரன்தான் இங்கே கொண்டு வருவான் என்ற உத்திரவாதம் இல்லை. அது இரண்டுதரம் கைமாறி வரும். சைக்கிள் காரியரில் கட்டிய பெரிய பெட்டிகளில் அவை குலுங்கிக் குலுங்கி வருவதால் அன்றைய சாப்பாட்டில் என்ன கறி, என்ன குழம்பு என்று சாப்பிட்டு முடிந்தபிறகும் ஊகிக்க முடியாமல் போகும். ஒரு பிளேட்டை இன்னொரு பிளேட்டினால் மூடி, வெள்ளைத் துணியில் சுற்றிக் கட்டிய என் சாப்பாடு, விலாசம் எழுதிய சீட்டு தொங்க என் முன்னால் கிடந்தது. ஈனாவுடையது அவள் வீட்டில் இருந்து அவளே தயாரித்துக் கொண்டு வந்தது. ஒரு பொடி டப்பா சைஸில் சதுரமாக இருந்தது. அவள் அதன் மூடியைத் திறந்ததும் நாலு நாள் முன்பு இறந்துபோன ஒரு மீனின் வாசனை அடித்தது. கருவாடாகவும் இருக்கலாம். ஊகம்தான். நான் என்னுடைய மேல் பிளேட்டை சிறிது தள்ளி துவாரம் செய்து நான் சாப்பிட உத்தேசித்த உணவில் சரிபாதியைச் சாப்பிட்டு முடித்தேன். ஈனா தன்னுடைய உணவை நாலே நாலு வாயில் முடித்துக்கொண்டாள்.

எங்கள் அலுவலகத்து பாத்ரூம் கதவில் ஆண் உருவமோ, பெண் உருவமோ பொறிக்கப்படவில்லை. எழுத்தும் இல்லை.

தட்டி மறைவில் மூன்று கறுப்புக் கதவுகள் பக்கத்து பக்கத்தில் இருந்தன. அதிலே ஒன்றுதான் பாத்ரூம் கதவு. ஆணும் பெண்ணும் அதையே பாவித்தார்கள். எல்லோரும் உள்ளே போனார்கள்; வந்தார்கள். அந்த முழு அலுவலகத்திலும் எனக்குத் தெரிந்த ஒரேயொரு ஜீவன் ஈனாதான். நான் எழும்புவதும், இருப்பதும் கால்களை மாற்றி வைப்பதுமாக இருந்தேன். ஈனா தன் வட்டக் கண்களால் என்னைப் பார்த்து ‘அதுல, அதுல’ என்றாள். என்னுடைய மனதைப் படிக்கும் கெட்டிக்காரத்தனம் அவளிடம் இருந்தது. நான் சரியான கதவைக் கண்டுபிடித்து என் காரியத்தை நிறைவேற்றினேன். அவள் இதழ்களை விரித்து ‘அதுல அதுல’ என்று சொன்ன விதம் இனிமையாக இருந்தது. அன்று பின்னேரம் அலுவலகம் மூடுவதற்கிடையில் அவளை இன்னொருமுறை எப்படியும் அதைச் சொல்ல வைத்துவிடவேண்டும் என்று மனதிற்குள் நினைத்துக்கொண்டேன். மதியச் சாப்பாடு முடிந்த சிறிது நேரத்தில் விஜயரட்னாவின் மனைவி தன் இரண்டு பிள்ளைகளையும் பள்ளிக்கூடத்தில் இருந்து அழைத்துக் கொண்டு நேராக அலுவலகத்துக்கு வந்தார். பிள்ளைகளுக்கு வயது 5, 8 இருக்கும். சீருடையில் கொழுகொழுவென்று இருந்தார்கள். மனைவி சிவப்பாக, மிகையான சதையுடன் உயரமாக இருந்தார். கைகள் நீக்கிய பிளவுஸ் அணிந்திருந்தார். பிடரியோடு நிறுத்தப்பட்ட தலை மயிர் பின்னாலே அலைய குதிக்கால்களால் பெரும் சத்தம் எழுப்பியபடி நடந்துவந்தார். அவர் மூத்த கூட்டுநரின் அறையை அடைய எடுத்துக் கொண்ட ஒரு முழு நிமிடமும் அந்த அலுவலகத்தில் ஒருவரும் வேலை செய்யவில்லை.

விஜயரட்னாவின் மனைவி திரும்பியதும் நோவல் கண்களில் சிரிப்புடன் அணுகினான். ‘இதுதான் அருமையான சந்தர்ப்பம். விஜய ரட்னா சிரித்த சத்தம் எனக்குக் கேட்டது. அவர் நல்ல மூடில் இருக்கிறார். உடனேயே நீ போனால் அவர் ஐந்தொகையில் கையொப்பத்தை போட்டுவிடுவார். ஓடு ஓடு’ என்று ஈனாவை அந்தரப்படுத்தினான். அவளோ தலை நிமிராமல் ஆறு கார்பன் தாள்கள் வைத்த டைப்ரைட்டரில்

ஓங்கி ஓங்கிக் குத்தினாள். ஏழாவது நகல் மங்கலாக வந்தால் இன்னொருமுறை தட்டச்சு செய்யவேண்டிவரும் என்ற பெரும் கவலை அவளுக்கு. ஒரு புகைமூட்டம் எழும்புவதுபோல, மெல்ல அவசரமில்லாமல் ஈனா எழுந்து நின்றாள். அவளுடைய வியர்வை வட்டமாகி இரண்டு அக்குள்களையும் கறுப்பாக்கியது. தன்னுடைய இடது கை சின்னி விரலால் கொய்யகத்தையும், பக்கவாட்டுகளை மறைக்காத சாரி போர்டரையும் சுண்டினாள். என் கண்ணுக்கு படாத தூசியை அவள் கண்டிருந்தாள். அன்று முழுக்க அவளுக்கு முன் உட்கார்ந்திருந்தாலும் அப்பொழுதுதான் முதல் தடவை அவளுடைய நின்ற உருவத்தை நான் பார்ப்பது. வாடிக்கையாளரின் கோப்பு, தான் டைப் செய்த ஐந்தொகை, லாப நட்டக் கணக்கு, அறிக்கைகள் என்று பல சாமான்களை சேகரித்து ஏதோ தூர வழிப் பயணிபோல விஜயரட்னாவின் அறையை நோக்கி நடந்தாள். மாறி மாறி சிகரட் பிடித்தபடி கண்ணாடிக் கதவின் பின்னால் அவர் இருப்பது தெரிந்தது. ஐந்தொகையில் கையொப்பம் வாங்கி வாடிக்கையாளருக்கு அனுப்பவேண்டிய கடைசித் தேதி அது. பித்தவெடிப்பு குதியை வார் கவ்விப்பிடிக்கும் மலிவு செருப்பை அணிந்துகொண்டு பாதி தூரம் போனவள் ஏதோ நினைத்து மீண்டும் திரும்ப வந்தாள்.

டைப் செய்த பாலன்ஸ் சீட் கூட்டல் தொகையை ஒருமுறை செக் பண்ண முடியுமா என்றாள். டைப் செய்வதற்கு முன்னர் இந்தக் கூட்டல் தொகை சரிபார்க்கப்பட்டிருந்தது. ஆனால் தட்டச்சு செய்யும்போது பிழைகள் ஏற்பட்டிருக்கலாம். அன்றைய கடும் பயிற்சியில் என்னுடைய மூளை கூராக இருந்தது. பென்சிலும் கூராக இருந்தது. அதைக் கையில் பிடித்தபடி வேகமாக புதிதாக அச்சடித்த தானங்களைக் கூட்டினேன். என்னுடைய வாழ்க்கையின் முழு எதிர்காலமும் இதிலேதான் தங்கியிருக்கிறது என்பதுபோல திருப்பி சரிபார்த்தேன்.

ஒன்பது ரூபா வித்தியாசம் விழுந்தது. ஈனாவின் கால்கள் தரையில் நிற்காமல் பரபரத்தன. ஒவ்வொரு எண்ணாக செக் பண்ணிபோது ஒரு இடத்தில் *56* என்பதற்குப் பதிலாக *65* என்று ஈனா தானங்களை மாற்றி அடித்திருந்தது கண்டுபிடிக்கப்பட்டது.

ஐந்தொகைக் கணக்கில் பிழை திருத்துவது என்பது பெரிய தொல்லை பிடித்த வேலை. ஒவ்வொரு தாளாக ஏழு தாள்களிலும் அந்த தானத்தை அழி ரப்பரினால் அழிக்கவேண்டும். பிறகு தனித்தனியாக தாளை டைப்ரைட்டர் உருளையில் மாட்டி சரியான இடத்துக்கு உருட்டிக் கொண்டுவரவேண்டும். மேலேயோ, கீழேயோ, பக்கவாட்டிலோ போகாமல் தானத்தை சரியாக அடிக்கவேண்டும். இப்படி ஏழு தரம் செய்யவேண்டும். இந்த விவகாரத்தில் ஒருவிதத்திலும் சம்பந்தப்படாத நான் தூக்கு தீர்த்தவன் கடிகார முள்ளைப் பார்ப்பதுபோல அடிக்கடி நேரத்தைக் கவனித்துக்கொண்டிருந்தேன். இறுதியில் ஒருவாறாக இருபது நிமிடத்தில் ஈனா பிழையைத் திருத்தி அடித்து முடித்தாள். அச்சடித்த தாள்களை எல்லாம் ஒழுங்குபடுத்தி, அறிக்கைகளையும் தூக்கி ஒரு குழந்தையை அணைப்பதுபோல நெஞ்சோடு அணைத்துக்கொண்டு விஜயரட்னாவின் அறையை நோக்கிப் புறப்பட்டாள்.

மத்தியானம் நான் சாப்பிட்ட உணவு வாய் வரைக்கும் வந்து அதன் ருசியை ஞாபகப்படுத்திவிட்டுத் திரும்பிப் போனது. நான் ஈனாவைப் பார்த்தேன். அந்த அவசரத்திலும் என்னைக் கனிவோடு திரும்பிப் பார்த்து 'போமஸ்துதி' என்றாள். அவள் உதடுகளில் இருந்து பிரிந்த வார்த்தைகள் என்னிடம் மெதுவாக வந்தன. விஜயரட்னாவை எனக்குப் பிடிக்காது என்ற முடிவை நான் அப்பொழுதுதான் எடுத்தேன். சரியாக மூன்று வருடம் கழித்து என் ஒப்பந்த காலம் முடிவுக்கு வந்தபோது விலகிக் கொண்டேன். இந்தக் கால கட்டத்தில் பல தடவைகள் என்னை அவருக்கும் அவரை எனக்கும் பிடிக்காமல் போனது. ஒரு முறை மிகப் பெரிய உபகாரம் செய்து விட்டதாக நான் நினைத்துக்கொண்டேன். ஆனால் காரியம் வேறு மாதிரி போனது.

ஸொகோமான் என்ற பிரெஞ்சு நிறுவனம் அப்போது இலங்கை அரசிடம் தண்ணீர் குழாய் போடும் ஒப்பந்தத்தை எடுத்திருந்தது. இந்த வேலை பல வருடங்களாக நடந்தது. இதன் கணக்கு தணிக்கை வேலைகளை எங்கள் நிறுவனம் ஏற்றுக்கொண்டிருந்தது. ஒரு முறை இந்தக் கம்பனியின் கணக்கு

ஆய்வுகளை நடத்த என்னை அனுப்பியிருந்தார்கள். நான் அப்பொழுது மூன்றாவது வருடத்தில் இருந்தேன். நாள்கூலி ஊழியர்களின் சம்பளக் கணக்குகளை செக் பண்ணியபோது பணம் கையாடல் செய்யப்பட்டிருப்பது தெரியவந்தது. நான் இதன் மூலத்தைப் பிடிப்பதற்கு ஒவ்வொரு மாதமாக பின்னுக்குச் சென்றேன். நடப்பு வருடத்தையும் சேர்த்து மூன்று வருடங்கள் கையாடல் நடந்திருந்தது. கம்பனிக்கு ரூ 90,000 நட்டம். அந்தக் காலத்தில் அது பெரிய தொகை.

உடனேயே கோப்புகள் சகிதம் விஜயரட்னாவைப் போய்ச் சந்தித்தேன். என்னைப் பாராட்டுவார் என்று நினைத்தேன். புகை நடுவே அவர் முகம் கறுத்து சிறுத்துப் போய் காட்சியளித்தது. நடப்பு வருடத்துக் கையாடலைக் கண்டுபிடித்தது நல்லது. அதுதான் எங்கள் உத்தியோகம். ஆனால் அதற்கு முன்னும் இரண்டு வருடங்கள் கையாடல் நடந்திருக்கிறது. எங்கள் தணிக்கைக் குழு ஏன் இவற்றைக் கண்டுபிடிக்கவில்லை என்ற கேள்வியை அது எழுப்பும். ஸொகோமான் ஊழியர்கள் இருவரைக் கைது செய்து வழக்குத் தொடரப்பட்டது. என்ன காரணமோ என் கோப்புகளைக் கைப்பற்றி விஜயரட்னா என்னை விடுவித்தார்.

நான் நிறுவனத்தைவிட்டு வெளியேறினேன். அதற்குப் பிறகு ஒரு நாளாவது கூட்டுநர்களில் ஒருவரையாவது நான் சந்தித்தது கிடையாது. என்னோடு வேலை பார்த்த மற்றவர்களையும் காணவில்லை. அங்கு பயிற்சி பெற்ற சமயத்தில் என்னுடைய மாதச் சம்பளம் ரூ 44; அதாவது நாளுக்கு இரண்டு ரூபா.

அப்பொழுதெல்லாம் தள்ளு வண்டிக்காரன் நாளுக்கு ஐந்து ரூபா சம்பாதித்தான். அங்கே உழைத்ததற்கான ஒரேயொரு அத்தாட்சி என்னுடைய ஒப்பந்தக் கடிதம்தான். இதை எழுதும்போது அது என் முன்னே கிடக்கிறது. அதன் தேதி 13. 06. 62. விஜயரட்னாவின் கையொப்பம் மங்காமல் கறுப்பு எழுத்தில் இருந்தது.

அந்தக் கறுப்பு மை விஜயரட்னாவின் ஆயுளைத் தாண்டி இன்றும் வாழ்ந்துகொண்டிருக்கிறது. பல வருடங்கள் கழித்து

நான் ஒரு செய்தி கேள்விப்பட்டேன். ஆச்சரியமாக இருந்தது. நான் நிறுவனத்தை விட்டு விலகிய சில மாதங்களிலேயே விஜயரட்னாவை ஈனா திருமணம் செய்து கொண்டாள். மரத்தரையில் சப்பாத்து சத்தம் போட நடந்து வந்த அவருடைய மனைவியை விஜயரட்னா மணவிலக்கு செய்துவிட்டு ஈனாவை மணந்துகொண்டார். காதல் திருமணம் என்று சொன்னார்கள்.

சதுரமான சாப்பாட்டு பெட்டி உணவை நாலே வாயில் சாப்பிட்டு விட்டு ‘அதுல அதுல’ என்று அவள் என்னிடம் சொன்னது ஞாபகத்துக்கு வந்தது. மணம் முடித்த பிறகு வேறு ஒரு இடத்தில், வேறு ஒரு தருணத்தில் இனிமையான சத்தம் எழுப்பும் ‘அதுல, அதுல’ என்ற வார்த்தைகளை அவள் சொல்லியிருக்கலாம் - வேறு ஒரு பொருள் தொனிக்க. அடிக்கடி விரல்களால் சரிபார்க்கும் தொந்திரவு இல்லாமல், 18 பின்களைக் குத்தி சாரியையும், பிளவுஸையும் ஒரே இடத்தில் நிறுவி வைக்கும் ஈனா, பாலன்ஸ் சீட்டைத் தூக்கிக்கொண்டு அந்த முதல் நாள் கையொப்பம் வாங்கப் போன காட்சியை என்னால் மறக்க முடியவில்லை. இவளுக்கு எப்போது காதல் வந்தது? ஒரு சிகரட் புகைந்தபடி கிண்ணத்தில் இருக்க, இன்னொரு சிகரட்டை மறதியாகக் கொளுத்தும் விஜயரட்னாவின் முன்னால் பேப்பர்கள் பறக்க, கோப்புகளைக் காவிக்கொண்டு நடுங்கியபடி காத்து நின்றபோதா? எப்படித்தான் மூளையைப் போட்டுக் கசக்கினாலும் விளங்கிக்கொள்ள முடியாத பெரும் ஐந்தொகைக் கணக்கு இதுதான்.

சிந்திப்பதற்கு

1. நாணாத கோடாரி

பத்து வருடங்களாக நைஜீரியாவில் வேலைசெய்த நண்பர் ஒருவர் வீட்டுக்கு விருந்துக்குப் போயிருந்தேன். அவர் முதல் காரியமாக திடுக்கிடவைக்கும் வேலை ஒன்று செய்தார். அவருடைய படுக்கை அறைக்கு என்னை அழைத்துப் போனார். அங்கே இருந்த இரண்டு சேந்தைக் கட்டில்களைக் காட்டினார். முழுக்க முழுக்க கருங்காலி மரத்தினால் செய்யப்பட்டவை அவை. நாலு பேர் பிடித்துத் தூக்கினாலும் தூக்கமுடியாத பிரம்மாண்டமான கட்டில்கள்.

நைஜீரிய அரசாங்கம் காட்டிலே வளர்ந்த கருங்காலி மரங்களை வெட்டுவதற்கோ, அவற்றில் தளபாடங்கள் செய்வதற்கோ தடை விதித்திருந்தது. இந்த நண்பர் அரசாங்கம் அறியாமல் மிகச் சாமர்த்தியமாக அந்த மரங்களை வெட்டுவித்து, கட்டில்களைச் செய்திருந்தார். காடுகளில் தன்னிச்சையாக 300 - 400 வருடங்கள் வாழ்ந்த அந்த மரங்கள், 100 - 150 அடி உயரமானவை. நாலுபேர் கைகளைக் கோத்துக் கட்டிப்பிடித்தாலும் பிடிக்கமுடியாத விட்டமான பல மரங்கள் நண்பருடைய சயனத் தேவைகளை நிறைவேற்றுவதற்காக அழிக்கப்பட்டிருந்தன. முந்நூறு வயது மரத்தைத் தறிக்க இரண்டு

கோடாரிகளுக்கு பல மணி நேரங்கள் எடுத்ததாகக் கூறினார். அந்த மரங்களின் நடுக்குருத்துகளைச் செதுக்கி, ஒரு கோவில் விக்கிரகம் செய்வதுபோன்ற அக்கறையுடன், ஆப்பிரிக்காவின் கைதேர்ந்த தச்சர்கள் அந்தக் கட்டில்களைச் செய்தார்களாம்.

அழகு மாத்திரம்தானா? இந்தப் பூமிக்கு உயிர் தரும் பிராண வாயுவை சமன் செய்வது, மழையைக் கொடுப்பது, மற்ற உயிரினம் வாழ மூலகாரணமாக இருப்பது, எல்லாம் மரமே. இருந்தாலும் அவற்றை அழிப்பதில் மனிதனுக்கு இருக்கும் உற்சாகம் சொல்லமுடியாது. பின்வரும் சந்ததியினருக்கு பூமிக்கிரகத்தை அப்பழுக்கில்லாமல் விட்டுவைத்துவிடுவோமோ என்று பயப்படுவதுபோல ஓர் அவசரத்தோடு இந்த வேலைகள் மனிதனின் மேற்பார்வையில் நடைபெறுகின்றன.

கலிபோர்னியாவில் ஒரு நண்பர் புது வீடு வாங்கினார். அவர் வீட்டு வாசலில் ஒரு பெரிய தேவதாரு மரம். கடந்த 500 வருடங்களாக அது கவையாகி, கொம்பாகி, ஒரு கல்யாண ஊர்வலத்தை நிறுத்தும் உத்தேசத்துடன் வளர்ந்ததுபோல அடி பருத்து, கிளை விரித்து பாரிய விருட்சமாக நின்றது. அந்த நண்பர் சொன்னார், மரம் அவருக்குச் சொந்தமானது; ஆனால் மாநில அரசு அதை 'அரசு சொத்து' என்று அறிவித்திருந்தது. அது மாத்திரமல்ல; அந்த மரத்தைப் பேணுவதற்கும், கிளைகளை முறையாக வெட்டித் திருத்துவதற்கும் அவர்கள் 60 சதவீதம் செலவை ஏற்றுக்கொண்டிருந்தார்கள். அந்த மரத்துக்கு ஒரு எண் கொடுக்கப்பட்டு அது அந்த நகரத்து கணிப்பொறியில் கண்காணிக்கப்பட்டது. அந்த மூதாதை மரமும் மனிதன் தரும் மரியாதையை ஏற்று மேற்குக் காற்றில் தலை சிலுப்பி நின்றது.

எங்கள் மூதாதையர்களுக்கும் மரங்களின் மீது கரிசனம் இருந்தது. வனத்தை அழிப்பதற்கு மிகவும் யோசித்தார்கள். மரத்தை ஒரு வகையில் ஆராதித்தார்கள் என்று சொல்லலாம். பரம்பரை பரம்பரையாகப் பழையன அழிய, புதியன நட்டுப் பராமரித்தார்கள். அந்தக் காலம் இப்பொழுது மறைந்துகொண்டு வருகிறது.

நான் சிறுவனாயிருந்த சமயத்தில் எங்கள் கிராமத்தில் ஒரு பெரியவர் இருந்தார். அவர் வேட்டைப் பிரியர்; மாமிசம் இல்லாமல் அவருக்கு உணவு இறங்காது. ஒருமுறை கடலில் இருந்து ஒரு பெரிய ஆமையைப் பிடித்து வந்தார்கள். அங்கே ஆமை இறைச்சி விசேஷமென்றபடியால் அதற்கு எல்லோரும் பறந்தார்கள். ஆனால் அந்தப் பெரியவர் ஆமை இறைச்சியை உண்ண மறுத்துவிட்டார். காரணம் கேட்டபோது, 'நான் என்னிலும் வயதுகூடிய பிராணியின் இறைச்சியைச் சாப்பிடமாட்டேன்' என்றார். சுறா மீனையோ, கடல் ஆமையையோ அவர் தொடுவதில்லை. அவை நூறு வயதுக்கு மேலே வாழக்கூடியவை. அந்தக் கடல் ஆமைக்கு 150 வயதிருக்கலாம் என்றார்கள். அதன் கால்கள் உரல்கள்போல இருந்தன. ஒரு மீனைச் சாப்பிட்டால் அடுத்த ஆறு மாதத்தில் இன்னொரு மீன் அதன் இடத்தை நிரப்ப வந்துவிடும்.

கோழியைச் சாப்பிட்டால் ஒரு இரண்டு வருடத்தில் இன்னொரு கோழி தயாராகிவிடும். ஆனால் இந்த ஆமையைப்போல இன்னொரு ஆமை இந்த உலகத்தை நிரப்ப நூறு வருடங்கள் எடுக்கும். அந்தப் பாவத்தைச் செய்ய அவர் விரும்பவில்லை. ஆயிரம் வருடங்கள் வாழ்ந்த ஒரு விருட்சத்தை வெட்டுவதை அந்தப் பெரியவர் எப்படித் தாங்கியிருப்பார் என்று இப்போது எண்ணிப்பார்க்கிறேன். எங்கள் முன்னோர்கள் வாழ்க்கை இயற்கையோடு ஒட்டி இருந்ததால் அதை அழியாமல் காப்பாற்றுவதில் அவர்கள் பெரும் சிரத்தை எடுத்தார்கள்.

இயற்கை வளத்தைப் பாதுகாக்கும் அரசுகளில் கனடிய அரசு முன்னணியில் நிற்கிறது. கறுப்பு அணில்கள் கனடாவில் பிரசித்தமானவை. உலகத்து அணில்கள் எல்லாம் சாம்பல் நிறத்தில் அல்லது வெள்ளை நிறத்தில் இருக்கும்போது கனடிய அணில்கள் மாத்திரம் கறுப்பாக இருக்கும். பனிக்காலம் ஆரம்பமாகும் சமயங்களில் கொழுத்துப்போய் குடுகுடுவென்று ஓடுவதைக் காணலாம். ஆனால் அவை இப்போது அருகிவருகின்றன. இதைக் கண்ணுற்ற கனடிய அரசாங்கம் சமீபத்தில் ஒரு சட்டம் இயற்றியுள்ளது. கறுப்பு அணில்கள் இனவிருத்தி செய்யும் மாதங்கள் சித்திரை, வைகாசி

ஆகும். இந்தக் காலங்களில் அவை அதிர்ச்சிக்கு உள்ளாகாமல் பார்க்க வேண்டியது கனடிய மக்களுடைய பொறுப்பு. கறுப்பு அணில்களுடைய தனிமையைக் கலைப்பவர்களுக்கு $500 அபராதம் என்று கனடிய அரசாங்கம் அறிவித்திருக்கிறது. நடைபோவோரும், ஓட்டக்காரர்களும் தங்கள் வேகத்தை 10கி. மீட்டருக்கு மேல் போகாமல் மட்டுப்படுத்துவது அவசியம் என்றும் சொல்கிறது. மீறினால் அந்த அதிர்ச்சி கறுப்பு அணில்களின் இனவிருத்தி ஆசைகளை விரட்டிவிடுகிறதாம்.

ஆனால் இப்படி கரிசனையுடன் இயற்கை வளத்தைப் பாதுகாக்கும் எண்ணம் எங்கள் பழங்கால அரசர்கள் பலருக்கு இருந்ததாகச் சொல்ல முடியாது. சில வருடங்களுக்கு முன்னர் நான் திருவனந்தபுரம் போயிருந்தேன். அங்கே பத்மநாபபுரம் அரண்மனையைப் பார்வையிட்டபோது எங்கள் வழிகாட்டி அந்த அரண்மனையின் அரசர் படுத்து உறங்கிய மஞ்சத்தைக் காட்டினார். எழுபத்திரண்டு மூலிகை மரங்களால் அந்தக் கட்டிலைச் செய்ததாகச் சொன்னார். ஆடை களைந்த அரசர் அந்தப் படுக்கையில் தன் தேகம்பட துயில் கொள்வாராம். அந்த மூலிகை மஞ்சம் மன்னருக்கு, குறையாத ஆரோக்கியத்தையும் நிறைந்த ஆயுளையும் கொடுத்ததாம். அதற்காக எழுபத்திரண்டு அபூர்வமான, மனிதனின் கைப்படாமல் தானாகவே உண்டாகிய அரிதான வனவிருட்சங்கள் அழிக்கப்பட்டன என்று சொன்னார். என் நைஜீரிய நண்பரின் வீட்டுக்குச் சென்றபோது அந்த வழிகாட்டி சொன்னது என் ஞாபகத்துக்கு வந்தது.

அந்த அரசர் மறைந்து பல நூறு ஆண்டுகளாகியும் மனித சிந்தனையில் ஒருவித மாற்றமும் இல்லை. ஓய்வில்லாமல் அழிக்கப்படும் காடுகளில் மனிதக் கண்களுக்கு மறைந்து உறுதியாக வளர்ந்த கருங்காலி மரங்களைத் திருடிச் செய்யப்பட்ட சப்ரமஞ்சக் கட்டிலில் இன்று நண்பர் படுத்து பள்ளி கொள்கிறார். அந்த மஞ்சம் திடகாத்திரமாக அவரைத் தாங்கட்டும். அவருடைய சயனம் கனவுகளின்றி இன்பமாக நீளட்டும்.

2. தமிழில் மொழிபெயர்ப்பு

என்னுடைய அப்பாவின் இலக்கிய சாதனைகள் சொல்லிக் கொள்ளக்கூடியதாக இல்லை. சற்று வயது சாய்ந்த காலங்களில் கல்கி, விகடன் போன்ற சஞ்சிகைகளை நேரம் கிடைக்கும் போதெல்லாம் அவர் படிப்பார். நீளமான மரக் கட்டிலின் நடுவே சப்பணக்கால் போட்டு உட்கார்ந்து, கண்ணாடி அணிந்து, வெளிச்சத்துக்காகச் சாயும் தென்னை மரம்போலத் தலையை ஒரு பக்கம் சரித்து, நீண்ட நேரம் வாசிப்பார். கடைசியில் ஒற்றையைத் திருப்பிவிட்டு 'ச்சாய்' என்று தொடையில் அடித்துக்கொள்வார். அவர் அவ்வளவு நேரமும் படித்தது ஒரு தொடர்கதையாக இருக்கும்.

இது அடிக்கடி நடந்தது. முன்கூட்டியே தொடர்கதையா இல்லையா என்பதை உறுதிசெய்துகொண்டு படிக்கலாம் என்ற உண்மை அவருக்குக் கடைசிவரை தெரியாமலே போய்விட்டது.

அவருடைய கையெழுத்தில் நடுக்கம் தோன்றி வார்த்தைகள் ஒரு வரியில் செல்லாமல் மறு வரிக்கும் தாவிப்போகத் தொடங்கியவுடன் அவருக்கு ஒரு எழுத்தர் தேவைப்பட்டது. அந்த வேலை எனக்குத்தான் கிடைத்தது. அவருடைய தேர்வுக்கு

எங்கள் வீட்டில் ஏழு பேர் எனக்குப் போட்டியாக இருந்தாலும் நான்தான் இதற்குத் தெரிவு செய்யப்பட்டிருந்தேன். இதில் எனக்கு ஏற்பட்ட பெருமை கனகாலம் நீடிக்கவில்லை.

அப்பா இருந்த கோலத்தில் கடிதம் சொல்லத் தொடங்குவார். பழக்கதோஷத்தினால் கண்ணாடி அணிந்தபடிதான் இது நடக்கும். மூளையால் யோசித்து, வாயால் சொல்லும்போது கண்ணாடிக்கு என்ன வேலை என்று எனக்குக் குழப்பம். இருந்தாலும் அதைக் கேட்கும் துணிவு கூடிவரவில்லை.

ஒரு முறை 'உங்கள் லெட்டர் கிடைத்தது' என்று சொன்னதை 'உங்கள் கடிதம் கிடைத்தது' என்று எழுதிவிட்டேன். அவருக்கு சரியான கோபம் வந்துவிட்டது. நானோ விடாமல் 'இரண்டும் ஒன்றுதான்' என்று வாதித்தேன். இரண்டும் ஒன்று என்றால் எப்படி நான் சொன்னதை நீ மாற்றி எழுதலாம் என்று சத்தம் போட்டார். என் வேலை பறிபோனது.

அதற்குப் பிறகு என் தங்கை அந்தப் பிரதானமான உத்தியோகத்தைக் கைப்பற்றிவிட்டாள்.

இன்றுவரை அப்பா எதற்கு என்னிடம் கோபப்பட்டார் என்பது எனக்குத் தெரியவில்லை. அவருடைய ஆங்கிலப் புலமைக்கு எதிரியானதாலா அல்லது நல்ல தமிழ்ச் சொல்லை நான் எழுதி அவரை இழிவுபடுத்திவிட்டேன் என்பதற்காகவா. இந்தச் சோதனை இன்றுவரை தொடர்கிறது. சமீப காலங்களில் நான் சில அருமையான தமிழ் மொழிபெயர்ப்பு நாவல்களையும், சிறுகதைகளையும் படித்துவருகிறேன். பிரமிக்கும்படியான மொழிபெயர்ப்புகள் சிலவற்றை வாசிக்கும்போது மூல நூலைப் படிக்கும்போது ஏற்பட்ட அதே பரவசம் ஏற்பட்டது.

ஆனாலும் என்னைச் சில விஷயங்கள் தூக்கியடித்தன. ஒரு புகழ்பெற்ற ஆசிரியர் அருமையாக மொழியாக்கம் செய்யப்பட்ட ஒரு நாவலில் திருப்பித் திருப்பி 'வீல்சேர்' என்றே எழுதி வந்தார். *Wheel chair*க்கு சக்கர நாற்காலி என்ற சாதாரணச் சொல் வெகு காலமாகவே புழக்கத்தில் இருப்பது அவருக்குத் தெரியவில்லை போலும். இன்னொரு

பிரபலமான, நான் மிகவும் மதிக்கும் ஆசிரியர் கறிக்குலம் என்ற வார்த்தையை அடிக்கடி பயன்படுத்தினார். எனக்கு ஒன்றும் புரியவில்லை. சந்திரகுலம், சூரிய குலம்போல இதுவும் நான் தூங்கும்போது யாரோ கண்டுபிடித்த புதிய குலமாக்கும் என்று நினைத்துக்கொண்டேன். பிறகுதான் உண்மை தெரிந்தது. *Curriculum* அதாவது பாடத்திட்டம் என்பதைத்தான் ஆசிரியர் அப்படி எழுதியிருந்தார் என்று.

இன்னொரு புத்தகத்தில் காமி ராமன், காமி ராமன் என்று வந்து கொண்டே இருந்தது. சிவகாமி ராமன் என்பதை சுருக்கி இப்படி ஒரு பெண்மணி வைத்துக்கொண்டாராக்கும் என்று நினைத்தேன். அது உண்மையில் *camera man* என்று அறிந்தபோது மிகவும் ஆனந்தப்பட்டேன். அதேமாதிரி வேறொரு இடத்தில் 'கொஸ்டீன் பேப்பர்' என்பதை வாசித்து திடுக்கிட்டேன். கேள்வித்தாள் என்ற வார்த்தையை உண்மையிலேயே அந்த ஆசிரியர் அறியவில்லையா?

முன்பு வந்த மொழிபெயர்ப்பு நூல்களுக்கும் தற்போது வருப வைக்கும் இடையில் நான் பெரிய மாறுதலைக் காண்கிறேன். சமீபத்தில் வந்த தமிழாக்கங்களில் *Things Fall Apart* என்ற தலைப்பில் *Chinua Achebe* எழுதி தமிழில் 'சிதைவுகள்' என்று என்.கே. மகாலிங்கம் மொழிபெயர்த்த ஆப்பிரிக்க நாவலையும், *'Mothers and Shadows'* என்ற தலைப்பில் *Marta Traba* படைத்து தமிழில் 'நிழல்களின் உரையாடல்' என்று அமரந்தா மொழிபெயர்த்த நாவலையும் முக்கியமானவை என்று குறிப்பிடலாம். இந்த மொழியாக்கங்களை முதல் நூல்களுடன் ஒப்பிட்டுப் பார்த்தபோது அவை மிகவும் நேர்த்தியாகவும், படைத்தவருக்கு விசுவாசத்துடனும் எழுதப்பட்டிருப்பது தெரிந்தது. இதிலே பிரதானமான விஷயம் அவை படிப்பதற்கு வெகு சரளமாக இருந்தது மட்டுமல்லாமல், அவற்றின் சாரம் சிறிதும் குறையாமல் இயற்கையான அழகும் பொலிவும் நிறைந்து படைக்கப்பட்டிருந்ததுதான். அத்தோடு நிற்காமல் கதை நடந்த அந்நிய நாட்டின் பழக்கவழக்கங்களையும், நம்பிக்கைகளையும் சுவை கெடாமல், கதையின் போக்கிலேயே மிகச் சில

அடிக்குறிப்புகளுடன் சொல்லிய முறைதான் அவற்றின் வெற்றிக்குக் காரணமாக அமைந்தது என்று சொல்லலாம்.

இப்படிப் பொறுப்புடன் மொழிபெயர்ப்பாளர்கள் பிறநாட்டுச் செல்வங்களைத் தமிழில் தருவது மகிழ்ச்சிக்குரிய விஷயமே. இவர்கள் எதிரே வரும் ஆங்கில வார்த்தைகளை அப்படியே தமிழில் கொட்டாமல் நல்ல தமிழ்ப் பதங்களாகத் தேடி பயன்படுத்துகிறார்கள். படிக்கும்போது தமிழைப் படிக்கிறோமா அல்லது ஆங்கிலத்தைப் படிக்கிறோமா என்ற மயக்கம் ஏற்படுவதில்லை. இந்த உதாரணத்தை மற்றவர்களும் பின்பற்ற வேண்டும். கணிசமான மனித உழைப்பைக் கொடுத்து ஒரு பிறமொழி இலக்கியத்தை மாற்றும்போது மிகச் சாதாரண ஆங்கில வார்த்தைகளைக்கூட அப்படியே பதியாமல் சிறிது அக்கறை காட்டி ஏற்ற தமிழ் சொற்களைச் சேர்ப்பது அவசியமாகிறது.

மொழிபெயர்ப்புக்குக் கடுமையான உழைப்பும் படைப்புக் கலை ஆற்றலும் தேவை. மிகவும் சிரத்தையாகச் செய்து வந்த ஒரு முயற்சி ஒன்றிரண்டு ஆங்கில வார்த்தைகளை அப்படியே புகுத்தும்போது தரம் தாழ்ந்து அந்தப் படைப்பிலேயே அவநம்பிக்கை கொள்ள வைத்துவிடுகிறது. கார், சைக்கிள், கம்ப்யூட்டர் போன்ற எங்கள் அன்றாட வாழ்க்கையில் சேர்ந்துவிட்ட சொற்களை அப்படியே எழுதுவதில் ஒரு தவறும் இருப்பதாகத் தெரியவில்லை. ஆனால் அரசியல் யாப்பு *(constitution)*, யந்திரக்கலப்பை *(tractor)* , கடவுச்சொல் *(password)*, பயனர்கள் *(users)*, ஆவணக்காப்பகம் *(archive)* போன்ற அருமையான தமிழ்ச் சொற்களைத் தந்துவிட்டு அடுத்த மூச்சில் கறிக்குலம் என்று எழுதுவதைத்தான் தாங்க முடியாமல் இருக்கிறது.

ஐம்பது வருடங்களுக்கு முன்பு என் அப்பா ஒரு புதிரைத் தொடங்கி வைத்தார். இன்றுவரை அதற்கு விடை தெரியவில்லை.

3. பணக்காரர்கள்

இருபது வருடங்களுக்கு முன்பு நான் ஒரு தவறு செய்தேன். மருத்துவம் படித்துக்கொண்டிருந்த ஒரு மாணவி தான் எழுதிய சிறுகதை ஒன்றை என்னிடம் படிக்கத் தந்து அதை விமர்சிக்கச் சொன்னார். இந்தப் பெண்ணுக்கு பயமின்றி வேலை செய்யும் விளையாட்டுத்தனமான மூளை. கதையைப் படித்துப் பார்த்தேன். அது நல்லாக எழுதப்பட்டு, மூன்று கிளைவிட்டு பரந்து கிடந்தது. ஆசிரியரும் வஞ்சகம் வைக்காமல் மூன்று உச்சக்கட்டம் வைத்துக் கதையை முடித்திருந்தார்.

அப்பொழுதெல்லாம் பொய் பேசி எனக்குப் பழக்கமில்லை. அப்படியே என் கருத்தைச் சொல்லிவிட்டேன். அந்த மாணவிக்குப் கோபம் வந்துவிட்டது. 'நீங்கள் ஆணாதிக்கப் பார்வையில் பார்க்கிறீர்கள். அதுதான் ஒரு உச்சக் கட்டம் என்று பேசுகிறீர்கள். பெண் பார்வையில் மூன்று உச்சக் கட்டம் வைக்கலாம். பிழையே இல்லை' என்றார்.

அதற்குப் பிறகு இரண்டு நல்ல விஷயங்கள் நடந்தன. அந்தப் பெண் கதை எழுதுவதையே நிறுத்திக்கொண்டார். நானும் விமர்சிப்பதை விட்டுவிட்டேன்.

அவரைச் சமீபத்தில் அமெரிக்காவில் சந்தித்தேன். டொக்டராகப் பணியாற்றினார். வயது 45 இருக்கும். இன்னும் ஐந்து வருடத்தில் ஓய்வெடுக்கப் போவதாகச் சொன்னார். நான் இன்னும் 20 வருடகாலம் வேலை செய்யலாமே என்று கேட்டேன். அதற்கு அவர் சொன்னார். 'முதல் 25 வருடம் படிப்பு. இரண்டாவது 25 வருடம் வேலை. மூன்றாவது 25 வருடம் வாழ்க்கையை அனுபவிப்பதற்கு. சம்பாதிக்கும் நேரத்தில் போதிய பொருளீட்டிவிட்டால் அதை சரியாக முதலீடு செய்து மீதி வாழ்க்கையை ஆனந்தமாகத் தொடரலாம்' என்றார்.

என்னுடைய புத்தி இந்தப் பெண் எப்ப பார்த்தாலும் தன் வாழ்க் கையை மூன்று உச்சக் கட்டமாகப் பார்க்கிறாரே என்றுதான் எண்ணியது. ஆனாலும் சிறிது சிந்தித்துப் பார்த்தபோது அவர் பேசியதன் உண்மை புரிய ஆரம்பித்தது.

அமெரிக்கா போன்ற தேசங்களில் 18 வயதிலேயே கோடீஸ்வரராகும் வாய்ப்பு உண்டு. சினிமா, கேளிக்கை, இசை, விளையாட்டு, கம்ப்யூட்டர், மேலாண்மை போன்ற பல துறைகளில் மிகவும் குறுகிய காலத்திலேயே சிலர் மில்லியன் டொலர்களைச் சம்பாதித்துவிடுகிறார்கள். பத்திரிகைகளும், ரேடியோ, டிவிக்களும் பொருளை எப்படி முதலீடு செய்வது, எவ்வளவு சீக்கிரம் ஓய்வு பெறலாம் என்பது பற்றியே ஓயாமல் அலசுகின்றன. நான் பார்த்த டிவி காட்சியில் ஒரு முதலீட்டு நிபுணர் முன் ஓய்வு பெறும் சாத்தியங்களை விலாவாரியாக, வரைபடங்களுடன் விளக்கிக்கொண்டிருந்தார்.

சைபர் பற்றிய ஞானம் பலருக்குக் குறைவு. 'முப்பத்து முக்கோடி தேவர்கள்' என்று சொல்லும்போது எத்தனை சைபர்கள் போட வேண்டும் என்பது சிறுவயதில் எனக்குப் பெரும் குழப்பமாகவே இருந்தது. ஒரு மில்லியன் என்றால் ஒன்றும் ஆறு சைபரும்; அதை தமிழில் பிரயுதம் என்பார்கள். ஒரு பில்லியன் என்றால் ஒன்றும் ஒன்பது சைபரும்; அதைத் தமிழில் நிகர்ப்புதம் என்பார்கள். ஒரு மில்லியன் டொலர் சொத்து வைத்திருப்பவரை மில்லியனியர் என்றும் பில்லியன்

சொத்து வைத்திருப்பவரை பில்லியனியர் என்றும் கூறுவார்கள். இதுவெல்லாம் இப்பொழுது நான் தெரிந்து வைத்துக்கொண்டது

நான் அமெரிக்காவில் இரண்டாவதாகச் சந்தித்தது ஒரு நண்பரை. அவர் ஒரு முதலீட்டு நிபுணராக வேலை பார்க்கிறார். செல்வந்தர்களுடைய செல்வத்தை மேலும் பெருக்கிக் கொடுக்கும் வேலை. அவருடைய நிறுவனத்தில் 100 மில்லியன் டொலருக்கும் குறைவான முதலீட்டை ஏற்றுக்கொள்ள மாட்டார்கள் என்று சொன்னார். அப்படி என்றால் பாருங்கள். தினமும் மில்லியனியர்களுடனும், பில்லியனியர்களுடனும் பழகும் இவரிடம் நான் பல நாட்களாகத் தயாரித்து வைத்திருந்த இரண்டு கேள்விகளைக் கேட்டேன்.

முதலாவது கேள்வி : எல்லா மில்லியனர்களிடமும் காணப்படும் ஒத்த குணம் என்ன?

பதில்: அவர்களுடைய கவன ஈர்ப்புத்தான். அது இலையானுடையதைப்போல இருக்கும். தொடர்ந்து இரண்டு நிமிடங்களுக்கு மேலாக அவர்களுடைய கவனத்தைக் கவர முடியாது. மூளை அலைந்தபடியே இருக்கும். உங்களுடன் ஒரு விஷயம் பேசும்போதே அவர் மூளை வேறு எங்கோ ஒரு நாட்டில் நுணுக்கமான ஒரு பிஸ்னஸ் பிரச்சனைக்குத் தீர்வை அலசிக்கொண்டிருக்கும். அவர்களுடன் பேசும் போது முதல் இரண்டு நிமிடங்களிலேயே நீங்கள் சொல்ல வேண்டியதைச் சொல்லிவிட வேண்டும். நேரம் என்பது அவர்களுக்கு முக்கியமானது. ஒரு நிமிடத்தில் மில்லியன் டொலர் சம்பாதித்துவிடுபவர்களும் இருக்கிறார்கள்.

இரண்டாவது கேள்வி: ஒரு 100 மில்லியன் டொலர் அதிபதிக்கும் ஒரு பில்லியனியருக்கும் இடையில் அதிக வித்தியாசம் இருக்கிறதா?

பதில் : வித்தியாசமே இல்லை. ஒரு லெவலுக்கு மேலே பணத்தை வைத்து ஒன்றுமே செய்ய முடியாது. இவரிடம் சொந்தமாக பிளேன் இருந்தால் அவரிடமும் இருக்கும். இவரிடம் நாலு காலத்துக்கு நாலு மாளிகைகள் இருந்தால்

அவரிடமும் இருக்கும். இவர் செய்யும் அவ்வளவு காரியத்தையும் அவரும் செய்வார். அவர்கள் வேறுபடுவது அவர்கள் செய்யும் தான தருமங்களில்தான்.

இந்த விஷயம் எனக்கு ஆச்சரியமாக இருந்தது. யோசித்துப் பார்த்தால் உண்மை என்றும் தோன்றியது. ஓர் அளவுக்கு மேல் பணத்தை வைத்து என்ன செய்ய முடியும்? வயிற்றின் அளவுக்கு மேல் உண்ண முடியுமா? அல்லது இரண்டு படுக்கைகளில் ஒரே சமயத்தில் உறங்க முடியுமா?

நண்பர் இன்னொரு விஷயமும் சொன்னார். இந்தச் செல்வந்தர்களுடைய நேரத்தில் 20 – 30 வீதம் அறக்கட்டளைகளை உண்டாக்கி அவற்றை நிர்வகிப்பதிலேயே செலவழிந்து போகிறது என்றார். அவர்கள் செய்யும் தான தருமங்கள் சரியான இலக்கைப் போய்ச் சேரவேண்டுமென்பதில் தீவிரமாக இருப்பார்களாம்.

என் ஆர்வத்தைத் தணிப்பதற்காக நண்பர் என்னை செல்வந்தர் ஒருவர் வீட்டுக்கு அழைத்துப் போனார். இவர் பல மில்லியன் டொலர்களுக்கு அதிபதி. இன்னும் சில வருடங்களில் பில்லியனியராகும் தகுதி பெற்றுவிடுவார். இருபது ஏக்கர் பரப்பில் அவர் வீடு இருந்தது. அரண்மனை என்று சொல்ல முடியாது; ஆனால் முற்றிலும் உயர்ந்த மரங்களினால் வேலைப்பாடு செய்யப்பட்ட ஒரு பிரம்மாண்டமான மாளிகை. வீட்டின் முன்னே பல கார்கள் தரித்து நின்றன. அங்கே போனபோது இவர் ஒரு காரைக் கழுவிக்கொண்டிருந்தார்.

அவரிடம் ஒரு யப்பான் தோட்டம் இருந்தது. யப்பானிய முறைப்படி அமைக்கப்பட்ட, யப்பானிய தாவரங்கள் செடிகளால் சூழப்பெற்ற தோட்டம். அதை அலங்கரித்த கற்கள்கூட யப்பானில் இருந்து வந்திருந்தன. எத்தனையோ லட்சம் டொலர்கள் செலவில் அதை உண்டாக்கி அவராகவே பராமரித்து வந்தார். ஒரு செல்வந்தரின் ஆடம்பரம் என்று சொல்லக்கூடியது அது ஒன்றுதான்.

அவர் வீட்டு நடப்புகள் எல்லாம் சாதாரணமானவையாகவே

இருந்தன. காலை பேப்பர் மறைந்துவிட்டது. அதில் வந்த ஒரு தகவலைக் காட்டுவதற்காக அவர் எவ்வளவு தேடியும் அது அகப்படவேயில்லை. அவருடைய ஒரு குழந்தை 24 கலர் கிரேயன் பெட்டியில் உள்ள அத்தனை கலர்களையும் பாவித்து தான் கீறிய ஓவியத்தைக் கொண்டுவந்து காட்டியது. இன்னொரு குழந்தை முழங்கால்களினால் அதிவேகமாக நகர்ந்தது. அதன் கூரிய கண்களுக்கு மட்டுமே தெரிந்த ஏதோ ஒன்றை ஆழமான கம்பளத்திலிருந்து பொறுக்கிச் சாப்பிட்டது.

அவருடைய மனைவி உடல் அசைவோடு இசைந்துபோகும் ஓர் எளிய உடையில் காணப்பட்டார். பேச்சுத் திருத்தம் சொல்லித்தரும் பள்ளியில் சாதாரண ஆசிரியை வேலை பார்க்கிறார். புளூ மவுண்டன் ஜமைக்கன் கோப்பி தந்து உபசரித்தார். அது கைச்சலாகவும் பால் குறைச்சலாகவும் சீனியில் மிச்சம் பிடித்ததாகவும் தோன்றியது. அவர்களுடைய எளிமை நம்பமுடியாததாக இருந்தது.

எல்லாருமே எளிமையானவர்கள் என்று சொல்ல முடியாது. அதி தீவிரமாக பொருளீட்டுபவர்களும் இருக்கிறார்கள். இந்தப் பூமியிலேயே தலைசிறந்து விளங்கும் முதலீட்டு நிபுணர் George Soros என்பவர். இவரிடம் 1969ல் 1000 டொலர் முதலீடு செய்தவர்கள் இன்று அது 1,300,000 டொலர் சொத்தாக வளர்ந்திருப்பதைக் காணலாம். ஜோன் மேஜரின் பிரிட்டிஷ் அரசாங்கத்தைத் தனியொரு ஆளாக எதிர்த்து நின்று வென்றவர் இவர்.

1992ல் உலக நாணயங்களை 200 வருட காலமாக ஆட்சி செய்துவந்த பிரிட்டிஷ் பவுண்ட் விழத் தொடங்கியது. அரசாங்கம் எத்தனையோ முறை பவுண்டை தூக்கி நிறுத்தி வைக்க முயற்சி செய்தாலும் அது கீழே சறுக்கியபடி இருந்தது. இந்தச் சமயம் ஜோர்ஜ் சோரொஸ் அதைத் தலை எழும்பவிடாமல் நிரந்தரமாகக் கீழே தள்ளிவிட முடிவு செய்தார். உலக சரித்திரத்திலேயே ஒரு சக்திவாய்ந்த அரசாங்கத்தைப் பொருளாதார ரீதியில் தனி மனிதன் எதிர்த்து நின்று வெற்றி பெற்றது இதுவே முதல் தடவை. கடைசித் தடவையும்கூட.

கறுப்பு புதன்கிழமை என்று சொல்லப்படும் 16 செப்டம்பர் 1992 அன்று ஜோர்ஜ் சோரொஸ் பிரிட்டிஷ் வங்கியிடம் 5 பில்லியன் பவுண்டுகள் கடனாகப் பெற்று அதை ஜெர்மன் மார்க்காக மாற்றிக் கொள்கிறார். அப்படிச் செய்துவிட்டு இரவு எளிய உணவு உண்ட பிறகு தூங்கச் செல்கிறார். உடனேயே நித்திரையாகியும் விடுகிறார்.

ஆனால் உலகம் நித்திரை கொள்ளவில்லை. பிரிட்டிஷ் அரசு பவுண்ட் இனி கீழே இறங்காது என்று உத்திரவாதம் கொடுத்திருந்தது. ஜோர்ஜ் சோரொஸ் இறங்கியே ஆகவேண்டும் என்ற துணிவில் சொத்து முழுவதையும் பணயம் வைக்கிறார். உலகம் மூச்சுவிடுவதை நிறுத்திக் கொள்கிறது. பவுண்ட் இன்னும் கீழே சரிந்து ஜோர்ஜ் சோரொஸின் ஊகத்தை பலிக்கச் செய்துவிடுகிறது. மறுபடியும் ஜெர்மன் மார்க்கை மாற்றி கடனை அடைக்கிறார். இன்னும் சில சில்லறை முதலீடுகளை விற்கிறார். ஓர் இரவில் அவர் ஈட்டிய லாபம் இரண்டு பில்லியன் டொலர்கள். உலக சரித்திரத்திலேயே இது மறக்கமுடியாத ஒரு சாதனையாக அமைந்துவிடுகிறது.

ஆனால் சமீப காலங்களில் இளவயது முதலீட்டு மன்னர்கள் ஆட்சிக்கு வந்து, குறுகிய காலத்தில் செல்வத்தைப் பெருக்கியிருக்கிறார்கள். Cois Peltz என்பவர் 'புதிய முதலீட்டு நிபுணர்கள்' என்று ஒரு புத்தகம் எழுதியிருக்கிறார். இதிலே 13 உலக முன்னிலை முதலீட்டு நிபுணர்கள் பற்றியும், அவர்கள் கடைப்பிடிக்கும் உத்திகள் பற்றியும் பேசுகிறார்.

இந்த 13 பேர்களிலும் எட்டாவதாகப் பேசப்படும் பெயர் எங்களுக்கு ஆச்சரியம் தருகிறது. ராஜ் ராஜரத்தினம் என்ற இலங்கைத் தமிழர். அவருடைய சக முதலீட்டு நிபுணர்கள் வியக்கும் வகையில் சொற்ப வருடங்களில் முன்னுக்கு வந்தவர். இவருடைய மேற்பார்வையில் சொத்துக்கள் அமோகமாகப் பெருகி முதலீட்டாளர்களுக்கு லாபத்தை அள்ளி வழங்கியது. 1998ல் அவர் நிர்வாகத்தில் இருந்த சொத்து மதிப்பு 1.0 பில்லியன் டொலர்கள். 2000 ஆண்டில் இது 5.0 பில்லியன்

டொலர்களாக உயர்ந்து விடுகிறது. இவருடைய விசேஷமான துறைகள் சுகாதாரமும், தொழில் நுட்பமும்தான்.

'நான் மனதைக் குவித்துச் செயல்படுவதோடு, கண்டிப்பாகவும் வைத்திருக்கிறேன். இந்தத் தொழிலுக்கு முரட்டுத்தனம் தேவை. அதே சமயம் சொந்த ஈடுபாட்டைக் காட்டவும், தவிர்க்கவும் தெரிந்திருக்க வேண்டும்.' இப்படித் தன்னுடைய வெற்றிக்கான ரகஸ்யத்தை ராஜ் ராஜ ரத்தினம் கூறுகிறார்.

உலகிலேயே உயர்ந்த பணக்காரர் யார் என்று கேட்டால் ஒரு குழந்தைகூட சொல்லிவிடும். முதலாவதாக நிற்பவர் பில் கேட்ஸ். இந்தக் கட்டுரை எழுதும்போது அவருடைய சொத்து மதிப்பு 52.8 பில்லியன் டொலர்கள். இரண்டாவதாக நிற்கிறார் Warren Buffett, அவருடைய சொத்து மதிப்பு 35.0 பில்லியன் டொலர்கள். அவரும் அமெரிக்கரே. 41வது இடத்தில் இருப்பவர் ஓர் இந்தியர், பெயர் அஸிஸ் பிரேம்ஜீ. அவருடைய சொத்து மதிப்பு 6.4 பில்லியன் டொலர்கள்.

ஆனால், இப்படி உலகத்து பணக்காரர்களை வரிசைப்படுத்துவதை பலர் விரும்புவதில்லை. இந்த முறை தானம் கொடுப்பவர்களுக்கும் தர்ம ஸ்தாபனங்களுக்கு எழுதி வைப்பவர்களுக்கும் இடைஞ்சலாக இருக்கிறது. வரிசையில் 10வதாக இருப்பவர் 9வதாக வர முயற்சி செய்கிறார். 50ம் இடத்தில் இருப்பவர் 49ம் இடத்துக்கு வர பாடுபடுகிறார். இந்த இடையறாத போட்டிகளில் தருமம் செய்பவர்கள் தங்கள் சொத்து குறைந்துபோகுமேயென்று தானங்களைத் தள்ளிப் போடுகிறார்கள். இன்னொரு குழு ஒரு மனிதருடைய உண்மையான சொத்து அவர் எவ்வளவு சேர்த்து வைத்திருக்கிறார் என்பதில் இல்லை. அவர் எவ்வளவு தானம் செய்திருக்கிறார் என்பதில்தான் நிச்சயிக்கப்பட வேண்டும் என்று சொல்கிறது.

தான தருமங்கள் செய்வதிலும், அறக்கட்டளைகளுக்கு எழுதி வைப்பதிலும் அமெரிக்கர்களை மிஞ்ச முடியாது. சராசரி அமெரிக்கர் வாழ்க்கையில் வருடத்துக்கு 800 டொலர் தருமம் செய்வதாகப் புள்ளிவிபரம் சொல்கிறது. சமீபத்தில் Ruth Lilly என்ற பெண்மணி தன் உயிலில்100 மில்லியன் டொலர்கள்

'கவிதை'க்கு எழுதிவைத்துவிட்டுப் போயிருக்கிறார். ஹொமர் தொடங்கி, சேக்ஸ்பியரிலிருந்து பாரதிவரைக்கும் பூமியின் தொடக்கத்திலிருந்து இன்றுவரை வாழ்ந்த உலகத்து கவிகள் எல்லோருடைய ஊதியத்தைக் கூட்டினாலும் இந்தத் தொகையை எட்டமுடியாது என்று கூறுகிறார்கள்.

செல்வரைப் பற்றிச் சொல்ல வந்த வள்ளுவர் 'இல்லாரை எல்லாரும் எள்ளுவர், செல்வரை எல்லாரும் செய்வர் சிறப்பு' என்று கூறுகிறார். ஆனால் 'பணம் பணம்' என்று ஓடும்போது சிலர் வாழ்க்கையைத் தவற விட்டு விடுகிறார்கள். நான் நைரோபியில் தற்செயலாக ஒரு மேல்நாட்டுத் தம்பதியினரைச் சந்தித்தேன். நடு இரவில் கென்யாவின் காட்டுப்பகுதியில் உள்ள ஆர்க் என்ற இடத்தில் சிங்கங்கள் தண்ணீர் குடிக்க வரும் காட்சியைப் பார்ப்பதற்காக வந்திருந்தார்கள். இவர்கள் பெரும் தொழிற்சாலைகளில் நவீன முறைப்படி வெண்ணெய்க்கட்டி தயாரித்து அமோகமாக வியாபாரம் செய்தவர்கள். ஒரு கட்டத்தில் சேர்த்த செல்வம் போதுமென்று தீர்மானித்து வியாபாரத்தை விற்று முதலீடு செய்துவிட்டு ஒரு புதுவிதமான சுற்றுலாவை மேற்கொண்டிருந்தார்கள்.

பூமியில் உள்ள அத்தனை நாடுகளிலும் ஒரு நாட்டைத் தெரிவு செய்து அங்கே ஒரு வருடம் வசிப்பார்கள். மிகவும் எளிமையான வாழ்க்கை; எளிமையான பயணம். ஒரு வருடத்திற்கு ஒரு மில்லியன் டொலர்களை ஒதுக்கியிருந்தார்கள். வருட முடிவில் மீதியாக இருக்கும் பணத்தை அந்த நாட்டு அறக்கட்டளை ஏதாவது ஒன்றுக்கு எழுதி வைத்துவிடுவார்கள். இந்தத் தம்பதியினர் அடுத்த ஆண்டு பிரேஸில் நாட்டில் ஒரு வருடம் தங்குவதாகத் திட்டம் போட்டிருந்தார்கள். அவர்கள் சொன்னது, 'வாழ்க்கை வேறு; பணம் வேறு. பணத்தைச் சேர்த்துவிட்டால் மாத்திரம் வாழ்க்கையை அனுபவித்ததாகச் சொல்லிவிடமுடியாது.' அவர் சொன்னது எத்தனை உண்மை.

இந்தக் கட்டுரையை நியூயோர்க்கர் இதழில் வந்த ஒரு கார்ட்டூனை சொல்லி முடிப்பது பொருத்தமாக இருக்கும்.

ஒருவர் காட்டுக்குள்ளே பல மணி நேரமாக தாம்

தொலைத்த கொல்ஃப் பந்தைத் தேடுகிறார். இறுதியில் 'ஆ! பந்தைக் கண்டுபிடித்துவிட்டேன். இனி மைதானத்தைத் தேடவேண்டியதுதான்' என்கிறார்.

இதுபோலத்தான். பணத்தைத் தேடும் அவசரத்தில் பலர் வாழ்க்கையைத் தொலைத்துவிடுகிறார்கள்.

4. யன்னல்களைத் திறவுங்கள்

சமீபத்தில் நான் ஓர் எழுத்தாளரின் செவ்வியைப் படித்தேன். அது என்னை மிகவும் பாதித்தது. அவர் சொல்கிறார், 'நான் ஒவ்வொரு யன்னலாகச் சாத்திக்கொண்டே வருகிறேன்' என்று. இது எவ்வளவு அவலமானது. நடு வயதுகூட தாண்டாத ஒரு எழுத்தாளர் கூறும் வார்த்தைகளா இவை என்று என்னை இது சிந்திக்க வைத்தது.

எங்களைச் சுற்றியிருக்கும் அவலங்களிலும், போதாமைகளிலும், இயலாமைகளிலும் நம்பிக்கையை முன்னெடுத்து ஒரு நிறைவு தேடிச் செல்வதுதானே வாழ்க்கை. இதுதானே மனித சிருஷ்டியின் ரகஸ்யம். உலகத்தின் தலைசிறந்த படைப்பாளிகள் எல்லாம் வாழ்நாளின் கடைசிக் கட்டத்தில்கூட புது யன்னல்களைத் திறந்தபடிதானே இருந்தார்கள். வாழ்வுக்குச் சுவை கூட்டுவது யன்னல்கள் அல்லவா? அவற்றை யாராவது சாத்துவார்களா?

ஐம்பது வருடங்களுக்கு மேலாக இயற்கை பற்றியும், சுற்றுச் சூழல் பற்றியும் ஆங்கிலத்தில் அற்புதமாக எழுதி வந்தவர் மா.கிருஷ்ணன். அவர் 1995 ஆம் ஆண்டு தனது 82வது வயதில் ஒரு புது யன்னலைத் திறந்தார். அப்போது அவர் எழுதியதுதான் அவருடைய புகழ் பெற்ற 'Verse for a Living' என்ற கட்டுரை.

இதை வசதிக்காகத் தமிழில் 'பசிக்கு எழுதிய பாடல்' என்று மொழிபெயர்த்துக்கொள்ளலாம்.

இயற்கை எழுத்தாளர் என்று பேர் பெற்று அதைப்பற்றியே எழுதி வந்தவர் தமிழ் இலக்கியப் பக்கம் தனது 82வது வயதில் திரும்பியது ஓர் அதிசயமான நிகழ்ச்சியே. 'பத்மாவதி சரித்திரம்' என்ற தமிழ் நாவலை எழுதியவர் அவருடைய தந்தையார் மாதவய்யா. அவர் நூறு வருடங்களுக்கு முன்னால் கண்டெடுத்த ஓர் ஓலைச்சுவடியில் அகப்பட்ட தனிப் பாடல் பற்றி எங்களுக்கு எழுதுகிறார் கிருஷ்ணன்.

குமாரசாமிப் பாண்டியன் என்று ஒரு சிற்றரசன். மகா கஞ்சன். அவனைப் புகழ்ந்து பெயர் தெரியாத ஓர் ஏழைப்புலவர் பரிசிலுக்காகப் பாடினார். எத்தனையோ இடர்பட்டு பல நாட்கள் பிரயாணம் செய்து வந்த புலவருக்குப் பரிசாக ஒரு சொற்ப காசே கிடைக்கிறது. வயிறெரிந்த புலவர் சொல்கிறார், 'முன்பொரு காலத்தில் மூதைப் பெரியவன் ஒரு பாடலுக்காகத் தன் மகளைத் தந்தான், சீதக்காதியோ செத்த பிறகும் கொடுத்தான், ஓ! விரித்த கை குமாரசாமியே சொல், என் பாடலுக்கு உன் கையிலிருந்த அத்தனை காசுகளையும் முழுதாக பதினெட்டுப் பைசாவையும் ஈந்துவிட்டாயே, நாளை என்ன செய்வாய் உன் உணவுக்கு?' இப்படி அங்கதமாகப் பாடிய புலவருடைய ஏமாற்றத்தை எங்களுடன் பகிர்ந்துகொள்கிறார் கிருஷ்ணன். அந்த முதிர்ந்த வயதிலும் தான் பெற்ற இன்பம் இந்த வையகமும் பெறவேண்டும் என்ற உயர்ந்த எண்ணத்தில் புது யன்னல்களை எங்களுக்குத் திறந்துவிடுகிறார்.

எழுத்தாளர் சிறு குழந்தையைப் போலத்தான். அவர்கள் கண்கள் பரபரப்பாகச் சுழன்றுகொண்டிருக்கும். ஒரு குழந்தை காலை துயில் எழுவதைப் பாருங்கள். அவர்களுக்கு ஒவ்வொரு நாளுமே ஒரு புது நாள்தான். அன்றைய நாளின் அதிசயங்களில் என்னென்ன பூட்டி வைத்திருக்கோ அவை அவ்வளவையும் திறந்துவிடவேண்டும் என்ற ஆவலோடு இருப்பார்கள்.

ஆனால் மனிதன் வளர வளர அவனை பயம் பிடித்துக்கொள்கிறது. அவனுடைய சிந்தனைகள் உள்நோக்கி

வளருகின்றன. சுயநலம் பிடித்து, பொதுநலம் பற்றிய சிந்தனை மறைந்துவிடுகிறது. மற்றவர்கள் தனக்கு என்ன செய்வார்கள் என்று எதிர்பார்க்கிறானே ஒழிய தான் மற்றவர்களுக்காக என்ன செய்யலாம் என்று யோசிப்பதில்லை.

சந்தாகுரூஸில் உள்ள ஒரு பேக்கரியில் பலவிதமான கேக், ரொட்டி வகைகள் காணப்படும். தட்டையானதும் நீண்டதும் உருண்டையானதும் அடி பெருத்து நுனி சிறுத்ததும் மணம் வீசுவதுமாக எண்ணில்லா வடிவங்களில் அவை அங்கே சுடச்சுட விற்பனைக்கு இருக்கும்.

காலையில் 9 – 10 மணிக்கும், மாலையில் 4 – 6 மணி வரைக்கும் கூட்டம் இந்தக் கடை வாசலில் அலைமோதும். காரிலும், சைக்கிளிலும், நடந்தும் வரும் ஆட்கள் வரிசையில் நின்று தங்கள் தேவைகளைப் பெற்றுப் போவார்கள். அப்படிச் செய்யும்போது ஒரு விசித்திரம் நடந்தது. எல்லோரும் காசு கொடுப்பதற்கு முன்னர் 'நான் நடந்துவந்தேன்' , 'நான் சைக்கிளில் வந்தேன்', 'நான் காரில் வந்தேன்' என்று சொன்னார்கள். என்னுடைய முறை வந்தபோது நானும் 'நான் நடந்து வந்தேன்' என்று காரணம் தெரியாமல் சொல்லிவைத்தேன். அவர்கள் எனக்கு 10% தள்ளுபடி தந்தார்கள். பிறகு தெரிந்தது நடந்து வந்தவர்களுக்கும், சைக்கிளில் வந்தவர்களுக்கும் இந்தச் சலுகை என்று. காரில் வந்தவர்களுக்கு இல்லை.

நான் விசாரித்ததில் இந்த நிறுவனத்தை நடத்தும் மனிதருக்கும், அரசாங்கத்துக்கும் ஒருவித சம்பந்தமும் இல்லை. தானாக அவருக்கு சுற்றுச்சூழலுக்கு ஏதாவது செய்யவேண்டும் என்று தோன்றியது. அதன் விளைவுதான் இந்த ஏற்பாடு. தன்னால் இயன்ற வரையில் இதைப் பெரிதுபடுத்தாமல் நடத்தி வருகிறார். அவருக்கு ஏற்படும் நட்டம் சிறிது; ஆனால் அவர் உலகத்துக்கு விடுக்கும் செய்தி பெரியது.

கலிபோர்னியாவில் ஒரு நாள் காலை பத்திரிகைகள் ஒரு பறவை பற்றி எழுதின. வழிதவறி வந்த இந்தப் பறவையின் கதை இணையம் மூலம் பரவியது. 2001 ஆம் ஆண்டு, பிப்ரவரி மாதம் போலினாஸ் நீர் நிலையருகே இந்தப் பறவை

காணப்பட்டது. இதன் பெயர் கிறேற்றர் சாண்ட் புளோவர் என்று பறவை நோக்கர்கள் தெரிவித்தார்கள். ஆனால் இது வட அமெரிக்காவுக்கு உரிய பறவை அல்ல. அபூர்வமான இந்தப் பறவை மங்கோலியாவில் இருந்து குளிர் காலங்களில் தென் இந்தியாவுக்கு வருவது. இந்தத் தடவை இடம் பெயர்ந்தபோது வழிதவறி கலிபோர்னியாவுக்கு வந்துவிட்டது.

பறவை நோக்கர்கள் பல தூரங்களிலிருந்து இந்தப் பறவையைப் பார்ப்பதற்கு வந்தார்கள். இதன் நீளம் ஒரு அடிக்கும் குறைந்தது; கறுப்பு சொண்டும், சிவப்புக் கண்களுமாக மண் நிறத்தில் இருந்தது. பத்தாயிரம் மைல் தூரம் வழிதவறிய இந்த அதிசயப் பறவையைப் பார்க்க ஒரு நாளைக்கு இருநூறு முன்னூறு பேர் வந்தார்கள். எனக்குப் பக்கத்திலே ஓர் இளம் பையன் தொலைநோக்குக் கண்ணாடியில் பார்த்துக்கொண்டிருந்தான். அவன் மாணவன். கடந்த பத்து வருடங்களாக பறவைகளை அவதானிப்பதாகச் சொன்னான்.

ஆனால் எனக்கு ஒரு வயோதிகர்தான் வியப்பூட்டினார். அவர் கடந்த ஒரு வருடமாக இதைச் செய்கிறாராம். வட அமெரிக்காவில் இருக்கும் 650 பறவை வகைகளில் 120 பறவைகளை தான் அடையாளம் காண முடிவதாக ஒரு சிறு பிள்ளையின் குதூகலத்துடன் கூறினார். அவர் இன்னொரு விஷயமும் சொன்னார். 'நாங்கள் எந்த ஒரு பிராணி வளர்த்தாலும், எவ்வளவு அன்பைக் கொட்டினாலும் எங்கள் குறுக்கீடு அதன் வாழ்க்கையில் இருக்கத்தான் செய்யும். ஆனால் பறவைகளை நோக்குவது என்பது உத்தமமான பொழுதுபோக்கு. அவற்றின் சுதந்திரத்தில் குறுக்கிடாமல் தூரத்தில் இருந்தே அவற்றை அவதானிப்பது உயர்ந்த மனித ரசனை' என்றார்.

எங்கள் வாழ்நாளில் நாங்கள் எத்தனையோ சிறு வயது ஆசைகளை நிறைவேற்றாமலே போய்விடுகிறோம். காரணம் நேரமின்மை என்றும் வசதியின்மை என்றும் கூறிக்கொள்கிறோம். உண்மையான காரணம் சோம்பேறித்தனம்தான். அந்தத் தள்ளாத வயதிலும் அவருக்கு இருந்த ஆர்வத்தைப் பார்த்தபோது நிறைவாக இருந்தது. வாழ்க்கையின் இறுதிக் கட்டத்தில் அந்த

முதியவர் ஒரு யன்னலைத் திறந்திருக்கிறார். இயற்கையின் அளப்பரிய படைப்பில் மனதைப் பறிகொடுப்பதும், மரியாதை செய்வதும், மகிழ்வதும் பெரிய பேறல்லவா?

தனி மனிதர்கள் அல்ல, சில வேளைகளில் அரசாங்கங்களும் இன்ப அதிர்ச்சி தருவதுண்டு. கனடாவின் 401 நெடுஞ்சாலையில் இது நடந்தது. இந்தச் சாலை உலகத்திலேயே மிகவும் பிரபலமானது. அதில் மணிக்கு 16,000 வாகனங்கள் பயணம் செய்வதாகப் புள்ளிவிபரங்கள் சொல்லும். ஒரு நாள் ரக்கூன் என்று சொல்லப்படும் சிறு மிருகம் ஒன்று தவறுதலாக ஒரு விளக்குக் கம்பத்தின் நுனிக்கு ஏறிவிட்டது. இந்தச் சாலை போக்குவரத்து நெரிசலில் உச்சமானது. ரக்கூன் ஏறிவிட்டதே ஒழிய அதற்கு இறங்கிப் போவதற்கு முடியவில்லை. அப்படி இறங்கினாலும் ஏதோ ஒரு வாகனத்தில் 140 கி.மீ. வேகத்தில் சாவது நிச்சயம். யாரோ வன உயிரில் அக்கறை கொண்டவர் பொலீஸுக்கு அறிவித்துவிட்டார்.

அடுத்த நிமிடம் அந்தச் சாலை இன்னும் பரபரப்பாகிவிட்டது. தீயணைப்புப் படையும், பொலீஸும், மிருக வதைத் தடுப்பு சங்கமும் சேர்ந்து ஒரு மீட்புப் பணிக்குழு உருவாகியது. ஒரு மணிநேரம் அந்த பெருஞ் சாலையின் ஒரு பகுதி மூடப்பட்டது. வாகனங்கள் திசை திருப்பப்பட்டன; 50,000 பயணிகள் வசதிக் குறைவுக்கு ஆளாகினர். கம்பத்திலிருந்த ரக்கூன் மீட்கப்பட்டு மறுபடியும் காட்டினுள் விடப்பட்டது.

ஒரு முதல் மந்திரியின் இடைஞ்சலற்ற பயணத்திற்காக இரண்டு மணி நேரம் ரோடுகளை அடைத்து, பயணிகளை இம்சைப்படுத்துவதைப் பார்த்துப் பழகிப்போன எனக்கு, ஓர் இலையானைப் போல கவனிப்பாரற்று மேலும் கீழும் சனத்தோடு சனமாகப் போய்வரும் பிரதம மந்திரி இருக்கும் நாட்டில் ஒரு வனவிலங்குக்காக 50,000 பயணிகள் வழி மாற்றப் பட்டது மேலும் ஒரு யன்னலைத் திறந்தது போலத்தான்.

வாழ்க்கைப் பயணம் சுவையானது. அதை ஒரு சுரங்கப் பாதையாக மாற்றுவது மனிதன்தான்.

5. பாப்பம்

சில வார்த்தைகளின் அர்த்தம் லேசில் புரியாது. புரிந்துவிட்டது போலத் தோன்றும், ஆனால் அவற்றின் முழுப் பரிமாணத்தையும் உணர பல நாட்கள் எடுக்கலாம். அப்படியான ஒரு வார்த்தைதான் மேலே கூறியது.

கனடாவுக்கு வந்த சில நாட்களிலேயே எனக்கும் இந்த வார்த்தைக்கும் சம்பந்தம் ஏற்பட்டுவிட்டது. வீடு மாறவேண்டிய கட்டாயம் எனக்கு. நான் மஞ்சள் பக்க புத்தகத்தைப் புரட்டிப் பார்த்து மூன்று கம்பனிகளிடம் வீட்டு சாமான்களை எடுத்துப் போவதற்கான விலைக்குறிப்பு கோரினேன். அதில் இரண்டு கனடிய கம்பனிகள்; ஒன்று தமிழ் கம்பனி.

இரண்டு கனடிய கம்பனிகளும் வந்து வீட்டுச் சாமான்களின் உயரம், பருமன், எடை எண்ணிக்கை எல்லாவற்றையும் பார்த்து ஒரு விலை நிர்ணயித்துப் போனார்கள். ஒரு பாரத்திலும் புள்ளடி போட்ட இடத்தில் கையொப்பம் வாங்கிக்கொண்டார்கள்.

தமிழ் கம்பனி தலைகாட்டவில்லை. காலை எட்டு மணிக்கு வருவதாகச் சொல்லியிருந்தார்கள். தொலைபேசியில் கூப்பிட்டேன். என் வீட்டு விலாசத்தை மறுபடியும் கொடுத்தேன். அப்பொழுதும் வரவில்லை. பால் நினைந்தூட்டும் தாயைப்போல

மீண்டும் மீண்டும் நினைவூட்டினேன். கடைசியில் பன்னிரண்டு மணிக்கு ஒருவர் வந்தார்.

ஒரு 19 வயது மெல்லிய பையன். காளான் தலை முடிவெட்டு; கிழித்துவிட்ட கால் சட்டை. ஓட்டையை மிச்சம் பிடிப்பதற்காக ஒரு காது ஓட்டையில் மாட்டிய இரண்டு வளையங்கள். ஒரு பொத்தான்களும் போடாமல் திறந்துவிடப்பட்ட X அல்லது XL சைஸ் சேர்ட். அந்த சேர்ட்டின் இரண்டு நுனிகளும் கையில் அகப்படாமல் ஒரு பறவையின் செட்டைகளைப்போல படபடவென்று அடித்தன. ஒரு கார் கண்ணாடி துடைப்பான் போல தலையை இரண்டு பக்கமும் மாறி மாறி ஆட்டியபடி வந்துகொண்டிருந்தார். அவருடைய வலது கை சுட்டுவிரலில் கார் சாவி வளையம் சுழன்று சுழன்று இறங்கியது.

மற்றவர்களைப்போல இவர் சாமான்களை ஆராயவில்லை. தன் மேலான பார்வையை ஒரு தொங்கலில் இருந்து மறு தொங்கல்வரை ஓடவிட்டார். பிறகு ஒரு தொகையைச் சொன்னார். இவருடைய விலை மற்ற கம்பனிகள் சொன்ன விலையிலும் பார்க்க பாதியாக இருந்தது. 'திங்கள் காலை எட்டு மணிக்கு லொறி வரவேணும். சரியாக 12 மணிக்கு வீட்டை காலிசெய்து ஒப்படைக்கவேணும்' என்றேன்.

'பாப்பம்' என்றார்.

'தம்பி, இது பாப்பம் இல்லை. 12 மணிக்கு மற்ற வீட்டுக்காரர் வந்து விடுவார். நான் வெறும் வீடு பாரம் கொடுக்காவிட்டால் நட்ட ஈடு கட்டவேண்டியிருக்கும்' என்றேன்.

பிறகும் 'யோசிக்காதேயுங்கோ, பாப்பம்' என்றார்.

இந்த வார்த்தை என்னை பயம் காட்டியது. நான் ஒரு கனடிய கம்பனியுடன் ஒப்பந்தத்தை முடித்து நிம்மதியாக வீடு மாறினேன்.

பாப்பம் என்ற வார்த்தை அதற்குப் பிறகும் பல தடவைகள் என் வாழ்க்கையில் குறுக்கிட்டது. இந்த வார்த்தையின் பொருள் 'ஆம்' என்பதா, 'இல்லை' என்பதா அல்லது இரண்டுக்கும் இடைப்பட்டதா என்பதை என்னால் நிச்சயிக்க முடியவில்லை.

தருணத்திற்கு ஏற்றமாதிரி இதன் கருத்தும் மாறியபடியே இருக்கும்போல எனக்குப் பட்டது.

நான் பாகிஸ்தானில் பெஷாவர் என்ற இடத்தில் சில வருடங்கள் வேலை பார்த்தபோது என் வீட்டு சௌக்கிதார் இடுப்பில் துப்பாக்கியைச் சொருகியபடி, பஸ்மினா சால்வையால் போர்த்திக்கொண்டு, ஆயிரம் தலை வாங்கி இளவரசன்போல எந்த முக்கியமான வேலையைக் கொடுத்தாலும் 'இன்ஷா அல்லா' என்று பதில் இருப்பது ஞாபகத்துக்கு வந்தது. அதன் அர்த்தம் 'கடவுள் கிருபை இருந்தால்' என்று இருக்கும். நாலு வருடங்களாக அவனுடைய விலைமதிப்பற்ற வாயிலிருந்து 'ஆம்' என்ற வார்த்தையை என்னால் வரவழைக்க முடியவில்லை.

இப்பொழுதும் யோசித்துப் பார்க்கிறேன். நான் 'அடுத்த மாதத்தில் இருந்து உன் சம்பளத்தை இரண்டு மடங்காக உயர்த்தப் போகிறேன். உனக்குச் சம்மதமா?' என்று கேட்டிருந்தால் அவன் என்ன சொல்லியிருப்பான். சந்தேகமில்லாமல் 'இன்ஷா அல்லா' என்றுதான்.

தீர்க்கமாக ஒரு முடிவைச் சொல்வதற்கு எதிர்ப்பாகத்தான் இந்த வார்த்தை கண்டுபிடிக்கப்பட்டிருந்தது. சிலர் முடிவெடுப்பதற்கு பல மணி நேரங்களைச் செலவழிப்பார்கள். சிலர் எடுக்கவே மாட்டார்கள். இன்னும் சிலர் எடுத்த முடிவை அடிக்கடி மாற்றியபடியே இருப்பார்கள். இதற்கு அருமையான ஓர் உதாரணம் என்னிடம் இருக்கிறது. அவர் ஒரு நாட்டின் ஜனாதிபதி.

நான் எழுபதுகளில் சியாரா லியோனுக்கு பணி நிமித்தம் போனேன். அங்கு அப்போது தேர்தல் சமயம். அறுபது வயது தாண்டிய சியாக்கா ஸ்டீவன்ஸ் என்பவர் அதிக வாக்குகள் பெற்று ஜனாதிபதியாகப் பதவி ஏற்றார். அங்கே இருந்த புஃல்லா இனத்து மக்கள் அவர் வெற்றியைக் கொண்டாட தங்கள் சமூகத்தில் இருந்து உறைய வைத்த பழச்சாறு போல வழுவழுப்பாகவிருந்த ஒரு 16 வயது புஃல்லா பெண்ணை அவருக்குப் பரிசாகக் கொடுத்தார்கள். அவருடைய முடிவெடுக்கும் திறமை புஃல்லா மக்களுக்குச் சாதகமாக இருக்க

வேண்டுமென்பதை ஊக்குவிப்பதற்காகக் கொடுக்கப்பட்டவள்.

இவருடைய ஆட்சி விசித்திரமானது. ஒரு சட்டத்தைப் பிறப்பிப்பார். சில நாட்களில் ஓர் இன மக்கள் ஊர்வலமாக வந்து அந்தச் சட்டத்தை எதிர்ப்பார்கள். உடனேயே இவர் சட்டத்தைத் திருத்தி வேறுமாதிரி மாற்றிவிடுவார். அப்பொழுது இன்னொரு சமூகம் அதை எதிர்த்துப் படை எடுத்து அரச மாளிகையை முற்றுகை இடும். அதையும் மாற்றுவார். இப்படியே மாற்றிக்கொண்டிருப்பார். கடைசியில் இந்த மக்கள் களைத்துப் போவார்கள். எந்தச் சட்டம் கடைசியில் அமலில் இருந்ததோ அதுவே தொடரும்.

இதுவும் நல்ல யுக்தியாகவே எனக்குப் பட்டது. பீற்றர் ட்ரக்கர் *(Peter Drucker)* என்ற புகழ் பெற்ற மேலாண்மை ஆசான் ‘பத்து முடிவுகள் எடுக்கும்போது இரண்டு முடிவுகள் தோல்வியாக மாறுவது தவிர்க்க முடியாதது. ஆனால் தவறான முடிவுகளை எடுக்கும் மேலாளர், முடிவு எடுக்கவே முடியாதவரிலும் பார்க்க சிறந்தவர்’ என்று கூறுவார்.

என் மனைவி கனடாவிற்கு வந்த புதிதில் மிகவும் சிரமப்பட்டு ஒரு தையல்காரியைக் கண்டுபிடித்தாள். இவருடைய வாக்கு தேவதை வாக்கு. செவ்வாய்க் கிழமை என்றால் செவ்வாய் கிழமைதான். அதில் மாற்றமே கிடையாது. ஆனால் எந்த மாதத்து செவ்வாய் என்பது மிகவும் ரகஸ்யமாகவே பாதுகாக்கப்படும். அது மார்ச் ஆக இருக்கலாம்; ஏப்ரல் ஆக இருக்கலாம்; அடுத்த வருடத்து நவம்பர் மாதமாகக்கூட இருக்கலாம்.

இப்படித்தான் என் மனைவி தைக்கக் கொடுத்த ஆடையை மீட்பதற்காக 17 மாடிகள் கொண்ட லொடலொட லிப்டில் பல தடவை ஏறி இறங்கிவிட்டாள். இந்தப் பெண்மணி தொலைபேசி அழைப்பை ஏற்பதில்லை. எங்கள் நம்பர் தொலைபேசியில் விழுந்தவுடன் அவர் கைபேசியைத் தூக்கவே மாட்டார்.

ஒரு நாள் வேறொரு வீட்டில் இருந்து அழைத்தபோது அவர் தொலைபேசியைத் தூக்கிவிட்டார். ஆடை முடிந்துவிட்டதாகவும் அன்று மாலை ஆறுமணிக்கு வரும்படியும் சொன்னார்.

விழுந்தடித்துப் போனால் பெரும் ஏமாற்றமே. 'நாளைக்கு இதே நேரம் வாருங்கோ, பாப்பம்' என்றார்.

என் மனைவி சாது. கோபமே வராது. உயர்ந்த சமாதான விரும்பி. 'கட்டாயம் தருவீங்களா?' என்றாள்.

'அய்யோ, கட்டாயம் என்று சொல்லக்கூடாது. கட்டாயம் என்றால் கஞ்சியும் கிடைக்காதாம், அப்பா சொன்னவர்' என்றார்.

'நிச்சயம் நாளைக்குக் கிடைக்குமா?' என் மனைவி விடவில்லை. 'நிச்சயம், கட்டாயம் என்றெல்லாம் சொல்லவேண்டாம். நாளைக்கு பாப்பம்' என்றார்.

என் மனைவியின் சொண்டு துடித்தது. ஆனால் ஆடை முக்கியமல்லவா? திரும்பிவிட்டாள்.

கோப மிகுதியில் 17 மாடிகளையும் மின்தூக்கியின் உதவி இன்றி தனியாகக் கடந்தாள். ஒன்றுக்குப் பின் ஒன்றாகத் தள்ளிக்கொண்டு வந்த அவளுடைய மூச்சு நிதானத்துக்கு வர அரை மணிநேரம் எடுத்தது. தைக்கக் கொடுத்த துணியைத் திரும்பவும் நாங்கள் கண்ணால் பார்க்கவே இல்லை. என் மனைவியின் கடைசிப் புன்னகை அன்று ஆறு மணியுடன் முடிவடைந்தது.

முடிவெடுக்க முடியாதவர்கள் பலரை காவியங்களில் கண்டிருக்கிறோம். நளனுடைய மனம் பட்ட பாட்டை புகழேந்திப் புலவர் ஆய்ச்சியர் கைபோல என்று நளவெண்பாவில் வர்ணிக்கிறார்.

போயொருகால் மீளும் புகுந்தொருகால் மீண்டேகும்
ஆயர் கொணர்ந்த அடுபாலின் - தோயல்
கடைவார்தங் கைபோல் ஆயிற்றே காலன்
வடிவாய வேலான் மனம்.

மோர் கடையும் ஆய்ச்சியர் கை முன்னும் பின்னும் அசைவதுபோல அவனுடைய மனதும் அல்லாடியதாம். சேக்ஸ்பியருடைய புகழ் பெற்ற ஹேம்லெட்டும் இந்த

வகைதான். வாழ்வா? சாவா? என்பதுதான் அவனுடைய பெரும் போராட்டமாக இருந்தது.

அன்று ஒரு மணவீட்டுக்குப் போகவேண்டும். சரியாக எட்டு மணி என்று சொல்லியிருந்தார்கள். அதிகாலையில் திரைச்சீலையை நீக்கிப் பார்த்தபோது சூரியனின் அன்றைய திட்டம் தீர்மானிக்கப்படவில்லை. அவனும் பாப்பம் என்ற வார்த்தையில் மிகவும் மோகம் வைத்திருந்தான் போலும். வெடவெட குளிர் அடிக்கும் அந்தச் சாம்பல் நிறக் காலை நேரத்தில் நானும் மனைவியும் வெளிக்கிட்டோம். முழு விலாசம் தரப்படாத அந்த மண்டபத்தை என்னுடைய உளவறியும் திறமையால் கண்டுபிடித்துவிட்டேன்.

உள்ளே நுழைந்தால் ஒருவரும் இல்லை. தங்கள் பெயர்களை மார்பிலே எழுதி அணிந்த ஊழியர்கள் இரண்டு பேர். ஓர் ஆண்; ஒரு பெண். பார்த்த உடனேயே அங்கே இட நெருக்கடி இருப்பது தெரிந்தது. அவனுடைய கைகள் இருந்த இடத்திலேயே அவளுடைய கைகளும் இருந்தன. அவனுடைய கால்கள் இருந்த இடத்திலேயே அவளுடைய கால்களும் இருந்தன. அவனுடைய உதடுகள் இருந்த இடத்திலேயே அவளுடைய உதடுகளும் இருந்தன. கடவுள் படைத்த வெளியை இப்படி அவர்கள் மிகச் சிக்கனமாக உபயோகித்தார்கள்.

எங்களைக் கண்டதும் அந்தப் பெண் ஒரு வெல்கிரோவை உரிப்பது போல தன்னை உரித்துக்கொண்டு வந்து ‘என்ன, என்ன?’ என்றாள்.

‘ஒரு சின்னத் தவறு நடந்துவிட்டது. நாலாம் எண் மண்டபம் எது?’ என்றேன்.

வாயைத் திறந்து அனாவசியச் செலவு வைக்காமல் இடது கை விரலை மட்டும் அசைத்துக் காட்டினாள். பின் மறுபடியும் தன் வேலையை விட்ட இடத்தில் இருந்து தொடரச் சென்றுவிட்டாள்.

நாங்கள் நாலாம் மண்டபத்துக்கு வந்தபோது அங்கே ஒரு மின்சாரக்காரர் வயர்களை இழுத்துக்கொண்டு திரிந்தார்.

கதிரைகள் நிரையாக அடுக்கப்பட்டிருந்தன. நாங்கள் கடைசி வரிசையில் போய் உட்கார்ந்தோம். பயமாக இருந்ததால் ஒருவர் கையை ஒருவர் பற்றிக்கொண்டோம். பத்து மணி வாக்கில் ஒவ்வொருவராக ஆட்கள் வரத் தொடங்கினார்கள்.

பத்து மணி விழாவுக்கு எட்டு மணிக்கு அழைப்பதில் ஒரு சூட்சுமம் இருந்தது. நிசமான நேரம் ஒன்பது என்றால் விழாக்காரர் எட்டு மணிக்கு அழைப்பார். விருந்தினருக்கு உண்மை தெரியுமாதலால் அவரும் ஒரு மணி கழித்துத்தான் வருவார். இதை ஈடுகட்டுவதற்கு மேலும் ஒரு மணி நேரம் கூட்டி விழாக்காரர் ஏழு மணிக்கு அழைப்பார். இதையும் விருந்தாளி மோப்பம் பிடித்து இரண்டு மணி நேரம் தாமதமாக வருவார். இப்படியே இந்த ஆபத்தான வட்டம் பெருக்கல் வாய்பாடுபோல பெருத்துக்கொண்டே போகும்.

முடிவெடுக்க முடியாமல் போவது உண்மையில் ஒரு நோய் என்று கண்டுபிடித்திருக்கிறார்கள். சில அமெரிக்க நிறுவனங்கள் தங்கள் அதிகாரிகளுக்கு ஒரு சோதனை வைப்பதுண்டு. இதற்கு *Myers and Briggs Test* என்று பேர். இது முடிவெடுக்க முடியாதவர்களை வகைப்படுத்துகிறது. பிறகு அவர்கள் அந்த நோயிலிருந்து மீள என்ன செய்யவேண்டும் என்ற வழிவகைகளைப் போதிக்கிறது.

முடிவைத் தள்ளிப்போடுவது இன்னொரு வகை. டிம் ஹார்ட்டன் சிறு உணவகத்தில் நீண்ட வரிசை. எனக்கு முன் இந்த இளம் காதலர்கள் இடித்துக்கொண்டு நின்றார்கள். இடைக்கிடை அவன், ஒன்றுக்குமேல் ஒன்றாக அணிந்த மூன்று குளிர் ஆடைகளுக்கு மேலால் அவளை தடவிக்கொடுத்தான். அந்தத் தடவல் அவள் சருமத்திற்குப் போய்ச்சேர ஒரு நாள் எடுக்கும். அவளுக்கு எப்படியோ தெரிந்து முறுவலித்தாள். அவர்கள் முறை வந்ததும், பாதி விளிம்பு தொப்பியும், கறுப்பு உதட்டுப் பூச்சும் அணிந்த பெண் 'என்ன வேண்டும்?' என்று கேட்டாள். இவனுக்குப் பிடித்தது அவளுக்குப் பிடிக்கவில்லை; அவனுக்கு வேண்டியதை இவள் விரும்பவில்லை. இரண்டு டொலர் உணவுக்கு இரண்டு நிமிடம் எடுத்துக் கொண்டார்கள்.

பின்னால் 11 பேர் நின்றோம். 22 மனித நிமிடங்கள் வீணாகின. இவர்கள் மணமுடித்த பிறகு இன்னும் சிறப்பாக மனித நிமிடங்களை விரயமாக்கத் திட்டம் ஏதும் வைத்திருப்பார்கள்.

ஞாயிற்றுக்கிழமைகள் படைக்கப்பட்டது விருந்துகளுக்காக என்பது என் மனைவியின் நம்பிக்கை. மதியம் ஒரு மணிக்கு நாற்பது பேருக்கு நாங்கள் விருந்து கொடுப்பதாக ஏற்பாடு. உணவகம் ஒன்று சாப்பாட்டுக்குப் பொறுப்பு. உணவகத்தில் ஓடரை எடுத்தவர் 'ஞாயிறு மத்தியானந்தானே - பாப்பம்' என்றார். நான் அப்போது விழித்திருக்க வேண்டும். அந்த நேரம் என்னுடைய புத்தி கொழுந்துவிட்டு வேலை செய்யவில்லை.

விருந்துக்கு ஆட்கள் வரத்தொடங்கினார்கள். மேலங்கிகள் மலையளவுக்கு வளர்ந்து விட்டன. சரியாக ஒரு மணிக்கு சாப்பாட்டை எடுப்பதற்காக உணவகத்துக்குப் போனேன். அங்கே என்னைக் கண்டதும் ஒருவர் அசைந்து வந்தார். அவரிடம் ஓடரைக் காட்டியபோது ஆச்சரியமாக வாயைப் பிளந்து *pause* பட்டனை அமுக்கியதுபோல அப்படியே வைத்துக்கொண்டார். ஒரு பல் வைத்தியருக்கு முழு நாள் வேலை வைக்கக்கூடிய பற்களைக் காட்டி 'அண்ணை, நீங்கள் ஏளியாய் வந்திட்டீங்கள்' என்றார்.

'இல்லையே, ஒரு மணிக்கு சாப்பாடு என்றுதானே சொன்னேன்.'
'இன்றைக்கு ஞாயிறு. ஒருவரும் வெள்ளென எழும்ப மாட்டினம். வழக்கமாய் இரண்டு மூன்று மணிக்குத்தான் சாப்பிடுவினம்.'
'தம்பி, எனக்கு மற்றவை எத்தினை மணிக்கு எழும்பிறவை, எப்ப பல்லு தீட்டுவினம் என்றெல்லாம் தெரியாது. நான் ஒரு மணிக்குத்தான் ஓடர் குடுத்தனான்.'

'ஒன்று செய்யுங்கோ. கொஞ்சம் பொறுத்து வாருங்கோ. நான் ரெடி பண்ணி வைக்கிறன்.'

அப்படியே திரும்பி வந்து பசியுடனும், கோபத்துடனும் இன்னொரு தடவை புறப்பட்டேன். 'நிறுத்து' எச்சரிக்கைகளில் நிற்காமலும், மஞ்சள் விளக்குகளை மதிக்காமலும் வேகமாக காரை ஓட்டினேன். நான் மணியை அடித்ததும் குசினியில்

இருந்து ஒருவர் வந்து என்னை ஒரு கலகக்காரனைப் பார்ப்பதுபோல பார்த்தார். அவர் நாடி அடியில் நீர் கோத்து சொட்டாக சத்தத்துடன் மரத்தரையில் விழுந்தது. டிவியின் கீழே தோன்றும் செய்தி வாசகம் படிக்கமுன் ஓடிவிடுவதுபோல இவரும் நான் வாய் திறக்குமுன் மறைந்துவிட்டார். நான் எனக்கு முன் நின்ற காற்றுடன் பாதி வசனம் பேசியபின் நிறுத்தினேன்.

கடைசியில் ஒருவாறாக மூன்று மணி அளவில் உணவுப் பொதியைப் பெற்றுக்கொண்டு வீடு திரும்பினேன்.

இந்த விடயம் இத்துடன் முற்றுப் பெறவில்லை.

ஒரு வாரம் கழிந்தது. என் மனைவி சொன்னாள் ‘என்னோட படித்த சிநேகிதி கனடா வந்திருக்கிறாள் குடும்பத்தோடு. அவர்களின்ரை சொந்தக்காரரோடு தங்கியிருக்கிறாள். நாங்கள் அவர்களுக்கு அடுத்த ஞாயிறு ஒரு விருந்து கொடுக்கவேணும்.’

‘எத்தனை பேர்?’

‘இருபது பேர் இருக்கும்.’

‘சரி, பாப்பம்’ என்றேன்.

6. செம்புலப் பெயல் நீர்

ஒருவிதத்தில் பார்க்கப்போனால் மின்சாரம் எனக்கு தம்பிதான். ஆறு வருடம் இளமை. இன்னும் விளக்கமாகச் சொன்னால் எங்கள் கிராமத்துக்கு மின்சாரம் வந்தபோது எனக்கு வயது ஆறு. அந்தக் காலத்தில் இருந்தே எனக்கு மின்சாரத்தில் இயங்கும் கருவிகளில் ஒரு பிரியம் இருந்தது.

என் இளவயதில் நான் பார்த்து அதிசயப்பட்ட மனிதர் பொன்னுசாமி. அவர் ஒரு கணக்காய்வு *(audit)* கம்பனியில் வேலை பார்த்தார். பெரிய பெரிய லெட்ஜர்களையெல்லாம் அவருடைய மேசைமேலே காலை வேளைகளில் கொண்டுவந்து போட்டு விடுவார்கள். வலது கையில் இரண்டு விரல்களுக்கிடையில் பென்சிலைப் பிடித்துக்கொண்டு மேலிருந்து கீழாகக் கோடு இழுத்துக்கொண்டே அசுர வேகத்தில் கணக்குகளைக் கூட்டி முடித்துவிடுவார். மின்சாரத்தில் இயங்கும் கூட்டல் மெசின் வந்த சில நாட்களில் அவருடைய வேலை பறிபோய்விட்டது.

நான் 16 மைல் தூரம் சைக்கிள் மிதித்துப் போய் கம்ப்யூட்டரைப் பார்த்தபோது அது ஒரு முழு அறையை அடைத்துக்கொண்டு கிடந்தது. மஞ்சள் உடை இளம்பெண்கள் நீள்சதுர அட்டைகளில் துளைகள் போட்டு கம்ப்யூட்டருக்குத் தீனி கொடுத்துக்

கொண்டிருந்தார்கள். அது விஷயத்தை கிரகித்து அன்றைய அலுவல்களைச் சரியாகச் செய்து கொடுத்தது.

ஓர் ஒன்பது வருடத்திற்கு முன்புதான் முதன்முதல் மடியில் வைக்கும் கம்ப்யூட்டர் ஒன்று எனக்குக் கிடைத்தது. இதை நான் கையேட்டில் சொன்னபடி மடியில் வைத்துச் சீராட்டினேன். ஏவல்களை வேகமாகச் செய்துகொடுத்தது. அது என்னை வளர்த்தது. என்னுடைய இணை பிரியாத தோழனாகி என் வாழ்வை சந்தோசமாக்கியது.

இது எப்படியோ 12000 மைல் தொலைவில் பிலிப்பைன் நாட்டில் வாழ்ந்த ஹொன்றி போர்டிங்கோ என்ற ஒருவருக்குத் தெரிந்துவிட்டது. எனக்கு அவரைத் தெரியாது. அவரும் என்னை அறியார். ஆனால் அவர் என் சந்தோசத்தை எப்படியோ ஊகித்து அதை நீடிக்க விடக்கூடாது என்று உறுதி பூண்டிருந்தார். என்னைக் கெடுத்து இல்லாமல் செய்துவிட தீர்மானித்தார்.

இதைத்தான் டொஸ்ரோவெஸ்கி என்ற ரஷ்ய பேராசான் சொன்னார், ஒருவர் பாரிஸ் ஈபல் கோபுரத்தைப் பார்க்கும்போது அவருடைய உள்மனதிலே அதனுடைய அழிவு பற்றியே சிந்தனை இருக்குமாம். இன்னொருவர் கெடும்போது ஏற்படும் திருப்தி, சந்தோசம் மனிதனுக்கு வேறு எதிலுமே கிடைப்பதில்லை.

இந்த உணர்வு மிருகத்துக்கோ, பறவைக்கோ, பூச்சி, புழுவுக்கோ இருப்பதாகத் தெரியவில்லை. ஆறறிவு படைத்த மனிதனிடம்தான் நிறைய இருக்கிறது. அக்பர் வரும் விருந்தாளிக்கு இரண்டு கோப்பைகளில் மது வைத்திருப்பாராம். ஒரு கோப்பையில் நஞ்சு கலந்திருக்கும். விருந்தாளி படும் அவஸ்தையைப் பார்ப்பதில் அவருக்கு அப்படி ஒரு சுகம்.

சமீபத்தில் வெளியான மெல் கிப்ஸனின் *Passion of Christ* படம் வரலாறு காணாத அளவுக்கு வசூலைக் கொட்டியது. அதிலே யேசுவை ரத்தம் ஒழுக பிரம்பினால் அடித்து வதைக்கும் காட்சி 20 தடவை காட்டப்பட்டது. அது முடிந்ததும், ஆணி வைத்த சங்கிலியால் யேசுவின் முதுகை சதைத்துண்டுகள் பறக்க

அடிக்கிறார்கள். அதன் பிறகு சிலுவையில் அறைகிறார்கள். யேசுவின் அவலக் குரல் வானத்தைப் பிளக்கிறது. எங்கோ ஒரு ஆதி மனித உள்ளம் இதை ரசிக்கிறது. ஒருவருடைய அழிவு தரும் இன்பம் மனித அடிமனத்தில் வாழ்ந்துகொண்டே இருக்கிறது..

இப்படித்தான் முகம் தெரியாத ஹொன்றி போர்டிங்கோ எனக்கு அனுப்பிய வைரஸ் வந்து என் கம்ப்யூட்டரில் இடம் பிடித்தது. இவன் யார்? சொந்தப் பெயரா, புனை பெயரா? இடதுகைக்காரனா? இவன் சருமம் குட்டி எலிபோல சிவப்பாக இருக்குமா? ஞாயிற்றுக்கிழமை காலை வேளைகளில் உள்ளாடை அணிவானா? கொந்தல் மாங்காய் சாப்பிடுவானா? இது ஒன்றுமே தெரியாது! 600 கோடி சனங்களில் என்னை ஏன் தேர்ந்தெடுத்தான்? அவனுக்கு நான் மனதறிய ஒரு குற்றம் இழைக்கவில்லை; ஒரு துரோகம் நினைத்து அறியேன். நானும் என் பாடுமாக இருந்தேன். என் இருப்பு இவனை ஏன் அச்சுறுத்தியது.

என் முகவரியைத் தேடி வந்த அவனுடைய மின்னஞ்சல் இப்படி இருந்தது.

நண்பரே,

நான் முத்தமிடும்போது அவள் கண்களில் இந்த உலகத்தைப் பார்க்கிறேன். அவளோ கண்களை மூடிவிடுகிறாள். அது ஏன் என்று உங்களுக்குத் தெரியுமா? இணைப்பைத் திறந்து பாருங்கள்.

என்ன வார்த்தைகள்! எப்படி ஏமாந்துவிட்டேன். மின்னஞ்சலைத் திறந்ததும், குளவிக்கூட்டில் கல்லெறிந்தது போலாகிவிட்டது. வைரஸ் என் கணினிக்குள் புகுந்து தனக்கென்று ஓர் இடத்தைப் பிடித்து வைத்துக் கொண்டு பெருகத் தொடங்கியது. ஒன்பது வருடங்களாக நான் பாடுபட்டு சேகரித்த தகவல்களை எல்லாம் ஒவ்வொன்றாக உருமாற்றியது. அரித்தது; கலைத்தது; அழித்தது; இடம் மாற்றி வைத்தது.

இன்னொரு புத்திசாலித்தனமான காரியமும் செய்தது. என்னுடைய விலாசப் புத்தகத்தில் போய் குந்தியிருந்து

கொண்டு அந்தப் புத்தகத்தில் இருக்கும் ஒவ்வொரு முகவரிக்கும் செய்தி அனுப்பத் தொடங்கியது. இப்படி நூற்றுக்கணக்கான நண்பர்களிடம் அந்த வைரஸ் போய்ச் சேர்ந்து நாசம் செய்தது.

இவர்களில் சிலர் பதில் அனுப்பினார்கள். பத்து வருடமாகத் தொலைந்துபோன ஒரு நண்பரையும் நான் கண்டுபிடித்தேன். கோபமான ஒருவர் 'நீ என்ன செய்ய விரும்புகிறாய். என்னை ஒரு முட்டாளாக உருமாற்றப் பார்க்கிறாயா? அதை ஏற்கனவே நான் செய்துவிட்டேன்' என்றார். இன்னொரு கரிசனமான நண்பருடைய பதில் 'ஒரு மோசமான வைரஸ் உங்கள் கம்ப்யூட்டரை ஆக்கிரமித்திருக்கிறது. உடனேயே சுத்தம் செய்யுங்கள். சுத்தம் செய்யுங்கள்' என்று வந்தது.

இந்த வைரஸின் தீவிரம் எனக்குத் தெரியவந்தபோது காலம் கடந்து போனது. கணிசமான அளவு என் கோப்புகளைத் தின்று பசியாறி விட்டது. நான் அதைத் திறக்கும்போதெல்லாம் மின்னல்கள் இடம்மாறி என் உத்தரவுகளுக்கு எதிர்மறையான செயல்கள் நடந்தேறின.

என்னிடம் பேர்பெற்ற வைரஸ் விரட்டி இருந்தது. அதைக் களத்தில் இறக்கினேன். அப்படியும் இந்த பிலிப்பைன் தேசத்து எதிரியை முறியடிக்க முடியவில்லை. என் அழிவில் அளவில்லாத வேகம் கொண்டிருந்தது.

அப்பொழுதுதான் நண்பர் ஒருவரின் ஞாபகம் வந்தது. எப்பொழுது அவரைக் கூப்பிட்டாலும் அவருடைய டெலிபோன் குரல்தான் தகவல் விடச் சொல்லி அறிக்கை விட்டது. காலையில் ஐந்து மணிக்குப் போய்விடுவார்; திரும்ப இரவு ஒன்பது மணியாகிவிடும். கம்ப்யூட்டர் பழுது பார்ப்பது அவர் தொழில். முன்னாளில் அவர் தகப்பனார் அங்கே மருதனா மடத்தில் மந்திரித்து குழையடித்தவர்.

எக்லின்டன் மாக்கம் சந்திப்பில் அதிகாலை சனிக்கிழமை வேளை நான் போனபோது இரு கைகளையும் விரித்துப் பறப்பதற்கு ஆயத்தமாக நின்றார். பிறகு தெரிந்தது இது ஒரு சைனிஸ் வகை உடற்பயிற்சி என்று. அவரை காரில் ஏற்றிக்கொண்டு திரும்பியபோது நேரத்தை மிச்சப்படுத்துவதற்காக என்னுடைய

கம்ப்யூட்டரின் குறைகளை விவரித்தபடியே வந்தேன். 'ம்,ம்' என்ற வசனத்திலும் பார்க்க நீண்ட ஒரு வசனத்தை அவர் பேச விரும்பவில்லை.

கூராக்கிய ஒரு பென்சிலை செங்கோல்போல பிடித்துக்கொண்டு கம்ப்யூட்டரின் வாசல்களை ஒவ்வொன்றாகத் திறந்து பார்த்து ஆராய்ந்தார். பிறகு என் தம்பி பற்றி ஒரு கேள்வி கேட்டார். 'இப்படி செய்யும்போது மின்சார தூள் பறக்கிறதா?' என்றார்.

நான் 'ஓமோமோமோம்' என்றேன்.

என்ன மூளைத் திறம்! என்ன புத்திமான்! அப்பொழுதுதான் எனக்கு இவருடைய மூளையைக் காப்பதற்கு பத்தொன்பது மண்டை எலும்புகள் இரவு பகலாகப் பாடுபடுவதன் சூட்சுமம் புரிந்தது.

'இது பொல்லாத வைரஸ்' என்றார். அவர் தகப்பனார் 'பொல்லாத காட்டேரி' என்று சொல்லும் போதும் அதே குரல்தான். என்னுடைய சருமத்தின் கீழே ரத்தம் பெருக்கெடுத்து நாலு பக்கமும் வேகமாகப் பாய்ந்தது. அந்த இரைச்சல் கேட்காத தூரத்தில் நின்றுகொண்டு முகத்தை இயன்ற மட்டும் துக்கமாக மாற்றி வைத்து அவரைப் பார்த்தேன். இரண்டு மூச்சை இழுத்து ஒன்றாகவிட்டு 'இதை *quarantine* பண்ணவேணும்' என்றார்.

'ஒரு பத்து வயது பெடியனுக்குச் சொல்றதுபோல விளங்கப்படுத்துங்கோ.'

'அடக்கலாம், ஆனால் அழிக்கமுடியாது' என்றார்.

'இன்னும் கொஞ்சம் கீழே வந்து நாலு வயது பையனுக்குப் புரிகிறது போலச் சொல்லுங்கோ' என்றேன்.

'உங்களுக்கு சூரபத்மனுடைய கதை தெரியும்தானே. சாகா வரம் பெற்றவன். தேவர்களுக்குத் தொல்லை கொடுத்தபடியே இருந்தான். அப்பொழுது முருகப் பெருமான் கோபம்கொண்டு தன் வேலாயுதத்தை எறிந்தபோது சூரனுடைய உடல் இரண்டாகப் பிளந்தது. ஒரு பாதி சேவலாகவும், ஒரு பாதி மயிலாகவும் மாறியது.'

'இது பழைய கதை.'

'இன்னும் இருக்கு. சூரன் சாகவில்லை. உருமாறினான். அவ்வளவுதான். சேவலைப் பிடித்து கொடியிலேயும், மயிலைப் பிடித்து வாகனமாக காலின் கீழேயும் முருகன் வைத்துக்கொண்டார். இரண்டையும் எப்பவும் கண்காணித்துக் கொண்டே இருக்கவேணும். கொஞ்சம் அசந்தாலும் சூரன் பழைய உருவம் எடுத்துவிடுவான்.'

'அப்ப இந்த வைரஸைக் கொல்ல முடியாது?'

'அதைத்தான் சொல்றன். புத்தியறிஞ்ச பெண்ணை மூலையில உட்கார்த்தி வைப்பதுபோல இந்த வைரஸை ஒரு மூலையில பிடித்து வைக்கவேணும். அடக்கலாம், கொல்ல முடியாது. கம்ப்யூட்டர் தன் பாட்டுக்கு வேலையைச் செய்யும்' என்றார்.

'யாயும் ஞாயும் யாராகியரோ' என்று தொடங்கும் சங்கப் பாடல் நினைவுக்கு வந்தது.

எனது தாயும் உனது தாயும் யாரென்று அறியோம்
எனது தந்தையும் உனது தந்தையும் உறவு அற்றவர்
நானும் நீயும் முன்னோ பின்னோ கண்டதில்லை
பாலை மண்ணில் மழை நீர் போல
உன்னுடைய வைரஸ் என் கம்ப்யூட்டரில் கலந்ததுவே.

ராமர் அறியாமல் ஊன்றிய அம்பில் குற்றமற்ற ஒரு தேரை செத்துப்போனது என்பார்கள். அது விபத்து, ஆனால் இது என்னை நோக்கி ஏவப்பட்ட வைரஸ் அம்பு. பிலிப்பைன் நாட்டில் வாழும் முகம் தெரியாத நண்பரே! என் வந்தனங்கள். உமக்கு மகா திருப்தியாக இருக்கும். வயிறு குளிர்ந்திருக்கும். ஒரு கேடும் நினைத்தறியாத என்னை உம்முடைய வைரஸ் பீடித்துவிட்டது. இதைப் படைப்பதற்கு அல்லும் பகலும் எத்தனை மனித நாட்களைச் செலவழித்திருப்பீர். உம் உழைப்பு வீணாகவில்லை. வைரஸ் வலுவானது. இப்பொழுதும் அடிக்கடி வெளியே வந்து சிறு சண்டித்தனம் காட்டி மறைந்துவிடுகிறது. இனி என்றென்றும் உமக்கு நான் அடிமையே. உம் பணி தொடரட்டும். இன்னும் பல தேசங்களுக்கும் படையெடுக்கட்டும். பரவட்டும்.

7. இலக்கியப் பற்றாக்குறை

நான் கனடாவுக்கு வந்த புதிதில் என்னுடைய நாளாந்த தேகப்பியாசத்துக்கு பிரச்சனையே இல்லை. காலையும், மாலையும் மற்றும் வேளைகளிலும் தொலைக்காட்சியின் ரிமோட்டைத் தேடுவதிலேயே எனக்குப் போதுமான தேகப்பியாசம் கிடைத்துவிடும். சிலவேளைகளில் இந்த ரிமோட் நிலவறையில் கிடைக்கும், சிலவேளைகளில் சமையலறையில், மற்றும் வேளைகளில் படுக்கை அறையில். ஒரு முறை தோட்டத்து பிளாஸ்டிக் இருக்கையில் கூட அகப்பட்டது. நான் கீழ் வீட்டுக்கும், மேல்வீட்டுக்கும், நிலவறைக்குமாக ஓடியாடி எப்படியோ இதைக் கண்டுபிடித்துவிடுவேன். அன்று காலை, அது சமையலறையில் பாத்திரம் கழுவியின் மேல் உட்கார்ந்திருந்தது. யோசித்துப் பார்த்தேன். இந்தத் தொலை இயக்கி வருவதற்கு முதல் வாழ்ந்த ஆதி மனிதர்கள் தங்கள் அன்றாட தேகப்பியாசத்துக்கு என்ன செய்திருப்பார்கள்? புரியவில்லை. அதன் பெயரைப் பாருங்கள், தொலை இயக்கி. அடிக்கடி தொலைந்துவிடும் என்பதை எப்படியோ முன்கூட்டியே உணர்ந்து தொலை நோக்கோடு வைத்த பெயர்.

நான் பிறகு வியர்வையைத் துடைத்துக்கொண்டு டிவியைப் போட்டேன். இருபது நிமிட படத்துக்கு 35 நிமிட நேரம் விளம்பரம் இருக்கவேண்டும் என்பது கனடிய அரசாங்கத்தின்

ஆணை. ஆகவே நான் எப்ப டிவியை இயக்கினாலும் ஒரு விளம்பரம்தான் முதலில் வரும். ஆனால் அன்று வந்த விளம்பரம் அற்புதமாக இருந்து நான் காலை அனுபவித்த இடர்களை எல்லாம் தூக்கி எறிந்தது.

உதாரணம், காலையில் கம்ப்யூட்டருடன் எனக்கு நடந்த சண்டை. ஒரு நாளைப்போல இல்லாமல் அன்று காலை கம்ப்யூட்டரை இயக்கிவிட்டு அதன் முழு உருவமும் இறங்கும்வரை காத்திருந்தபோது சிரித்தேன். என்னுடைய அம்மாவும், சோற்றுக் கஞ்சி வடிந்துமுடியக் காத்திருக்கும் போது இப்படித்தான் சிரிப்பார்.

என்றும் இல்லாத திருநாளாக கம்ப்யூட்டர் *'press any key when you are ready'* என்றது. நான் காலை ஐந்து மணியில் இருந்து ரெடியாகவே இருந்தேன். என்றாலும் கம்ப்யூட்டரின் வார்த்தைக்கு மறுப்பு காட்டாமல் வீட்டுச் சாவியை எடுத்து அமத்தினேன். ஒன்றும் நடக்கவில்லை. அறைச் சாவியை எடுத்து அமத்தினேன். பிறகு கார் சாவியையும் அமத்திப் பார்த்தேன். ஒன்றும் நடக்கவில்லை. ஏதோ பெரிய பிழை நடந்துவிட்டது. கம்ப்யூட்டர் செய்யும் பெரிய என்ஜீனியர்கள் எந்தச் சாவி என்பதை விளக்கமாகச் சொல்லலாம் அல்லவா?

Anyway, கதைக்கு வருவோம். தொலைக்காட்சியில் தெரிந்த விளம்பரம் இதுதான். முதலில் ஒரு வாசகம் வந்தது.

'சில வேளைகளில் அதிசயமாக சொர்க்கம் கீழே விழுந்து விடுவதுண்டு. ஆனால் அவை திருப்பித் திருப்பி எங்கள் சுற்றுலாத் தலங்களில் விழுந்து விடுவதுதான் இன்னும் அதிசயம்.'

இதற்குப் பிறகு சில சுற்றுலாத் தலங்களின் படங்களைக் காண்பித்தார்கள், அவ்வளவுதான். இந்த எழுத்துக்காகவே இந்தச் சுற்றுலாத் தலத்தைப் பார்க்கும் ஆசை எனக்கு எக்கச்சக்கமாகக் கூடியது.

தமிழ் ஊடகங்களில் கணக்கிலடங்காத விளம்பரங்கள் வருவதும், போவதுமாக இருக்கின்றன. அவற்றிலே சில கலைநயம் மிகுந்து காணப்படும்; இன்னும் சில வெறுப்பூட்டும். சமீபத்தில்

ரேடியோவில் கீழேவரும் விளம்பரத்தைக் கேட்டேன்.

'என்ன, உங்கடை தங்கச்சி வந்து அஞ்சு வருசம்தானே. அவ எவ்வளவு பெரிய வீடு வாங்கிவிட்டா. நீங்களும் இருக்கிறியள் இருபது வருசமாக, மூன்று வேலை செய்துகொண்டு.' மனைவி தன் புருசனை இடித்துரைக்கிறாள்.

வீடு வாங்குவதற்கான விளம்பரம் இது. *Advertisement in bad taste* என்று சொல்வார்கள். தங்கையிடம் ஒரு நல்ல வீடு இருந்தால் சந்தோசப்பட அல்லவா வேண்டும். இது பொறாமையைத் தூண்டுவதற்குக் கொடுத்த விளம்பரமா, அல்லது வீடு வாங்குவதற்குச் செய்த விளம்பரமா?

இவர்கள் ஒரு விளம்பரம் செய்வதற்கு எவ்வளவு பணம் செலவழிக்கிறார்கள். அதைக் கொஞ்சம் கலைநயத்துடன் செய்தால் பார்ப்பவருக்கு விருந்து; செய்பவருக்கும் ஆனந்தம் அல்லவா? இலக்கியமாக எழுதுவதற்கு படிப்பு முக்கியமில்லை. நாலாம் வகுப்பு மட்டுமே படித்து கல்வியை முடித்துக்கொண்ட என் நண்பன் ஒருவன் தன் பக்கத்து வீட்டுப் பெண்ணுக்கு அற்புதமான கவிதை வரிகளில் தன் காதலைச் சொல்லியிருக்கிறான்.

எங்கள் நாட்டு வருமானவரி அலுவலகம் அதன் சுறுசுறுப்புக்குப் பேர் போனது. என்னுடன் படித்த பெண் ஒருவர் அங்கே அதிகாரியாக வேலையில் சேர்ந்திருந்தார். இந்த அலுவலகத்தில் எழுந்தமானத்துக்கு வரி தீட்டி அனுப்பிவிடுவார்கள்.

ஒருவர் தொழில் செய்து நசித்துப்போயிருந்தார். அவரிடம் எக்கச்சக்கமான வரி அறவிடப்பட்டிருந்தது. அவர் வரி *refund*க்கு விண்ணப்பித்து, தூக்குக்குத் தண்டனைக்காரர் தூக்கு மரம் ரெடியாகும் வரைக்கும் காத்திருப்பதுபோலக் காத்திருந்தார். அலுவலகத்துக்கு நடையாய் நடந்தார். சிலவேளைகளில் காலையிலும், மாலையிலும்கூட போனார். அவர் தரப்பில் நிறைய நியாயம் இருந்தது என்று அதிகாரிக்குத் தெரியும்.

ஆனால் நடந்தது வேறு. அலுவலகத்தின் ஒவ்வொரு பகுதியிலும்

தலைமை ஊழியர் என்று ஒருவர் இருப்பார். அவரை மீறி கோப்பு ஒரு இன்ச்கூட நகரமுடியாது. அவரோ தினமும் மேசையிலே தன் கறுப்புத் தோல்பையைக் காவலுக்கு இருத்திவிட்டு, கன்டீனிலும், கழிவு விற்பனைக் கடைகளிலும் நகர்ந்துகொண்டிருப்பார்.

ஒருநாள் இந்த வரி செலுத்துநர் நடந்துவரும்போது ரோட்டிலேயே விழுந்து இறந்துவிட்டார். அப்போது இந்தப் பெண் அதிகாரி கோப்பிலே ஒரு குறிப்பு எழுதி தலைமை ஊழியருக்கு அனுப்பிவைத்தார். 'வருமான வரி செலுத்துநர் உம்முடைய பதிலை எதிர்பார்த்து பார்த்து காத்திருந்தார். அப்படியே இறந்துபோனார். இனிமேலாவது வரி செலுத்துபவர் இறக்குமுன்பாக முடிவை அறிவித்தால் அது பெரிய உதவியாக இருக்கும்.' ஏதோ அவர் இறந்தது இவர் முடிவைக் கடத்தியதால்தான் என்ற பாவனையில் அந்தக் குறிப்பு அமைந்திருந்தது.

இதே மாதிரி சம்பவம் தமிழ்நாட்டிலும் நடந்தது. கலைஞர் முதலமைச்சராக இருந்தபோது அவரிடம் வேலைபார்த்த ஐ.ஏ.எஸ் அதிகாரி ஒருமுறை என்னிடம் கூறினார். முதலமைச்சருக்கு வேண்டிய ஒரு விவகாரம் முடிவுக்கு வராமல் தள்ளிப்போட்டுக்கொண்டே வந்தது. அதிகாரிகள் இழுத்தடித்தார்கள். சம்பந்தப்பட்ட கோப்பு வளர்ந்து வளர்ந்து ஒரு பன்றிக்குட்டி சைஸுக்கு வந்துவிட்டது. கலைஞருக்கு எரிச்சல். கோப்பிலே இப்படி எழுதினாராம்.

> 'மெத்தை அளவுக்குக் கோப்பு
> நத்தை அளவுக்கு ஊர்கிறது.'

அந்தக் கோபத்திலும் அவரிடம் கவிதை பிறந்திருக்கிறது, பாருங்கள். அதுதான் இலக்கியம் செய்யும் வேலை.

ஒருமுறை, *1997*ம் வருடம் என்று நினைக்கிறேன், பொஸ்டனில் பெரும் புயல் அடித்தது. வெள்ளத்தாலும், காற்றாலும் வீடுகளுக்குப் பலத்த சேதம். இந்தப் புயலிலே அகப்பட்டுக்கொண்ட என் நண்பர் இப்படி எனக்குக் கடிதம் எழுதினார்.

'இந்த முறை அடித்த புயல் காற்றினால் அதிர்ஷ்டவசமாக என் வீட்டுக்கு பலத்த சேதம் இல்லை. செங்குத்தான சுவர்கள் மாத்திரம் சிறிது சரிந்து விட்டன. சுவரில் தரை முட்டாதபடியால் தரை தப்பிவிட்டது. முழுக்கூரையும் பறந்துவிட்டதால் அதைப் பழுது பார்க்கும் செலவு $5000 மிச்சப்பட்டது. உண்மையைச் சொன்னால் நேற்று அடித்த புயலினால் நான் கொஞ்சம் லாபம் ஈட்டியது என்னவோ உண்மைதான்.'

இது எப்படி இருக்கிறது. போகட்டும், பத்திரிகைகளில் ஆசிரியருக்கு வரும் கடிதங்களும் சில சுவையாக இருக்கும்.

'அன்புள்ள ஆசிரியருக்கு,

ஜனாதிபதி புஷ்ஷின் சமீபத்திய பிரகடனம் மெச்சத்தக்கது. அயோவா மாகாணத்தில் மாட்டுச்சாணத்தில் இருந்து மின்சாரம் எடுப்பதற்கு 400 மில்லியன் டொலர் ஒதுக்கியிருக்கிறார். உண்மையில் இதை வாஷிங்டனில் செய்தால் இன்னும் மலிவாக இருக்கும். ஏனென்றால் அங்கேதான் மாட்டுச்சாணம் (bullshit) நிறையக் கிடைக்கிறது.'

நான் சூடானில் வேலை செய்தபோது அங்கே அதிகாரிகள் வருடாவருடம் தங்கள் ஊழியர்களின் வேலைத்தரம் பற்றி அந்தரங்கமான மதிப்புரை எழுதி அதை மேலாளர்களுக்குச் சமர்ப்பிக்க வேண்டும். இது நிறுவனத்தின் சட்டம். என்னுடன் பணியாற்றிய சக அதிகாரியிடம் ஓர் ஊழியர் வேலை பார்த்தார். எந்த ஒரு எளிய காரியத்தைக் கொடுத்தாலும் தப்புத் தப்பாகச் செய்து சிக்கலாக்கி மேலதிகாரிகளுக்கு இன்னும் வேலையைக் கூட்டுவார். அருமையான மனிதர், ஆனால் ஆண்டவன் அவரைக் கழுத்துக்கு மேலே விருத்தி செய்யவில்லை. இவருடைய நல்ல குணத்துக்காக ஒருவரும் இவரை வருட முடிவில் கண்டுகொள்வதில்லை. கடைசியில் ஒரு நாள் நண்பர், இனிமேலும் அவர் உபத்திரவத்தைத் தாங்க முடியாமல் வருடாந்திர மதிப்புரையில் ஒரேயொரு வசனம் எழுதினார். 'எங்கோ ஒரு கிராமத்து முட்டாளின் தலைமைப் பதவிக்கு இந்த ஊழியரால் அச்சுறுத்தல் இருக்கிறது.'

அவ்வளவுதான். அந்த ஊழியருக்கு பிறகு என்ன நடந்தது என்பது சொல்லித் தெரிய வேண்டியதில்லை.

ஒருநாள் உணவகத்தில் தனியாகச் சாப்பிட்டுக்கொண்டிருந்தேன். எனக்கு முன்னால் ஒருவர் உணவை முடித்துவிட்டு சோகமாக உட்கார்ந்திருந்தார். அவர் பிளேட்டைப் பார்த்தேன். மிச்ச எலும்புகளை ஒன்றன் மீது ஒன்றாக ஒரு கோபுரம்போல அடுக்கி வைத்திருந்தார். இவர் ஒரு கட்டடக் கலைஞர், அல்லது இடுகாட்டில் பெரிய அதிகாரி - இப்படி நினைத்துக்கொண்டேன்.

இந்த நாடுகளில் எச்சரிக்கையாக இருக்கவேண்டும். அவசரமில்லாமல் மூக்கை நுழைக்கக்கூடாது. இருந்தாலும் அவருக்கு என்ன துக்கம் என்று விசாரித்தேன். ‘உயில் எழுதும் அவசியம் வந்துவிட்டது. எனக்கு கடன் எக்கச்சக்கம். கையிருப்பில் ஒன்றும் இல்லை. மீதியை ஏழைகளுக்குப் பிரித்துத் தரவேண்டும்’ என்றார். இந்த மனிதருடைய முகம் வெகுகாலமாக என் மனதிலிருந்து மறையவில்லை

தமிழ் விளம்பரங்கள் எல்லாமே மோசமானவை என்று நான் சொல்ல வரவில்லை. சில வேளைகளில் திடுக்கிடும் விதமான சுவையுடன் அவை அற்புதமாக அமைந்துவிடுவதும் உண்டு. உதாரணத்திற்கு கனடாவில் *tvi* நிறுவனம் நடத்தும் வயோதிகர்களுக்கான ஒரு நிகழ்ச்சியைச் சொல்லலாம். அதன் தலைப்பு ‘பழமுதிர்ச் சோலை’. பழங்கள் உதிர்வது என்ற கருத்தில் இல்லை; பழுத்த முதியவர்கள் உதிர்க்கும் நல்லுரைகள் என்று எடுக்க வேண்டும். என்ன நுட்பமான தலைப்பு வைத்திருக்கிறார்கள்.

மரணத்திலும் இலக்கியம் இருக்கிறது. கனடாவில் ஒரு மரண அறிவித்தலைக்கூட ரசனையுடன் செய்வார்கள். ‘மறுமை எய்தினார்’ என்பதுதான் வாசகம். எவ்வளவு அழகு. வின்ஸ்டன் சேர்ச்சில் மரணத் தறுவாயில் இருக்கும்போது கூறினார். ‘தேவனுடனான பெரும் சந்திப்புக்கு நான் தயார்; அவர் தயாரா என்பது நான் சொல்வதற்கில்லை.’ மார்க் ட்வெய்ன் சாவதற்கு முன்பாகவே சில ஆர்வமான பத்திரிகைகள் அவர் இறந்துவிட்டாரென்று செய்தி பரப்பிவிட்டன. மார்க் ட்வெய்ன்

அறிவித்தார், 'என்னுடைய மரணம் பற்றிய செய்திகள் மிகைப்படுத்தப் பட்டிருக்கின்றன.'

ஆனால் கனடாவில் நான் பார்த்து மிகவும் ரசித்த விளம்பர வாசகம் என்றால் அது கீழே வருவதாகத்தான் இருக்கும். புதுமையும், இலக்கியமும் கலந்தது.

'சனி இடப்பெயர்ச்சி. கேள்விப்பட்டிருப்பீர்கள். வியாழன் இடப்பெயர்ச்சி, வெள்ளி இடப்பெயர்ச்சி எல்லாம் உங்களுக்கு பரிச்சயம். நாங்கள் ஏழு நாட்களும் இடப்பெயர்ச்சி செய்வோம். கனடாவின் சிறந்த இடப்பெயர்ச்சிக்காரர்கள் - *MOVERS* - நாங்கள்தான்.'

இப்பொழுது நானும் ஓர் இடப்பெயர்ச்சி செய்வதற்காக நிறுத்த வேண்டும். எனக்கு ஒரு வேலை இருக்கிறது. பக்கத்து வீட்டுக்காரரிடம் போய் கடைசி முயற்சியாக அவருடைய சாவியை வாங்கி அமத்திப் பார்ப்பேன்.

8. அருமையான பாதாளம்

இம்முறை அமெரிக்காவுக்குச் சென்றபோது நான் பொஸ்டனில் ஒரு நூலகத்தைக் கண்டுபிடித்தேன். பிரம்மாண்டமான இரண்டடுக்குக் கட்டடம். இதிலே ஒரு அறை பிரத்தியேகமான கவனத்துடன் செய்யப்பட்டிருந்தது. அகலமான தூண்கள், உயர்ந்த கூரை, மெலிந்த நீண்ட ஜன்னல்கள். ஒரு நூறு வருடத்துக்கு முந்தைய மகாராஜாவின் படிப்பு அறைபோல இருந்தது. இதை வட்டமான மேஜைகளும், மிருதுவான சோபாக்களும், நிற்கும் மின்விளக்குகளும் அலங்கரித்தன. இந்த அறைதான் தனியாளான எனக்கு ஒதுக்கப்பட்டது. நான் கேட்ட புத்தகங்களும் என் மேசையைத் தேடி வந்தன. அடிக்கடி நூலகர் வந்து வசதிகள் சரியாக இருக்கின்றனவா என்று விசாரித்தார். மூடிவைத்த கடுதாசிக் குவளைகளில் கோப்பியோ, தேநீரோ கொண்டுவரலாம். எவ்வளவு நேரம்

வேண்டுமானாலும் இணையத்துடன் தொடுக்கப்பட்ட கம்ப்யூட்டரை இயக்க அனுமதி இருந்தது.

இவ்வளவுக்கும் நான் அங்கே ஓர் அங்கத்தவன்கூட இல்லை. அந்நியனும். ஆனால் அறிவுதாகம் தீர்க்க விரும்பும் எவரும் இந்த வசதிகளை இலவசமாக அனுபவிக்கலாம். *Mark Twain* எழுதிய அத்தனை புத்தகங்களும் இங்கே பூர்வ அட்டைகளுடன் கிடைத்தன. அவற்றைத் திரும்பவும் படித்தபோது எனக்கு இரண்டு விஷயங்கள் புலப்பட்டன. மேலான இலக்கியங்களை ஒருவர் சிறுவயதில் படிக்கக்கூடாது. நாங்கள் அநேகமாக சிறுவயதில் படிப்பவற்றைத் திரும்பவும் படிப்பதில்லை. இந்தப் புத்தகத்தில் சொன்ன எத்தனையோ அருமையான விஷயங்களை நான் முதல் வாசிப்பில் தவறவிட்டது மீண்டும் அவற்றைப் படித்தபோது தெரிந்தது.

இரண்டாவது, மார்க் ட்வெய்ன் அமெரிக்காவின் தலைசிறந்த இலக்கியக்காரர். அமெரிக்க இலக்கிய ஆரம்பமே இவர்தான். இவருக்குப் பின்னால் வந்த எழுத்தாளர்களில் எவரும் இவரைத் தாண்டவில்லை என்று சொல்கிறார்கள். நவீன அமெரிக்க எழுத்தாளர்களிடம்கூட இவருடைய சாயல் இருப்பதை உணரமுடிகிறது.

ஹக்கிள் பெரிஃபின் நாவலில் ஒரு இடத்தில் இப்படி வரும். *Don't forget to remember that you don't know anything about it.* உனக்கு ஒன்றும் தெரியாது என்பதை ஞாபகத்தில் வைத்திருக்க மறக்காதே. இதைப் படித்தபோது எனக்கு சிரிப்பு வந்தது. வேறு யாரால் இப்படி எழுதமுடியும்.

'ஞாபகம்' என்றால் நினைவில் வைப்பது. அதற்கு எதிர்ப்பதம் 'மறதி'. அப்படி இருக்கும்போது ஞாபக மறதி என்ற சொல் எப்படி உண்டானது. எங்கள் வகுப்பு தமிழாசிரியர் எழுதச் சொன்ன கட்டுரையில் நான் ஒருமுறை 'ஞாபக மறதி' என்ற சொல்லை பாவித்துவிட்டேன். 'அது என்ன ஞாபக மறதி, மறதி என்றாலே போதும்' என்று ஒரு குட்டு வைத்தார். இவரிடம் கற்றதைவிட வாங்கிய குட்டுகளே அதிகம். சுருக்கமான

தமிழுக்காக உயிரை விடுவார். அனுமதித்தால் உலகத்தையே சுருக்கி விடுவார். யாராவது ‘அழகான பெண்’ என்று எழுதினால் தொலைந்தார்; ’அழகி’ என்று எழுதவேண்டும்.

என் நண்பன் ‘பாண்டவருக்கும் கௌரவருக்குமிடையில் நடந்த சண்டை’ என்று எழுதிவிட்டான். ‘தனிப்பட்டவர்களுக்குள் நடப்பதுதான் சண்டை. படைகளுக்கிடையில் நடப்பது போர்’ என்றார். இன்னும் அதை ஆழமாக விளக்குவதற்காக நீண்ட பிரம்பை எடுத்து வீசினார். அந்த வீச்சு முடிவு பெறுவதற்கிடையில் என் நண்பனுடைய முதுகு அதைத் தடுத்து விட்டது.

இவருடைய கடைசிக் காலத்தில் நான் இவரைப் போய் பார்த்தேன். என் பெயரை மூன்று தரம் திருப்பித் திருப்பிக் கேட்டார். நான் விடை பெறும்போது மறுபடியும் கேட்டுத் தெரிந்துகொண்டார். அவருக்கு மறதி வியாதி. இப்பொழுது யாராவது ‘ஞாபக மறதி’ என்று எழுதினாலும், ‘மறதி’ என்று எழுதினாலும் அவருக்கு ஒன்றுதான்.

மறதி வியாதி பற்றி கிரேக்கப் புராணத்தில் ஒரு கதை உண்டு. ஈயொஸ் என்ற தேவதையிடம் மையல் கொள்கிறான் தைதோனிஸ். ஆனால் தைதோனிஸ் மரணத்தைத் தாண்டமுடியாத ஒரு சாதாரண மானுடன். பெரிய கடவுள் ஈறொஸிடம் தைதோனிஸுக்கு சாகாவரம் தரும்படி வேண்டுகிறாள் அவன் காதலி ஈயொஸ். அவனும் கொடுத்துவிடுகிறான் - ஆனால் அதில் ஒரு சூழ்ச்சி இருந்தது. இளமையுடன் கூடிய சாகாவரம் அல்ல அது. தைதோனிஸ் வயோதிகம் கூடி, தளர்ச்சியும், மறதியும் மூடி தொணதொணக்கத் தொடங்குகிறான். ஈயொஸால் பொறுக்கமுடியவில்லை. தைதோனிஸை வெட்டுக்கிளியாக மாற்றிவிட்டுத் தப்பிவிடுகிறாள். இன்றும் வெட்டுக்கிளி ஓயாமல் சத்தம் போடுவது அதனால்தானோ என்னவோ.

அன்று தொடங்கியது இன்றுவரை தொடர்கிறது. முன்னாள் அமெரிக்க ஜனாதிபதி றொனால்டு ரேகனுக்கு *Alzheimer* வியாதி என்று 1994ல் கண்டுபிடிக்கப்பட்டது. இந்த மறதி

வியாதிக்கு வைத்தியம் இல்லை. படிப்படியாக இது ஆளை மூழ்கடித்துவிடும். மறதியைத் தொடர்ந்து மூளைக் குழப்பம், வார்த்தை தடுமாறல், எரிச்சல், தொணதொணப்பு என்று எல்லாம் சேர்ந்துவிடும். சிலர் வியாதியை மூடி மறைத்தாலும் பெரும்பாலான அமெரிக்கர்கள் அப்படியில்லை. வியாதி அணுகியதும் ரேகன் அமெரிக்க மக்களுக்கு, தன் மூளை தன் வசத்தில் இருந்து விலக முன்னரே, ஒரு செய்தி விட்டார்.

'ஆண்டவன் என்னை அழைக்கும்போது, அது எந்த நாளாக இருந்தாலும், நான் இந்த நாட்டில் ஆழமான பற்றுடன்தான் கிளம்புவேன்.

'இன்று நான் என்னுடைய வாழ்க்கையின் அஸ்தமனத்தை நோக்கிய பயணத்தைத் தொடங்குகிறேன். அமெரிக்காவுக்கு ஒரு பிரகாசமான விடியல் நிச்சயம் என்பதை நான் அறிவேன்.'

இன்று, 90 வயதுக்கு மேலான நிலையில் தன்னைச் சுற்றியுள்ள எல்லாவற்றையும் ரேகன் மறந்துவிட்டார். அவர் மனைவியையோ, மகளையோ, உறவினர்களையோ, வேறு நண்பர்களையோ அவரால் அடையாளம் காணமுடியாது. மரண அரசனின் வரவேற்பறையில் காத்திருக்கிறார்.

எங்கள் புராணங்களிலும் மறதிக்காரர்கள் இல்லாமல் இல்லை. வேட்டையாட வந்த துஷ்யந்தன், காட்டிலே விளையாடிக் கொண்டிருந்த சகுந்தலையைக் கண்டு காமவசமாகி, அங்கேயே அவளைக் கந்தர்வ மணம் செய்துகொள்கிறான். அடையாளமாக ஒரு மோதிரமும் தருகிறான். அவ்வளவு அவசரமாக மணம் செய்தவன் உடனே அவளை அரண்மனைக்கு அழைத்துப் போவதுதானே. இல்லை. ஓர் அரசிக்குரிய மரியாதைகள் தந்து தன் பரிவாரங்களுடன் வந்து அழைத்துப் போவதாகச் சொல்லித் தப்பிவிடுகிறான்.

ராஜ்ஜியத்துக்குத் திரும்பியதும் சகுந்தலையை மறந்துவிடுகிறான் துஷ்யந்தன். சகுந்தலை அரண்மனைக்கு வந்து முறையிட்டபோது அவளை முற்றாக மறுத்து உதாசீனம் செய்கிறான். பிறகு அரசன் கொடுத்த மோதிரத்தை மீனவன் கண்டுபிடித்ததும், ஞாபகம்

மீண்டு சகுந்தலையைத் திருப்பி ஏற்றுக்கொள்கிறான் என்று காளிதாஸர் கதையை முடிக்கிறார்.

ஒரு விஞ்ஞானிக்கு முக்கியமான உறுப்பு மூளை. இறுதிக் காலத்தில் கலீலியோவின் மூளையை மறதி மழுங்கடித்து விடுகிறது. பூமிதான் சூரியனைச் சுற்றுகிறது என்று விஞ்ஞான பூர்வமாக முதலில் நிரூபித்தவர் கலீலியோ. இந்தக் கூற்றுக்காக அவர் மேல் கடவுள் நிந்தனைக் குற்றம் சுமத்தப்படுகிறது. உலகத்தின் புகழ் பெற்ற முதல் வான் கணிப்பாளர், தன் முதுமைக் காலத்தை வீட்டுக் காவலில் கழிப்பார். இந்த சமயங்களில் தான் இளவயதில் எழுதிய கணித சித்தாந்தங்களை எல்லாம் எடுத்துப் புரட்டிப் புரட்டிப் பார்த்துக்கொண்டே இருப்பார். அப்பொழுது 'நான் எழுதிவைத்த சித்தாந்தங்களே எனக்கு ஒன்றும் புரியவில்லையே' என்று கண் கலங்குவாராம்.

ஆனால் மறதிக் கதைகளுள் என்னை சமீபத்தில் கவர்ந்தது, கனடா செய்தித் தாளில் வந்த ஒரு தகவல்தான். தன்னுடைய செயற்கைக் காலை ஒருவர் பொது இடத்தில் மறந்து வைத்துவிட்டுப் போய்விட்டார். அவரைத் தேடுகிறது கனடா பொலீஸ். இந்தக் கால் பிளாஸ்டிக்கில் செய்யப்பட்ட இடதுகால். இது அடிடாஸ் ஆண் சப்பாத்து எட்டு சைஸை அணிந்திருந்தது. இந்தக் காலின் தேய்வை வைத்து சோதித்துப் பார்த்தபோது குறைந்தது இரண்டு வருடங்களாவது இந்தக் கால் நடந்து உதவி செய்திருப்பது தெரிய வந்திருக்கிறது.

மறதிக்குப் பரிசு கொடுப்பதென்றால் இந்த ஒற்றைக்கால்காரரை மறக்க முடியுமா!

எனக்கு மறதியுடன் சிறுவயதில் இருந்தே நல்ல பரிச்சயம் உண்டு. இரவு முழுக்க பரீட்சைக்குக் கண் விழித்து மனப்பாடம் செய்துவிட்டு பரீட்சை மண்டபத்துக்குச் சென்றால் நான் வாயே திறக்கமாட்டேன். படித்தவை வெளியே விழுந்துவிடுமோ என்ற அச்சம். கேள்வி பேப்பர் வந்ததும் கஜபாகுவின் தேதியும், கங்கை கொண்ட சோழனின் தேதியும் மாறிவிடும்.

சில வருடங்களுக்கு முன்பு அப்படியான ஆபத்து ஒன்று எனக்கு வந்தது.

நான் படித்த பள்ளிக்கூடத்தில் ஒவ்வொரு நாளும் காலையில் தேகப்பியாச வகுப்பு நடக்கும். முதல் வேலையாக நேர்கோட்டில் நின்று நாங்கள் எண்ணிக்கொண்டே வரவேண்டும். அதாவது *one, two, three* என்ற ஒழுங்கில். இந்த நம்பர்கள் சொல்வதற்கும், தேகப்பியாசத்திற்கும் என்ன தொடர்பு என்று என்னைக் கேட்காதீர்கள்.

அருமைநாயகம் என்ற மாணவனுக்கு *sixteen* சொல்லவராது; 'சிக்கிட்டீன்' என்றே சொல்வான். அந்த வகுப்பு முடியும் வரை எங்களையெல்லாம் சிரிப்பு மூட்ட இது ஒன்றே போதும். வரிசையில் நிற்கும்போது எப்படியோ அவனுக்கு அந்த நம்பர்தான் கிடைக்கும்; அவனும் சிக்கிட்டீன் என்று சொல்வான்.

போகப்போக அவன் லைனில் நிற்கும் முன்பு தனக்கு முன் எத்தனை பேர் நிற்கிறார்கள் என்று எண்ணி 13வது இடத்திலோ 18வது இடத்திலோ நிற்கப் பழகிக்கொண்டான். அந்த யுக்தியும் பலிக்கவில்லை. வாத்தியார் பார்த்துவிட்டார். உயரப்படிதான் நிற்கவேண்டும்; பத்மநாபன் முதலில், ஜெயவீரசிங்கம் கடைசியில் என்று கட்டளை இட்டார். அவனை மாற்றி நிற்கவைத்தார். அவன் மறுபடியும் சிக்கிட்டீன் ஆகிவிட்டான்.

இந்தச் சம்பவத்திற்குப் பிறகு அவன் பெயரே எல்லோருக்கும் மறந்துவிட்டது. சிக்கிட்டீன் என்றால்தான் தெரியும். அவனும் சிக்கிட்டீன் என்று கூப்பிட்டால் பதில் சொல்லப் பழகியிருந்தான். ஒருநாள் ஆசிரியர்கூட சிக்கிட்டீன் என்று அவனைக் கூப்பிட்டது எங்களுக்கு முழுவெற்றி.

பல வருடங்கள் கழித்து, கொழும்பில் அவனை ஒருமுறை சந்தித்தேன். மனைவியுடன் மிருகக் காட்சி சாலை பார்க்க வந்திருந்தான். அவள் வட்டமான தாலியும், சருகைவைத்த மொடமொடக்கும் சேலையும் அணிந்திருந்தாள். ஒரு திருமண வீட்டுக்குப் போவதற்கு வெளிக்கிட்டு பாதியில் மனதை மாற்றி

மிருகங்களைப் பார்க்க வந்ததுபோலப் பட்டது. பதினாறு சொல்லத் தெரியாவிட்டால் என்ன பெரிய நட்டம். அவன் மனைவி பேரழகி.

அவள் ஆவலுடன் மிருகங்களைப் பார்த்தாள். சற்றும் குறையாத அதே ஆவலுடன் மிருகங்களும் அவளைப் பார்த்தன. அவளுக்கு என்னை அறிமுகம் செய்து வைத்தான். நானும் அப்படியே அவனை என் மனைவிக்கு அறிமுகம் செய்யலாம் என்று பார்த்தேன். எவ்வளவு யோசித்தும் சிக்கிட்டீன் என்ற பெயர் தான் ஞாபகத்துக்கு வந்தது. அவனுக்கு விளங்கிவிட்டது. முந்திக்கொண்டு 'அருமைநாயகம்' என்றான்.

ஓர் அருமையான பாதாளத்தில் இருந்து அன்று நான் காப்பாற்றப்பட்டேன்.

www.ingramcontent.com/pod-product-compliance
Ingram Content Group UK Ltd.
Pitfield, Milton Keynes, MK11 3LW, UK
UKHW041629190726
13854UKWH00006B/2390

9 789390 053599